HÀ TƯỜNG CÁT • ĐỖ DZŨNG • ĐÔNG BÀN • HÀ GIANG
NAM PHƯƠNG • TRIỆU PHONG • VŨ QUÍ HẠO NHIÊN

BÍ MẬT
VIỆT NAM
QUA HỒ SƠ
WIKILEAKS

QUYỂN 2

NHÀ XUẤT BẢN NGƯỜI VIỆT
14771-14772 Moran Street Westminster, CA 92683-USA
Tel: 714-892-9414 ● Fax: 714-894-1381

Bí mật Việt Nam
qua hồ sơ Wikileaks
Quyển 2

Biên tập:	Khôi Nguyên
	Ngọc Lan
Bìa:	Archdekk
Trình Bày:	Nguyên Việt

ISBN: 978-0-9744-4716-2

MỤC LỤC

Lời Nói Đầu

Sau khi xuất bản cuốn "Bí Mật Việt Nam Qua Hồ Sơ Wikileaks" quyển 1, và ngay cả trước đó, khi một số bài được đăng trước trên báo, có độc giả đặt vấn đề là tại sao báo Người Việt lại cho in những bài dựa trên hồ sơ của nhà nước.

Độc giả đặt vấn đề này dưới nhiều dạng câu hỏi khác nhau, nhưng tóm tắt có thể gộp vào một trong hai vấn đề là *bản quyền* và *bí mật quốc gia*.

Về *bản quyền*, hay có người gọi là tác quyền, thì câu trả lời rất đơn giản. Luật bản quyền ở Mỹ từ xưa, đã qui định là sản phẩm của chính phủ liên bang là không có bản quyền. Năm 1976, luật này được qui định thành văn trong điều khoản 17 U.S.C. 105.

Vậy là về luật, thì câu trả lời đã rõ ràng. Công điện ngoại giao, của công chức ngành ngoại giao soạn thảo trong khuôn khổ công việc của họ, không có bản quyền.

Một câu hỏi đáng hỏi nữa, là tại sao luật Mỹ lại làm vậy? Cơ quan quản lý bản quyền, Register of Copyrights, giải thích điều khoản này là kết quả của *"Quốc Hội kết luận rằng quyền lợi công chúng nằm ở chỗ giữ cho các tác phẩm do nhà nước làm ra thoát khỏi những khả năng bị giới hạn không được truyền bá."* Nói rõ hơn, là vì nếu không, có nguy cơ chính phủ liên bang sẽ lạm dụng luật bản quyền để giới hạn người dân không được truyền bá tài liệu liên bang và qua đó giới hạn quyền tự do ngôn luận của người dân được phân tích, bàn thảo (và chỉ trích) chính sách nhà nước.

Cũng ý đó giải thích tại sao không chỉ báo Người Việt mà hầu như tất cả các báo trên thế giới đều đăng tin, bài về các tài liệu Wikileaks:

Điều quan trọng là quyền của công chúng được biết thông tin. Chính quyền có nhu cầu giữ bí mật một số chuyện, và báo chí hầu hết tôn trọng quyền đó, trừ phi việc bảo mật của chính quyền bị xem là vô lý và đi ngược lại quyền lợi của công chúng.

Nhưng một khi bí mật đó bị 'bật mí' rồi, thì mỗi tờ báo, mỗi cơ quan truyền thông, sẽ tự quyết định - thay vì để cho chính quyền quyết định - có còn tiếp tục giữ bí mật hay không.

Riêng về các tài liệu Wikileaks liên quan tới Việt Nam, chúng tôi nghĩ rằng, với nguồn nhân lực và tài nguyên vô hạn, nhà cầm quyền Việt Nam chắc hẳn đang có cả một bộ tham mưu (hoặc thậm chí có thể có nhiều bộ tham mưu cho từng phe phái trong giới lãnh đạo) ráo riết dịch hết tài liệu Wikileaks.

Nói cách khác, giới lãnh đạo Việt Nam chắc hẳn đều đã được đọc tài liệu Wikileaks rồi. Vậy có còn lý do gì để báo chí ngần ngại không cung cấp tài liệu Wikileaks cho người dân Việt Nam? Nhiều khi, hỏi chính là trả lời rồi vậy.

Tòa Thánh ép Tổng Giám Mục Ngô Quang Kiệt từ chức

Hà Nội 'không mặn' quan hệ chính thức với Vatican

Đông Bàn

[2009] Tổng giám mục Giáo Phận Hà Nội, Ngô Quang Kiệt, đã từ chức dưới áp lực của Vatican, ngõ hầu khai thông tiến trình bình thường hóa quan hệ ngoại giao Vatican-Hà Nội; một tiến trình mà Vatican thì muốn, còn Hà Nội thì không mặn mà.

Điều này được thấy trong hai công điện ngoại giao gởi đi cuối năm 2009, một từ Tòa Đại Sứ Hoa Kỳ tại Vatican, một từ Tòa Đại Sứ Hoa Kỳ tại Hà Nội.

Công điện còn cho thấy sự khác biệt về quan điểm của Vatican (cùng ngoại giao Hoa Kỳ) và Giáo Phận Hà Nội về bản chất của các vụ tranh chấp đất đai tại đây.

Một số nhượng bộ từ cả hai phía, mà phần lớn là từ Vatican, đã được thực hiện để mở đường cho *"các viễn kiến rộng lớn hơn và lâu dài hơn,"* của cả Vatican và Hà Nội.

"The Hanoi Archbishop has long complained of stress and insomnia, but contacts close to Kiet insist that his primary reason for offering to resign is that he does not want to be seen as an obstacle to the normalization of relations between Hanoi and the Vatican."

Không mời, nhưng ông cứ đến

Công điện đề ngày 4 tháng 12, 2009, từ Tòa Đại Sứ Hoa Kỳ tại Vatican gởi về Washington D.C. để cập đến những dàn xếp cho cuộc viếng thăm của ông Nguyễn Minh Triết, chủ tịch CSVN, đến Vatican ngày 11 tháng 12, 2009.

"Nhờ can thiệp trực tiếp của Hồng Y Bernard Law, chuyến thăm Giáo Hoàng Benedict XVI của chủ tịch Việt Nam đã được xác định sẽ diễn ra vào ngày 11 tháng 12, 2009. Hiện chưa rõ phía Việt Nam có nhượng bộ hay không, và nếu có thì đó là nhượng bộ nào, để ông Triết có thể thăm Giáo Hoàng."

"Phía Vatican có thể đã có một số nhượng bộ để cải thiện quan hệ với chính phủ Việt Nam, và nhượng bộ ấy là việc ép Tổng Giám Mục Ngô Quang Kiệt về hưu sớm." Theo công điện ngoại giao Hoa Kỳ ở Vatican.

Những dàn xếp cho chuyến đi của ông Triết, vẫn theo công điện, gặp phải một số trở ngại liên quan đến thủ tục ngoại giao. Công điện dẫn lời các nguồn tin ngoại giao viết rằng cuộc gặp gỡ *"đã được xác định sẽ diễn ra vào Thứ Sáu, 11 tháng 12, lúc 11 giờ sáng. Mặc dầu phía Việt Nam đưa ra thông báo về chuyến đi này, phía Tòa Thánh lại không hề công bố."*

Vào thời điểm trước khi có chuyến đi của ông Triết, *"diễn tiến và tình huống (của cuộc gặp này) quá mong manh, đến nỗi giới chức Vatican chịu trách nhiệm quan hệ với chính phủ Việt Nam từ chối gặp giới chức Tòa Đại Sứ Hoa Kỳ tại Vatican để thảo luận thêm."*

Cuối cùng, đích thân Hồng Y Bernard Law phải đi Việt Nam để thảo luận và hoàn tất những sắp xếp sau cùng cho chuyến đi của ông Triết. Vẫn theo công điện, trong các cuộc thảo luận này, phía Việt Nam tỏ ra *"không mặn nồng mấy với quan hệ ngoại giao chính thức với Tòa Thánh, nhưng lại rất quan tâm đến chuyến đi của ông Triết, vốn đã được thông báo rộng rãi."*

Tiếp ông Triết là một nghĩa cử từ Vatican, tuy nhiên, Hồng Y Law không tiết lộ những nhượng bộ từ phía Việt Nam, cho dẫu, vẫn theo công điện trích lời Hồng Y, *"có vẻ là chắc chắn đã có một số nhượng bộ (từ phía Việt Nam)."*

Trong khi đó, công điện đề ngày 25 tháng 11, 2009, từ Tòa Đại Sứ Hoa Kỳ tại Hà Nội gởi cho Washington D.C. viết rằng cuộc viếng thăm Vatican của ông Nguyễn Minh Triết là để *"bàn về việc thiết lập các quan hệ ngoại giao, và rất có thể, một chuyến thăm của Đức Giáo Hoàng đến Việt Nam trong năm 2010."*

Về mặt thủ tục ngoại giao, phía Việt Nam muốn Vatican có thư mời chính thức chủ tịch nước của họ. Vatican từ chối, viện dẫn lý do *"chưa có tiền lệ"* (về thư mời).

Hồng Y Bernard Law sau đó đã phải nhờ phó đại sứ Hoa Kỳ cùng đại sứ Ý tại Việt Nam chuyển thông điệp đến Bộ Ngoại Giao Việt Nam, rằng nếu chính quyền Việt Nam bày tỏ mong muốn tổ chức chuyến đi cho ông Triết, đồng thời nêu rõ ngày giờ đề nghị cho chuyến đi, Vatican sẽ *"đáp ứng theo chiều hướng tích cực."*

Tổng Giám Mục Giáo Phận Hà Nội, Ngô Quang Kiệt (giữa), được chào đón trong buổi lễ đón Đức Ông, thứ trưởng ngoại giao Tòa Thánh, Pietro Parolin đến Hà Nội ngày 15 tháng 2, 2009. Theo công điện ngoại giao Hoa Kỳ, cũng chính trong chuyến đi này, Đức Ông Parolin gay gắt chỉ trích TGM Kiệt về cách giải quyết các tranh chấp tài sản của giáo hội tại Hà Nội. (Hình: Aude GENET/AFP/Getty Images)

Chuyến đi của ông Triết không nên được tách rời khỏi bối cảnh ra đi của một nhân vật khác - Tổng giám mục Giáo Phận Hà Nội, Ngô Quang Kiệt.

TGM Ngô Quang Kiệt *"phải ra đi"*

Nguồn gốc, diễn tiến, và thực hư câu chuyện liên quan đến việc từ chức của Tổng Giám Mục Ngô Quang Kiệt đến nay vẫn là câu hỏi cho nhiều người. Cả hai công điện ngoại giao của Hoa Kỳ khẳng định Tổng Giám Mục Kiệt từ chức dưới áp lực của Vatican.

Công điện từ Tòa Đại Sứ Hoa Kỳ tại Vatican hồi cuối 2009 viết: *"Phó đại sứ Hoa Kỳ hỏi Hồng Y Bernard Law là liệu Tòa Thánh có chấp nhận đơn từ chức (đã được đệ nộp) của Tổng Giám Mục Ngô Quang Kiệt hay không."* Hồng Y ngụ ý *"điều này là chắc chắn,"* và rằng *"có nhiều nhân vật tại Việt Nam có thể điền được vào vị trí của Tổng Giám Mục Kiệt."*

Sự cương quyết của Tổng Giám Mục Ngô Quang Kiệt trong giai đoạn cao trào của tranh chấp đất đai tại Hà Nội có thể đã khiến Vatican khó chịu. Theo công điện của Đại Sứ Michael Michalak, thư từ chức được tổng giám mục đệ trình cho Đức Ông Pietro Parolin, thứ trưởng Bộ Ngoại Giao Tòa Thánh, trong chuyến ghé Việt Nam của nhân vật này. Theo lời một người thân cận của Tổng Giám Mục Ngô Quang Kiệt, Đức Ông Parolin đã *"chỉ trích gay gắt Tổng Giám Mục Kiệt về cách thức giải quyết các vụ tranh chấp đất đai của Tòa Thánh với quan chức Hà Nội."*

Áp lực từ chức ngày càng gia tăng. Vào Mùa Hè 2009, trong một cuộc tiếp kiến trực tiếp với Đức Giáo Hoàng, có mặt cả Tổng Giám Mục Ngô Quang Kiệt, người đứng đầu Tòa Thánh chỉ thị cho Hội Đồng Giám Mục Việt Nam rằng cần *"hy sinh cá nhân, chứng tỏ tự chế trong các bất đồng với chính quyền, và phải tuân thủ luật pháp."*

Cùng thời điểm này, quan chức Hà Nội công khai chỉ trích Tổng Giám Mục Ngô Quang Kiệt, *"đặc biệt là chủ tịch Ủy Ban Nhân Dân TP. Hà Nội, Nguyễn Thế Thảo,"* khi ông này kêu gọi cách chức người đứng đầu Giáo Phận Hà Nội.

Hành động của Nguyễn Thế Thảo được giới ngoại giao Hoa Kỳ và Vatican (thông qua Hồng Y Bernard Law) xem là *"đi quá xa, một cách nghiêm trọng."*

Giới ngoại giao Hoa Kỳ tại Vatican nhận định trong công điện gởi về Washington D.C. rằng: *"Với hành động đối mặt với chính quyền Việt Nam một cách mạnh mẽ trên vấn đề tài sản (của Giáo Hội), Tổng Giám Mục Kiệt có thể đã đặt những mục tiêu lâu dài khác của Vatican vào thế rủi ro. Mặc dầu giới chức Tòa Thánh không khẳng định (và chắc chắn không bao giờ khẳng định) rằng họ* đã yêu cầu Tổng Giám Mục Kiệt về hưu sớm, gần như hoàn toàn chắc chắn là họ đã làm điều đó."

Vào thời điểm nộp đơn xin từ chức, Tổng Giám Mục Ngô Quang Kiệt mới 57 tuổi, trẻ hơn rất nhiều so với tuổi về hưu trung bình của hàng Hồng Y, là 75.

Về phía mình, Tổng Giám Mục Ngô Quang Kiệt chưa bao giờ công khai lý do từ chức. Ông chỉ thường than phiền về *"tình trạng sức khỏe và chứng mất ngủ,"* theo công điện của tòa đại sứ tại Hà Nội. Tuy nhiên, *"những nguồn tin thân cận với ngài khẳng định rằng lý do chính khiến ngài muốn từ chức là vì không muốn bị xem như chướng ngại vật cho tiến trình bình thường hóa quan hệ ngoại giao Vatican-Hà Nội."*

Ngoại giao Hoa Kỳ tại Hà Nội nhận định TGM Ngô Quang Kiệt là người *"có đầu óc thực tế".*

Tương lai quan hệ Vatican-Hà Nội

Ngoại giao Hoa Kỳ tại Vatican nhận định rằng, ưu tiên của Tòa Thánh về hướng Việt Nam là bảo vệ quyền tự do tôn giáo, đồng thời nhanh chóng mở rộng quyền này tại đây, để giải quyết những tranh chấp tài sản đang diễn ra giữa Tòa Thánh và chính phủ Việt Nam, và, khi điều kiện cho phép, tái thiết lập quan hệ ngoại giao để bảo vệ và mở rộng Công Giáo tại Việt Nam.

Vatican, thông qua Hồng Y Bernard Law, chia sẻ quan điểm với ngoại giao Hoa Kỳ, rằng những tranh chấp đất đai giữa giáo hội và chính quyền Hà Nội *"mang tính chất luật pháp hơn là tự do tôn giáo."*

Về hướng cải thiện quan hệ Vatican-Hà Nội, công điện từ Vatican trích lời một linh mục cho biết, *"các cuộc thương thảo bí mật đang được tiến hành."* Tuy nhiên, Hội Đồng Giám Mục Việt Nam gần như hoàn toàn không được tham dự vào các thương thảo này. Khoảng 40% thành viên của Hội Đồng Giám Mục Việt Nam ủng hộ nói chuyện với chính quyền, 60% chống. Tuy nhiên, vẫn theo linh mục được trích lời, hội đồng *"đang từng bước một nghiêng về hướng nói chuyện."*

Công điện từ Hà Nội nhận định, vào thời điểm các cuộc biểu tình tranh chấp đất đai lên đến cao trào năm 2008 tại Hà Nội và

Quảng Bình, *"Giáo Phận Hà Nội bày tỏ sự thất vọng vì cho rằng Vatican không ủng hộ họ."*

Công điện:

- "Let's make a deal: Vietnamese President-Pope Benedict meeting confirmed; Archbishop's Forced removal implied," 4/12/2009, từ Miguel Humberto Díaz, Đại Sứ Hoa Kỳ tại Vatican. Loại bảo mật: Secret. http://www.wikileaks.org/cable/2009/12/09VATICAN127.html
- "Thrown under the Popemobile? Hanoi Archbishop submits letter of resignation to ease path to VN-Vatican normalization," 25/11/2009, từ Michael Michalak, Đại Sứ Hoa Kỳ tại Hà Nội. Loại bảo mật: Confidential. http://www.wikileaks.org/cable/2009/11/09AMEMBASSYHANOI911.html

Vụ Đồng Chiêm,
nhà nước hành xử như côn đồ

Nam Phương

[2010] Ba bản công điện của Tòa Đại Sứ Mỹ năm 2010, ngay sau khi xảy ra vụ đàn áp Công Giáo ở Đồng Chiêm, cho thấy phía Mỹ đánh giá hành xử của nhà cầm quyền Việt Nam như côn đồ.

Vụ Đồng Chiêm được xem là quan trọng tới mức đại diện Bộ Ngoại Giao Mỹ qua Việt Nam đã tiếp tục nhắc lại.

Bản công điện của Tòa Đại Sứ Mỹ ngày 12 tháng 1, 2010 và bị Wikileaks tiết lộ, cho thấy Tòa Đại Sứ Mỹ bày tỏ sự quan ngại về hành động đàn áp Công Giáo ở Đồng Chiêm.

Hàng trăm công an và côn đồ phá sập Thánh Giá ở giáo xứ Đồng Chiêm, giáo phận Hà Nội, ngày 6 tháng 1, 2010. Các nguồn tin Công Giáo đáng tin cậy nói người ta đã dùng lựu đạn cay để giải tán giáo dân và đến 12 người bị thương. Giáo phận ở Hà Nội gọi việc triệt phá Thánh Giá là "phạm

"They blocked access to mount "Nui Tho" (near An Phu commune, My Duc district, Hanoi) and began demolishing a crucifix. Parishioners of Dong Chiem parish reportedly urged the police and security forces to stop, but were unsuccessful."

thánh" và mô tả hành động đàn áp giáo dân là *hành động man rợ và bất nhân.* Nhà cầm quyền địa phương và Bộ Công An thì nói giáo xứ Đồng Chiêm đã vi phạm pháp luật khi dựng Thánh Giá trên đất công nên họ có quyền thi hành pháp luật cũng như chối không có dùng bạo lực đàn áp giáo dân.

Bức công điện nói tham tán chính trị của Tòa Đại Sứ Mỹ nói

với cầm quyền Việt Nam là họ có tin tức đáng tin cậy là công an đã dùng bạo lực và khuyến cáo nhà cầm quyền Hà Nội đừng nên làm phức tạp thêm cho các nỗ lực thúc đẩy mối quan hệ giữa hai nước. Đại sứ Mỹ lập lại điều này khi ăn trưa với thứ trưởng Bộ Công An ngày 13 tháng 1, 2010. *"Theo nguồn tin trong Giáo hội Công Giáo,"* bức công điện viết, *"vào khoảng 2 giờ sáng ngày 6 tháng 1, 2010, từ 600 đến 1,000 công an, an ninh, và 'côn đồ' địa phương, một số võ trang với súng, gậy, lựu đạn cay, chó của cảnh sát, vây các giáo xứ Nghĩa Ái, Túy Hiền và Đồng Chiêm."* Công điện cho biết:

"Họ chặn đường lên Núi Thờ (gần xã An Phú thuộc huyện Mỹ Đức, Hà Nội) và bắt đầu triệt hạ Thánh Giá. Giáo dân Đồng Chiêm yêu cầu lực lượng công an ngừng lại nhưng không được."

Nhóm người này, được công điện gọi chung là *"công an/an ninh/cá nhân có vũ trang,"* quây quanh chân núi và bắn lựu đạn cay vào một số giáo dân. *"Khoảng 12 giáo dân bị đánh trong đó 2 người bị thương nặng phải đi bệnh viện,"* công điện cho biết. Tòa Tổng Giám Mục Hà Nội ra bản tuyên bố xác định là chủ ngọn núi và gọi hành vi triệt hạ Thánh Giá là một hành động "phạm thánh." Ngày 8 tháng 1, công điện nói: *"10 giám mục ở miền Bắc ra bản tuyên bố gọi việc triệt hạ Thánh Giá và đàn áp giáo dân là 'hai cách của chính sách mà nhà cầm quyền sử dụng để giải quyết các tranh chấp tôn giáo.'"*

Cũng ngày hôm đó, Ủy Ban Nhân Dân huyện Mỹ Đức phản bác lại là Thánh Giá đã được xây dựng bất hợp pháp từ tháng 3 năm 2009. Bộ Công An gọi điện thoại mời Tham Tán Chính Trị Tòa Đại Sứ Mỹ gặp Đại Tá Châu, công điện nói. Cuộc gặp mặt diễn ra ngày 10 tháng 1, 4 ngày sau vụ Đồng Chiêm.

Đại Tá Châu muốn "đính chính" các tin tức loan truyền tại Việt Nam và hải ngoại qua các nguồn thông tin nhằm "vu cáo" nhà cầm quyền và thành tích cải thiện tự do tôn giáo ở Việt Nam.

Đại Tá Châu không tự nói, mà đọc một tờ giấy mà ông nói đã được lãnh đạo Bộ Công An thông qua, để cung cấp quan điểm "chính thức": Ông nói giáo xứ Đồng Chiêm đã dựng Thánh Giá hồi tháng 3, 2009 với sự yểm trợ của Giáo Hội Công Giáo trên đất thuộc thẩm quyền địa phương. "Hành vi trái phép" này vi phạm các luật lệ của Việt Nam. Ông này nói cha xứ địa phương đã cấm đầu hàng trăm tu sĩ, nữ tu, giáo dân chống nhà cầm quyền địa phương và nhà cầm quyền không dùng bạo lực để giải tán. Chỉ có 2 người bị thương nhẹ mà lại là hậu quả của sự xô xát giữa những người đó và người đứng xem.

Tham tán chính trị Tòa Đại Sứ Mỹ trả lời là có các tin đáng tin cậy cho biết công an dùng bạo lực nhưng Đại Tá Châu phủ nhận.

Giáo dân Đồng Chiêm dựng một Thánh Giá bằng tre để thay thế Thánh Giá bị nhà cầm quyền triệt hạ. (Hình: Vietcatholic.net)

Tham tán nói chính phủ Việt Nam có quyền bảo vệ pháp luật. Đại diện tòa đại sứ lưu ý là thái độ của Hoa Thịnh Đốn rất buồn khi thấy nhân quyền ở Việt Nam xấu đi thời gian gần đây, đặc biệt hai vụ Đồng Chiêm và tu viện Bát Nhã ở Lâm Đồng xảy ra gần với nhau.

Bản công điện kết luận là không tin những lời Đại Tá Châu nói công an không dùng bạo lực cũng như không gây thương tích cho giáo dân.

Tuy nhiên, bản công điện nói rằng ở lúc này còn sớm để biết chắc vụ việc Đồng Chiêm là tôn giáo hay tranh chấp đất đai. Bản công điện ký tên Đại Sứ Michalak nói nghi ngờ vụ việc trộn lẫn cả hai. Dù sao, cách thức giải quyết vụ việc của nhà cầm quyền, từ

Bát Nhã đến Đồng Chiêm đều có tính cách "côn đồ," đe dọa làm lu mờ các tiến bộ đã đạt được ở những lãnh vực tự do tôn giáo quốc tế khác, ông viết.

Hai tuần sau vụ Đồng Chiêm, bức công điện ngày 20 tháng 1, 2010 của Đại Sứ Michalak gửi về Washington nhận định vụ đàn áp Bát Nhã (cuối năm 2009) và vụ Đồng Chiêm có dấu hiệu như nằm trong chiến dịch đàn áp nhân quyền khi gần đến dịp chuẩn bị cho Đại Hội Đảng vào đầu năm 2011. Tuy nhiên, công điện này nhận định rằng cả hai vụ việc căn bản là tranh chấp đất đai nên không hội đủ tiêu chuẩn được qui định bởi đạo luật có từ năm 1998 (International Religious Freedom Act).

Vụ Đồng Chiêm được nhắc lại trong phiên họp giữa Nguyễn Bá Hùng, vụ trưởng Vụ Mỹ Châu của Bộ Ngoại Giao CSVN với ông Scot Marciel, phụ tá thứ trưởng Ngoại Giao Mỹ, theo công điện 10 tháng 2, 2010. Ông Marciel tái xác nhận sự cam kết về bang giao với Việt Nam nhưng lưu ý ông Hùng là những vụ bỏ tù các người bất đồng chính kiến, sự giải quyết các vụ Bát Nhã và Đồng Chiêm kém cỏi, có thể dẫn đến các nghi ngờ về sự cam kết cải cách của Việt Nam về một nhà nước pháp quyền.

Công điện:

- "Violent demolition of crucifix overshadows progress on religious freedom in Vietnam," 12/1/2010, từ Micheal Michalak, Đại Sứ Hoa Kỳ tại Hà Nội. Loại bảo mật: Confidential. http://wikileaks.org/cable/2010/01/10HANOI1.html

- "Vietnam religious freedom update - The case against CPC re-designation," 20/1/2010, từ Micheal Michalak, Đại Sứ Hoa Kỳ tại Hà Nội. Loại bảo mật: Confidential. http://wikileaks.org/cable/2010/01/10HANOI7.html

- "EAP DAS Marciel and MFA DG for the Americas exchange views on moving relations forward in 2010," 10/2/2010, từ Micheal Michalak, Đại Sứ Hoa Kỳ tại Hà Nội. Loại bảo mật: Confidential. http://wikileaks.org/cable/2010/02/10HANOI23.html

Bên trong 'Phiên Tòa Bịt Miệng'

Nam Phương

[2007] Ngày 30 tháng 3, 2007, nhà cầm quyền Việt Nam đem Linh Mục Nguyễn Văn Lý ra xử án ở Huế với cáo buộc *"tuyên truyền chống nhà nước..."* theo Điều 88 của Bộ Luật Hình Sự.

Ông Seth Winnick, Tổng Lãnh Sự Hoa Kỳ tại Sài Gòn gửi công điện phúc trình phiên tòa này. Người được cử đi dự khán là ông Kenneth S. Chern, phó tổng lãnh sự.

Trước đó hai ngày, tòa đại sứ từ Hà Nội gửi công điện thông báo, Nguyễn Hoàng Nam, vụ phó Vụ Mỹ Châu, Bộ Ngoại Giao Việt Nam, mời tham vụ chính trị tòa đại sứ đến để thảo luận về những diễn tiến về phiên xử Linh Mục Lý. Ông ta lập lại quan điểm của nhà cầm quyền, là Linh Mục Lý bị truy tố vì vi phạm luật pháp Việt Nam và xác nhận ngày xử là 30 tháng 3, 2007 ở Huế.

Ông Nam cho biết, một số nhà ngoại giao Tây Phương, kể cả một viên chức Tòa Tổng Lãnh Sự Hoa Kỳ ở Sài Gòn được cho phép quan sát phiên tòa qua màn truyền hình nội bộ. Ông ta nói đây là lần đầu tiên chính quyền cho quan sát một phiên xử. Cơ hội này không được kể như tiền lệ cho những phiên tòa khác sau này.

"...The trial was a heated affair starting with Father Ly three times shouting out that the court was a puppet and three times being ejected from the court-room, departing the third time with the re-joinder that "the Communist Party of Vietnam knows only the law of the jungle."

Bản công điện của ông Winnick ngày 30 tháng 3, 2007 là phúc trình sơ lược về phiên tòa. Ông Chern còn ở lại Huế gặp một số viên chức nhà nước trước khi quay trở lại Sài Gòn để viết bản phúc trình chi tiết.

Bản công điện tóm tắt nói Linh Mục Lý được ân xá ra khỏi nhà tù năm 2005 (theo các áp lực của Hoa Kỳ và Liên Âu). Là một người đấu tranh dân chủ nổi bật suốt từ nhiều năm trước, linh mục bị bỏ tù năm 2001 (với bản án 15 năm tù về hai tội *"phá hoại chính sách đoàn kết"* và *"không chấp hành lệnh quản chế"*).

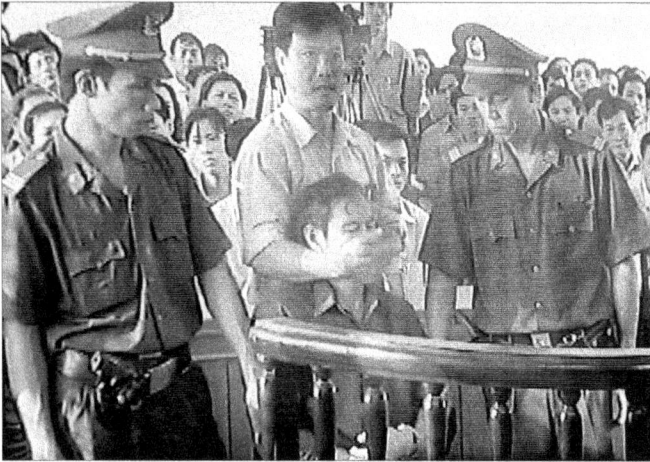

Bức hình này nay đã trở thành biểu tượng, được biết đến dưới tên gọi "Phiên Tòa Bịt Miệng." (Hình: AFP /Getty Images)

Khi ra tù dịp Tết 2005, Linh Mục Lý không chấp hành lệnh quản chế, mà nhà cầm quyền cũng không thi hành lệnh quản chế nổi. Linh mục tiếp tục vận động dân chủ hóa đất nước, là một trong những thành viên sáng lập "Khối 8406" vào ngày bắt đầu đại hội đảng CSVN kỳ 10.

Linh Mục Nguyễn Văn Lý cùng với một số người bị coi là đồng phạm ở Huế, lập Đảng Thăng Tiến cuối năm ngoái.

Đến Tháng Hai, Đảng Thăng Tiến loan báo sẽ phối hợp với Đảng Vì Dân ở Mỹ để thành lập liên minh *"Lạc Hồng"*. Ngay khi biết tin này, nhà cầm quyền CSVN đặt Linh Mục Lý dưới chế độ quản chế chặt chẽ tại nhà thờ, đầu tiên là tại Tòa Tổng Giám Mục ở Huế rồi sau đưa đi cô lập ở một nhà thờ hẻo lánh của tỉnh.

(Bản công điện ghi chú là trong khoảng thời gian linh mục ra tù, tham vụ chính trị của Tòa Tổng Lãnh Sự đã đến thăm hai lần. Tháng 5, 2005, tham vụ chính trị của Tòa Tổng Lãnh Sự gặp linh mục một lần rồi sau đó đi cùng Dân Biểu Chris Smith đến thăm vào tháng 12, 2005. Cả Tổng Giám Mục Huế cũng như Tòa Thánh Vatican không đồng cảm với Linh Mục Lý. Giáo hội coi ông như một người vận động chính trị hơn là một người hoạt động tôn giáo. Một cách bán chính thức, chức sắc của giáo hội ám chỉ cho chúng tôi [người Mỹ] biết là họ nhìn Linh Mục Lý như trở ngại cho các nỗ lực của giáo hội muốn thuyết phục nhà cầm quyền Việt Nam rằng Giáo Hội Công Giáo không có chương trình chính trị chống đảng. Hết ghi chú.)

Theo bản phúc trình ông Chern đọc về tòa Tổng Lãnh Sự, phiên tòa xử Linh Mục Nguyễn Văn Lý và 4 người khác diễn ra đúng lịch trình ở thành phố Huế sáng ngày 30 tháng 3, 2007. Phó tổng lãnh sự và các quan sát viên của Ủy Ban Âu Châu, Thụy Điển, Na Uy, Thụy Sĩ và Úc được phép quan sát thủ tục xử án. Mọi người được chứng kiến 10 phút đầu trong phòng xử rồi sau đó được đưa sang phòng bên cạnh để theo dõi qua một màn truyền hình nội bộ. Nhiều chục phóng viên quốc tế và Việt Nam ngồi trong phòng theo dõi phiên xử qua màn hình. Phiên tòa kéo dài 3 giờ, khi kết thúc, Phó Tổng Lãnh Sự Chern và các quan sát viên khác được cho phép quay lại phòng xử để quan sát lúc tuyên án.

Phiên tòa là một vụ sôi nổi bắt đầu với Linh Mục Nguyễn Văn Lý la lớn rằng tòa án chỉ là bù nhìn và ba lần bị đuổi ra khỏi phòng xử. Lần bị đuổi thứ ba là vì ngài trả lời: *"Đảng Cộng Sản Việt Nam chỉ biết có luật rừng."*

Công điện viết rằng không có một bị cáo nào có luật sư, căn cứ theo quyết định của các bị cáo tự biện hộ, viên thẩm phán nói.

Lúc gây xúc động nhất trong phiên xử là khi thẩm phán hỏi bị cáo Nguyễn Phong có "tham khảo luật của Việt Nam" không khi thành lập đảng Thăng Tiến. Ông Phong đáp là ông không làm gì sai trái. Tổ chức chính trị của ông được thành lập đúng theo quyền lập hội, vốn *"chứa đựng trong Công Ước Quốc Tế về Nhân Quyền của Liên Hiệp Quốc."*

Thẩm phán quát rằng ông Phong phải trả lời câu hỏi hoặc bị mất quyền nói.

Kết thúc phiên tòa, Linh Mục Nguyễn Văn Lý bị kết án 8 năm tù. Ông Nguyễn Phong bị kết án 6 năm tù và ông Nguyễn Bình Thành bị kêu án 5 năm tù. Hai người còn lại bị án treo.

Công điện:

- "Father Ly tried, convicted and sentenced in Hue: Preliminary report," 30/3,/2007, từ Seth Winnick, Tổng Lãnh Sự Hoa Kỳ tại TPHCM. Loại bảo mật: Không bảo mật. http://wikileaks.org/cable/2007/03/07HOCHIMINHCITY294.html

Nhất quyết không trả tự do sớm cho Linh Mục Nguyễn Văn Lý

Đỗ Dzũng

[2009] Dù có yêu cầu của 37 thượng nghị sĩ Mỹ và Đại Sứ Michael Michalak, và dù bị đột quỵ hai lần trong nhà tù, Việt Nam nhất quyết không thả sớm Linh Mục Nguyễn Văn Lý theo mong muốn của Hoa Kỳ.

Tuy nhiên, đại diện chính quyền Mỹ được vào thăm vị linh mục này trong nhà giam, nói chuyện thoải mái, nhất là sau khi ông bị đột quỵ lần thứ nhất.

Đó là nội dung bốn bản công điện ngoại giao do ông Michael Michalak từ Hà Nội gởi về Bộ Ngoại Giao Mỹ trong thời gian từ tháng 7 đến tháng 12, 2009.

Bản công điện để ngày 9 tháng 7 cho biết một lá thư để ngày 1 tháng 7, có chữ ký của 37 thượng nghị sĩ Mỹ, được gởi đến Chủ Tịch Nguyễn Minh Triết, yêu cầu thả sớm Linh Mục Nguyễn Văn Lý. Lá thư được sự ủng hộ của Khối 8406, nhưng bị báo Nhân Dân, cơ quan ngôn luận đảng Cộng Sản Việt Nam, chỉ trích dữ dội qua một bài xã luận. Báo Nhân Dân cho rằng đây là một "hành động sai trái" dựa trên *"thông tin sai lạc"* và sẽ làm "tổn hại quan hệ song phương."

> "Turning to the issue of human rights in Vietnam, Father Ly said that this was a 'complicated' issue."

Trong một lá thư công bố ngày 6 tháng 7, Khối 8406 hoan nghênh lá thư của các thượng nghị sĩ Mỹ và cho biết họ ủng hộ và mong muốn Thượng Viện Mỹ làm nhiều hơn nữa để Linh Mục Nguyễn Văn Lý được tự do càng sớm càng tốt.

Linh Mục Lý là đồng sáng lập Khối 8406, một tổ chức chính trị đối lập với chính quyền Việt Nam, bị bắt giam vì tội *"tuyên truyền chống Nhà Nước Cộng Hòa Xã Hội Chủ Nghĩa Việt Nam."*

Bài xã luận còn trực tiếp chỉ trích Linh Mục Lý, đặt câu hỏi một cách cường điệu là *"các thượng nghị sĩ Mỹ có biết đủ thông tin về những hành động chống chính quyền Việt Nam mà Nguyễn Văn Lý làm trong mấy thập niên qua? Họ có biết rằng, tại phiên tòa ngày 30 tháng 3, 2007 ở Huế, Nguyễn Văn Lý đã có thái độ xúc phạm nghiêm trọng tòa án như thế nào không?"*

Theo bản công điện, bài xã luận tiếp rằng *"thật khó hiểu khi có một số thượng nghị sĩ Mỹ muốn bảo vệ và bênh vực ông."* Rồi bài xã luận kêu gọi Thượng Viện Mỹ nên *"khách quan"* hơn khi để cập đến vấn để nhân quyền tại Việt Nam. Bài xã luận khen cựu Đại Sứ Pete Peterson khi ông này nói *"Không có quốc gia nào hoàn hảo về nhân quyền. Chúng ta phải nhìn sự tiến bộ của Việt Nam trong 10, 20 năm qua."*

Bản công điện cũng nhắc đến một bài xã luận trước đó chỉ trích Hoa Kỳ và Liên Âu công khai phản đối vụ bắt Luật Sư Lê Công Định. Vào cuối tháng 5, nhật báo Nhân Dân cũng tấn công Dân Biểu Ed Royce vì ông này nhét một để nghị vào dự luật chuẩn chi ngoại giao của Hạ Viện, muốn đưa Việt Nam trở lại Danh Sách Các Quốc Gia Cần Quan Tâm Đặc Biệt (CPC) vì không tôn trọng tự do tôn giáo.

Theo bản công điện, lá thư của Khối 8406 được nhiều lãnh đạo khối ký, như kỹ sư Đỗ Nam Hải, Linh Mục Phan Văn Lợi, ông Nguyễn Chính Kết và ông Trần Anh Kim (bị bắt hôm 7 tháng 7). Lá thư ca ngợi hành động của Thượng Viện Mỹ đối với *"người bạn, nhà đấu tranh bất bạo động"* sống 17 năm trong nhà tù Việt Nam và kêu gọi Thượng Viện *"tiếp tục vận động tự do cho Linh Mục Lý và tất cả tù nhân lương tâm khác tại Việt Nam, trong số này có 30 người là thành viên của khối, đặc biệt vận động cho Việt Nam chúng tôi có nhân quyền theo quy ước quốc tế mà Việt Nam đã tham gia ký kết."*

Thăm Linh Mục Lý trong tù

Bản công điện viết ngày 16 tháng 10 cho biết, hai hôm trước, đại sứ Mỹ và một tùy viên chính trị đến nhà tù Nam Hà ở tỉnh

Hà Nam thăm Linh Mục Nguyễn Văn Lý. Đại sứ xin thăm từ hồi tháng 8 sau khi hay tin linh mục bị đột quỵ, nhưng mãi tới lúc đó mới được.

Giám đốc nhà tù, tên Thắng, theo bản công điện, cho biết Linh Mục Lý bị đột quỵ ngày 12 tháng 7, nhưng chỉ bị "nhẹ," vì chứng cao huyết áp. Ông Thắng cũng nói sẽ sắp xếp để linh mục gặp bác sĩ nếu tình trạng sức khỏe xấu đi. Gia đình Linh Mục Lý cũng được thông báo sự việc, và nhà tù có cho phép hai linh mục của Tổng Giáo Phận Huế vào thăm ông.

Linh Mục Nguyễn Văn Lý, chụp qua màn ảnh truyền hình, tại phiên tòa ở Huế ngày 30 tháng 3, 2007. (Hình: Hoàng Đình Nam/AFP/Getty Images)

Đại Sứ Michael Michalak mô tả Linh Mục Lý bước ra khập khiễng, nhưng đầy sức sống và tinh thần tốt. Linh Mục Lý giữ thái độ hoạt bát trong suốt 75 phút nói chuyện, theo vị đại sứ. Linh mục cảm ơn ông đại sứ quan tâm và mô tả sức khỏe ông "tạm thời" tốt. Linh mục nói hồi cuối tháng 5, huyết áp của ông tự nhiên cao lên và đi cầu ra máu. Mặc dù tình hình sức khỏe khá hơn sau khi được bác sĩ nhà tù chữa trị, linh mục bị đột quỵ nhẹ hôm 12 tháng 7, làm cho huyết áp cao thêm. Tay phải và chân phải tạm thời bị liệt, nhưng sau khi được chữa trị và tập luyện, tay và chân đã khá hơn. Linh Mục Lý nói rằng ông hồi phục 95%, đang uống thuốc giảm huyết áp, do nhà tù và gia đình cung cấp.

Linh Mục Lý còn nói tinh thần ông rất tốt, theo Đại Sứ Michalak, và còn diễu rằng ông bắt đầu coi nhà tù như là *"văn phòng làm việc chính thức."* Linh mục kể được đọc Thánh Kinh, cầu nguyện, đọc báo, xem TV, trồng rau và được thăm viếng.

"Linh mục còn đùa rằng mặc dù bị cô lập, ông không cảm thấy cô đơn vì có 'Chúa, chim, chuột và cây trái làm bạn,'" nhà ngoại giao Mỹ viết.

Khi đề cập đến nhân quyền tại Việt Nam, theo vị đại sứ, Linh Mục Lý nói đây là một vấn đề "phức tạp." Không giống những lần trước gặp ông đại sứ và Ủy Ban Tự Do Tôn Giáo Quốc Tế Hoa Kỳ (USCIRF), lần này, Linh Mục Lý có vẻ "hòa giải," nói rằng cả hai phía (chính quyền Việt Nam và những nhà bất đồng chính kiến) cần phải nhìn nhân quyền từ góc độ của phía bên kia, Đại Sứ Michalak nhận xét.

"Linh mục nói rằng, ví dụ, ông cố gắng tìm hiểu sự giới hạn tự do ngôn luận," đại sứ Mỹ viết trong bản công điện.

Linh Mục Lý một lần nữa cảm ơn ông đại sứ, chính phủ và Quốc Hội Mỹ không ngừng nêu trường hợp của ông ra. Linh mục kể Bộ Công An nói với gia đình ông rằng nếu "cải tạo" được suy nghĩ, ông sẽ được thả sớm, ông Michalak viết. Linh mục thừa nhận vi phạm luật Việt Nam, nhưng nhất quyết rằng luật này không công bằng, và nói thêm rằng Karl Marx và Hồ Chí Minh từng bị bắt vì tư tưởng cấp tiến và sau đó được thả.

Ông đại sứ viết: *"Như muốn làm nóng lên đề tài này, Linh Mục Lý nhấn mạnh rằng đảng Cộng Sản kiểm soát truyền thông và đàn áp tiếng nói đối lập. Khi trở lại với giọng điệu hòa giải hơn, Linh Mục Lý nói đảng hành động như vậy là để duy trì sự ổn định, để có thể 'tiếp tục làm việc cho người dân.'"*

Về bản báo cáo hàng năm của Hội Đồng Nhân Quyền Liên Hiệp Quốc đối với Việt Nam, Linh Mục Lý nói các quốc gia trong thế giới thứ ba coi Việt Nam như là kiểu mẫu đều ủng hộ Việt Nam, đại sứ Mỹ viết. Các quốc gia phương Tây, mặt khác, không đồng ý với quan điểm cái gì cũng là an ninh quốc gia của Việt Nam và cho rằng hành động của Việt Nam vi phạm quyền cá nhân căn bản của con người, cụ thể là những quyền được Quy Ước Quốc Tế về Quyền Chính Trị và Dân Quyền và Tuyên Ngôn Nhân Quyền Liên Hiệp Quốc bảo vệ. Linh Mục Lý cho rằng những luật quốc tế này cao hơn luật trong nước.

Linh Mục Lý tin rằng mình là một tù nhân lương tâm và nói ông sẽ không được thả sớm trừ khi ông nhận tội và xin chính quyền Việt Nam ân xá. Linh Mục Lý hỏi đại sứ Mỹ ông nên làm gì, ông Michalak đáp lại linh mục nên làm những gì mình tin là đúng. Linh Mục Lý đồng ý và nói thêm rằng điều này sẽ làm ông tiếp tục ở trong nhà giam năm năm còn lại của án tù.

Cuối buổi thăm viếng, theo bản công điện, Linh Mục Lý yêu cầu đại sứ Mỹ ba điều. Giúp nạn nhân chất độc da cam tại Việt Nam. Chuyển lời của linh mục chúc mừng Tổng Thống Barack Obama được giải Nobel Hòa Bình và khuyến khích nhà lãnh đạo Hoa Kỳ dùng vị thế của mình để đạt hòa bình ở Trung Đông. Đẩy mạnh cải tổ Liên Hiệp Quốc để bảo đảm hòa bình thế giới, một công việc linh mục phỏng đoán có thể mất tới 300 năm để thực hiện.

Cũng theo bản công điện, Linh Mục Lý kêu gọi tất cả mọi tôn giáo trên thế giới - Phật Giáo, Hồi Giáo, Thiên Chúa Giáo và Do Thái Giáo - cùng làm việc chung để kiến tạo hòa bình. Linh mục nói rằng Liên Hiệp Quốc nên lập một tổ chức hòa bình chung cho các giáo phái, có trụ sở ở Brazil, Úc, hoặc Ấn Độ, và do một người Phật Giáo hoặc Hồi Giáo lãnh đạo, để chấm dứt tình trạng mâu thuẫn tôn giáo, và tạo hòa bình cho thế giới.

Sau đó, hai phóng viên, một của đài truyền hình VTV và một của báo giấy, phỏng vấn Đại Sứ Michael Michalak. Ông cho biết sức khỏe Linh Mục Lý khá hơn nhiều và hài lòng với sự chữa trị trong tù. Riêng ông Michael hài lòng với chuyến viếng thăm. Một phóng viên nói rằng Linh Mục Lý vi phạm luật và hỏi liệu ông đại sứ có cảm thấy linh mục sẽ *"thay đổi để được thả sớm."* Ông Micha-lak nói niềm tin của Linh Mục Lý vẫn như cũ, nhưng yêu cầu nên thả ông sớm vì lý do nhân đạo. Nhà ngoại giao Mỹ nhấn mạnh rằng Linh Mục Lý không phải là một mối đe dọa cho Việt Nam. Trả lời câu hỏi của phóng viên báo giấy về ý tưởng của Linh Mục Lý đối với cải tổ Liên Hiệp Quốc, ông Michalak đáp lại rằng cải tổ này là cần thiết, nhưng hy vọng không mất tới 300 năm.

Linh Mục Lý đột quỵ lần hai, Mỹ xin thả nữa

Trong bản công điện viết ngày 18 tháng 11, Đại Sứ Michael Michalak cho biết hai người cháu của Linh Mục Lý xác nhận ông bị đột quỵ lúc 4 giờ sáng ngày 14 tháng 11 trong lúc đang cầu nguyện. Cháu của linh mục cho biết nhân viên trại giam phát hiện sự việc lúc 5 giờ sáng. Dù còn tỉnh táo, nửa người bên phải của linh mục hoàn toàn bị liệt. Ngay lập tức, linh mục được đưa vào bệnh viện của Bộ Công An ở Hà Nội, cách nhà tù Nam Hà 90 phút lái xe.

Người nhà vào thăm cho biết linh mục được *"chữa trị tốt."* Bác sĩ làm MRI và CAT scan, phát hiện một cục máu đường kính 2 cm trong não linh mục. Tuy nhiên, linh mục vẫn cử động được, có thể đưa tay phải và chân phải lên 20 cm, một sự tiến triển, nhưng sử dụng chân tay vẫn còn giới hạn.

Ngày 17 tháng 11, Tòa Đại Sứ Mỹ gởi một văn thư ngoại giao tới Bộ Công An và Bộ Ngoại Giao, nói rằng chính phủ Hoa Kỳ yêu cầu thả Linh Mục Lý, theo bản công điện. Văn thư cũng nói rằng ông Michael Posner, phụ tá ngoại trưởng đặc trách dân chủ, nhân quyền và lao động, trước đó, trong buổi Đối Thoại Nhân Quyền Việt-Mỹ tổ chức ở Washington, DC, ngày 10 tháng 11, cũng yêu cầu thả linh mục.

Tòa Đại Sứ Mỹ còn yêu cầu giới chức cao cấp Bộ Công An cho phép Đại Sứ Michalak vào thăm Linh Mục Lý ngay lập tức, bản công điện viết. Đại Tá Châu của Tổng Cục An Ninh thuộc Bộ Công An, đáp lại rằng sức khỏe của Linh Mục Lý "đang tiến triển," ông "đang tập đi," và lần đột quỵ kỳ này cũng giống như lần trước. Ông Châu nói rằng bệnh viện, chứ không phải Bộ Công An, chịu trách nhiệm chăm sóc Linh Mục Lý. Tòa đại sứ nói rằng bệnh viện này của Bộ Công An và lần đột quỵ của Linh Mục Lý lần này có vẻ nặng hơn.

Cũng trong ngày 17 tháng 11 đó, theo bản công điện, hai người cháu của Linh Mục Lý có đến gặp Tổng Giám Mục Ngô Quang Kiệt, yêu cầu vị chủ chăn Tổng Giáo Phận Hà Nội vào bệnh viện thăm và cho linh mục xưng tội và rước lễ. Tổng Giám Mục

Kiệt đồng ý, nhưng Bộ Công An từ chối, theo lời hai người cháu.

Trong bản công điện viết ngày 3 tháng 12, đại sứ Mỹ cho biết Linh Mục Lý đang hồi phục trong bệnh viện. Theo người nhà vào thăm cho biết, tình hình sức khỏe linh mục tiến triển, ông "được chữa trị tốt" và "hồi phục nhanh". Linh Mục Lý đã đi lại được, mặc dù còn khó khăn với chân phải, người nhà cho biết. Linh mục vẫn tập đi lại và đọc sách nhiều mỗi ngày.

Trong khi đó, trong một buổi ăn trưa với giới chức cao cấp Bộ Công An ngày 1 tháng 12, phó đại sứ và tùy viên chính trị Tòa Đại Sứ Mỹ vẫn nhắc lại yêu cầu cho Đại Sứ Michael Michalak vào thăm Linh Mục Lý. Đại Tá Châu bảo đảm với phó đại sứ Mỹ rằng Linh Mục Lý đang được chữa trị tốt và đại sứ sẽ được vào thăm "sớm".

Công điện:

- "Vietnam Objects to Senate Letter on Father Ly," 9/7/2009, từ Michael Michalak, Đại Sứ Hoa Kỳ tại Hà Nội. Loại bảo mật: Không bảo mật. http://wikileaks.org/cable/2009/07/09HANOI635.html

- "Ambassador Visits Father Ly in Prison," 16/10/2009, từ Michael Michalak, Đại Sứ Hoa Kỳ tại Hà Nội. Loại bảo mật: Không bảo mật. http://wikileaks.org/cable/2009/10/09HANOI1098.html

- "Embassy Requests That Dissident Father Ly Be Released from Prison Following Second Stroke," 18/11/2009, từ Michael Michalak, Đại Sứ Hoa Kỳ tại Hà Nội. Loại bảo mật: Confidential. http://wikileaks.org/cable/2009/11/09HANOI901.html

- "Father Ly Health Update," 3/12/2009, từ Michael Michalak, Đại Sứ Hoa Kỳ tại Hà Nội. Loại bảo mật: Confidential. http://wikileaks.org/cable/2009/12/09HANOI919.html

Tổng Giám Mục Nguyễn Như Thể
trấn an Mỹ về tự do tôn giáo

Vũ Quí Hạo Nhiên

[2004] Nhiều lần tiếp xúc với giới chức Hoa Kỳ, Tổng Giám Mục Nguyễn Như Thể ở Huế trấn an phía Mỹ là tình hình tự do tôn giáo ở địa phương này tiến triển chậm nhưng tốt và khuyên phía Mỹ hành xử nhẹ nhàng nhạy cảm.

Riêng về Linh Mục Nguyễn Văn Lý, Tổng Giám Mục Thể cho rằng Linh Mục Lý bị tù là vì lý do chính trị, không phải tôn giáo.

Danh tánh vị chủ chăn tổng giáo phận Huế xuất hiện nhiều lần trong các công điện ngoại giao bị Wikileaks tiết lộ. Một trong những công điện sớm nhất có nhắc tới Tổng Giám Mục Nguyễn Như Thể là bức công điện đề ngày 28 tháng 1, 2004, khi Tiến Sĩ Scott Flipse, giám đốc điều hành Ủy Ban Tự Do Tôn Giáo Quốc Tế Hoa Kỳ tới thăm Việt Nam.

"The Archbishop continued by asserting that when the U.S. lectures to GVN officials they get defensive because Vietnam is a small country."

Ủy ban này, tên tắt là USCIRF, là một tổ chức độc lập do Quốc Hội lập ra để theo dõi tình hình tự do tôn giáo trên thế giới. Một trong những việc USCIRF làm là đề nghị nên đưa nước nào vào danh sách các nước cần quan tâm đặc biệt, quen gọi là CPC.

Tại Huế, Tiến Sĩ Flipse gặp Tổng Giám Mục Thể và hỏi về tình hình tự do tôn giáo tại đây. Tổng Giám Mục Thể cho rằng mâu thuẫn giữa chính quyền và giáo hội là ở định nghĩa thế nào là tự do tôn giáo. *Trong khi chính quyền cho rằng tự do thờ phượng là mục tiêu chính yếu, giáo hội Công Giáo cho rằng điều này bao gồm nhiều thứ nữa,"* bức công điện viết. Tổng Giám Mục Thể nói ông hy vọng *"với thời gian quan điểm hai bên sẽ lại gần với nhau."*

Vị tổng giám mục này nói *"tình hình đã cải thiện mỗi năm, và hy vọng cộng đồng quốc tế sẽ lên tiếng cho giáo hội một cách nhạy cảm và tôn trọng cách hành xử của người Á Đông."* Ý ông nói là *"bất cứ cách nào trực tiếp hơn, sẽ gây phản cảm cho giáo hội."*

Nêu thí dụ về tình hình giáo hội Công Giáo miền Trung, Tổng Giám Mục Thể cho biết *"mặc dù tấn phong linh mục vẫn cần phải được chính quyền chấp thuận, nhưng sự chấp thuận này đã dễ dãi hơn, và cá nhân ông tấn phong 53 linh mục trong 10 năm ông ở tổng giáo phận."*

Quay sang trường hợp Linh Mục Lý, Tổng Giám Mục Thể gọi đó là "một trường hợp phức tạp". Chính Giám Mục Thể sắp xếp để chuyển Linh Mục Lý đi sang xứ khác, nhưng, *"rất tiếc, Cha Lý lại tiếp tục những hoạt động của ông ở xứ đạo mới, bất kể cảnh cáo của tổng giám mục là linh mục không được tham gia chính trị."*

Tổng Giám Mục Thể cũng nói ông không thiết tha đòi lại tài sản của giáo hội, vì *"với giới hạn của chính quyền trong việc làm từ thiện, giáo hội cũng không có gì để sử dụng những bệnh viện và trường học cũ."*

Lúc đó, Tổng Giám Mục Thể cũng nói với USCIRF ông không biết gì về vụ tranh chấp đất của giáo hội ở Đan viện Thiên An. Nhưng vài tháng sau, khi tham tán chính trị và nhân viên tổng lãnh sự quán Mỹ ở Sài Gòn trở ra Huế ngày 29-31 tháng 3, 2004, Tổng Giám Mục Thể nêu lên vấn để Đan viện Thiên An.

Cuộc gặp gỡ đó được ghi lại trong công điện để ngày 18 tháng 5. Trong đó, Tổng Giám Mục Thể cho biết có 107 héc ta đất của giáo hội ở Thiên An bị chính quyền lấy để xây khu vui chơi. Trong khi Tổng Giám Mục Thể cho rằng dự án này *"cần đặt vấn đề về mặt môi trường,"* ông cũng cho rằng cơ may mà giáo hội đòi lại miếng đất này là không bao nhiêu.

Cũng trong chuyến đi đó, khi gặp ban tôn giáo của tỉnh, phó trưởng ban này nói với đoàn ngoại giao Mỹ rằng vì đan viện mua miếng đất này vào thời Tổng Thống Diệm, nên miếng đất này *"phải bị phân phối lại."*

Năm 2007, nhân viên tòa đại sứ và tòa lãnh sự Mỹ lại trở ra Huế. Tại đây, họ lại gặp Tổng Giám Mục Thể. Vị chủ chăn này vui mừng cho biết vào Giáng Sinh 2006, lần đầu tiên chính quyền cho phép một linh mục tới Quảng Bình để làm lễ.

Tổng Giám Mục Stêphanô Nguyễn Như Thể, Tổng Giáo phận Huế (phải) tại Đại Hội Song Nguyễn Thế Giới Kỳ 3, tháng 2, 2007. (Hình: www.tthngdtg.net)

"Trước đây, các linh mục phải lên vào Quảng Bình," bức công điện giải thích.

Dù vậy, Tổng Giám Mục Thể cũng nói đến một vài trục trặc trong quan hệ với chính quyền. Đại Chủng Viện Huế mỗi 2 năm chỉ được nhận 10 chủng sinh. Tổng giám mục nói ông yêu cầu tăng con số này lên 40, nhưng chính quyền chưa đồng ý.

Về tài sản giáo hội, Tổng Giám Mục Thể muốn xúc tiến từ tốn. Ưu tiên khi đó, ông cho biết, là làm sao cho chính quyền trả lại đất ở La Vang. (Điều này sau đó đã được thực hiện năm 2008.)

Năm sau đó, 2008, phó đại sứ Hoa Kỳ Virginia Palmer tới gặp Tổng Giám Mục Thể đúng ngày kỷ niệm 60 năm bản Tuyên Ngôn Quốc Tế Nhân Quyền, ngày 8 tháng 12. Khi đó cũng là lúc cuộc tranh giành về đất của giáo hội tại giáo xứ An Bằng đang gay gắt. Tại đó, giáo xứ địa phương đang khẳng định chủ quyền đối với một miếng đất 600 mét vuông nơi đặt Thánh Giá và đài lễ.

Cũng có mặt trong cuộc gặp gỡ, là tổng giám mục phụ tá Lê

Văn Hồng. Hai vị này nói với phó đại sứ là chính quyền Việt Nam cần Vatican, và ngược lại. *"Vatican muốn có quan hệ ngoại giao để giúp đỡ giáo dân, trong khi chính quyền Việt Nam muốn tăng uy tín quốc tế bằng cách gia nhập vào nhóm 177 nước có quan hệ với Tòa Thánh,"* vị tổng giám mục nói.

Quay sang vụ An Bằng, Tổng Giám Mục Thể *"ca ngợi nỗ lực của chính quyền tỉnh và địa phương làm việc với giáo hội để giải quyết tranh chấp tại An Bằng bằng cách trao đổi đất,"* theo công điện đề ngày 19 tháng 12, 2008.

Tuy nhiên, cũng trong chuyến đi đó, khi Phó Đại Sứ Palmer tới gặp Linh Mục Phan Văn Lợi, và Linh Mục Nguyễn Hữu Giải, chánh xứ An Bằng, thì hai vị này cho biết vụ An Bằng chưa giải quyết xong đâu cả, vì phía chính quyền vẫn chưa trao miếng đất mà họ nói họ đổi.

Vụ An Bằng còn kéo dài nhiều năm sau công điện này. Phải tới năm 2010, chính quyền mới cho phép giáo xứ An Bằng làm lễ trên miếng đất đó.

Công điện:

- "CIRFDEL surveys religious freedom in Vietnam: Catholics and UBCV Buddhists in Hue," 28/1/2004, từ Emi Lynn Yamauchi, Tổng Lãnh Sự Hoa Kỳ tại TPHCM. Loại bảo mật: Không bảo mật. http://wikileaks.org/cable/2004/01/04HOCHIMINHCITY76.html

- "Religious freedom makes slow progress in Hue," 18/5/2004, từ Sharon White, Phó Tổng Lãnh Sự Hoa Kỳ tại TPHCM. Loại bảo mật: Không bảo mật. http://wikileaks.org/cable/2004/05/04HOCHIMINHCITY673.html

- "Religious freedom conditions in Hue," 26/3/2007, từ Kenneth Chern, Phó Tổng Lãnh Sự Hoa Kỳ tại TPHCM. Loại bảo mật: Không bảo mật. http://wikileaks.org/cable/2007/03/07HOCHIMINHCITY270.html

- "Human rights and religious freedom in Hue," 19/12/2008, từ Michael Michalak, Đại Sứ Hoa Kỳ tại Hà Nội. Loại bảo mật: Không bảo mật. http://wikileaks.org/cable/2008/12/08HANOI1390.html

Linh mục Dòng Tên
thấy 'dấu hiệu tích cực'
Việt Nam không qua mặt Trung Quốc trong quan hệ Vatican

Nam Phương

[2005] Một công điện được gửi ngày 7 tháng 3, 2005 từ Tòa Đại Sứ Hoa Kỳ tại Tòa Thánh Vatican về Washington D.C., phúc trình cuộc thảo luận về tình hình tự do tôn giáo tại Việt Nam cũng như khả năng tiến tới thiết lập bang giao giữa Tòa Thánh Vatican và Việt Nam.

Nội dung công điện là cuộc thảo luận giữa một viên chức chính trị của Tòa Đại Sứ Mỹ ở Vatican với linh mục Dòng Tên người Việt Nam. Công điện ký tên Phó Đại Sứ D. Brent Hardt. Ông Hardt nay được cử làm đại sứ ở Guyana, một nước nhỏ thuộc vùng Nam Mỹ.

Phần tóm tắt ý chính của công điện viết, một giới chức Dòng Tên đặc trách Á Châu, Linh Mục Joseph Đoàn, nói với viên chức tòa đại sứ

> "...by building individual relationships between the Church and the government, we can establish greater trust."

rằng dù nhà cầm quyền Việt Nam bắn tiếng cho biết họ muốn thiết lập bang giao đầy đủ với Tòa Thánh, ông nghi ngờ nhà cầm quyền Hà Nội lại làm vậy trước khi Trung Quốc cũng làm tương tự.

Dù có trở ngại này, Linh Mục Đoàn nói các dòng tu được hưởng sự dễ dãi trong việc đào tạo tu sĩ ở Việt Nam hơn là đào tạo các linh mục trở thành người phụ trách giáo xứ. Tuy bị nhà cầm quyền ngăn cấm tham gia mở trường trung học - môi trường giáo dục mà các cha Dòng Tên rất giỏi - Dòng Tên tại Việt Nam đi vòng theo một lối khác để *"truyền bá đức tin."*

Thí dụ, những đề án gần đây về y tế do các tu sĩ đảm trách đã mở cửa cho giáo hội tham gia nhiều hơn vào hoạt động công ích. Linh Mục Đoàn coi sự xây dựng mối quan hệ cá nhân như chìa khóa để cải thiện mối quan hệ giữa nhà cầm quyền Việt Nam và giáo hội Công Giáo, một tiến trình ông hy vọng sẽ dẫn đến tự do tôn giáo nhiều hơn.

Linh Mục Joseph Đoàn, phụ tá bề trên tổng quyền vùng Đông Á Châu của Dòng Tên ở Roma, nhấn mạnh trong một lần gặp gỡ tham vụ chính trị của tòa đại sứ rằng trong khi Việt Nam loay hoay xây dựng tính hợp pháp quốc tế của chế độ qua việc thiết lập bang giao với Tòa Thánh, họ lại ngần ngại làm việc này trước khi ông *"đại huynh"* Trung Quốc làm.

Về mặt tự do tôn giáo, Linh Mục Đoàn cũng cho là Việt Nam theo bước chân Trung Quốc.

Bằng chứng, ông chỉ vào những tương đồng giữa quy định về quyền tự do tôn giáo ban hành ở cả hai nước: Trong cả hai trường hợp, các pháp lệnh về tôn giáo gồm 48 điều và cùng một nội dung.

Nhưng dù có sự tương đồng, Linh Mục Đoàn tin rằng giáo hội Công Giáo tại Việt Nam ở trong hoàn cảnh tốt hơn ở Trung Quốc nhờ các cuộc *"đối thoại thẳng thắn"* của Hội Đồng Giám Mục Việt Nam với nhà cầm quyền Việt Nam.

Đào tạo tu sĩ dòng tu ít trở ngại hơn

Nói về tự do hành đạo của các nhà tu hành tại Việt Nam, Linh Mục Đoàn nhấn mạnh rằng, trở thành một tu sĩ của một dòng tu (linh mục dòng) dễ hơn là một linh mục phụ trách giáo xứ (linh mục triều). Trong khi đơn xin vào học ở các chủng viện đào tạo linh mục triều phải chờ đợi rất lâu dài mới được nhà cầm quyền chấp thuận (với tỉ lệ bị từ chối rất cao), Linh Mục Đoàn nói những người muốn trở thành tu sĩ có thể bắt đầu học ngay tại các cơ sở đào tạo của các dòng.

"Chúng tôi không phải nộp danh sách sinh viên cho nhà cầm quyền." Linh Mục Đoàn giải thích.

Ở những giai đoạn sau của chương trình huấn luyện, Dòng Tên và các dòng tu khác như Dòng Đa Minh, Dòng Francisco, Dòng Chúa Cứu Thế, cũng đều phải nộp danh sách sinh viên cho nhà cầm quyền chấp thuận. Nhưng chủng sinh của Dòng Tên ít bị nhà cầm quyền cản trở hơn.

Một sinh hoạt tại nhà thờ Sở Kiện, Hà Nam, nhân dịp kỷ niệm Năm Thánh thứ 350 tại Việt Nam. Hình minh họa. (Hình: Hoang Dinh Nam/AFP/Getty Images)

Linh Mục Đoàn cho rằng việc nhà cầm quyền đòi được quyền ra quyết định sau cùng trong tiến trình thụ phong linh mục đã không tác động đáng kể đối với các dòng tu.

Trường mẫu giáo của con nhà quyền thế

Linh Mục Đoàn nói vì nhà cầm quyền độc quyền giáo dục trung học, Dòng Tên ở Việt Nam chỉ được phép mở các lớp mẫu giáo. Ông kể một trường mẫu giáo nổi tiếng ở Phú Bài trực thuộc Dòng Tên và do một người chị em họ của ông điều hành vốn là một nữ tu. Ông nói đùa với vị đó rằng *"Sơ là người đàn bà quyền thế nhất trong thành phố"* vì rất nhiều con cái của những người quyền chức cao trong thành phố học ở đó.

Bị ngăn cấm không được mở các trường trung học, Linh Mục Đoàn nói Dòng Tên *"chú trọng vào việc truyền bá đức tin qua các phương cách tốt nhất có thể được."*

Y tế: Giáo hội làm những cái nhà nước không làm

Một trong những trọng tâm của hoạt động xã hội Công Giáo là y tế.

Linh Mục Đoàn nói rằng các nữ tu đang điều hành nhiều trạm phát thuốc ở Việt Nam cũng như một số trung tâm giúp đỡ các bệnh nhân HIV/AIDS. Ông cho hay, nhà cầm quyền xin giúp 150 cán sự tôn giáo để yểm trợ cho các chương trình giúp người bệnh HIV/AIDS ở Tây Nguyên, hiện đang có 30 cán bộ đã ở đó. Theo ông Đoàn, nhà cầm quyền quá sung sướng khi để cho các nữ tu, tu sĩ giao tiếp với bệnh nhân mang các chứng bệnh mà họ muốn tránh, như bệnh cùi (phong), và bệnh HIV/AIDS.

Cùng với sự hoàn thành mục đích của giáo hội là chăm sóc cho những ai cần được giúp, Linh Mục Đoàn nói những nỗ lực đó mở đường cho giáo hội tham gia vào lãnh vực công ích, một bước quan trọng để xã hội và nhà cầm quyền chấp nhận nhiều hơn (sự có mặt của Công Giáo trong nhiều lãnh vực).

Sứ mạng cực kỳ khó khăn

Linh Mục Joseph Đoàn từng bị giam giữ 9 năm trong các nhà tù và trại lao động tập thể của nhà cầm quyền Việt Nam sau khi đã bị bắt hồi năm 1981 khi ông đã là một linh mục Công Giáo. Dù vậy, ông vẫn không tìm thấy cách nào đối phó hiệu quả với nhà cầm quyền cộng sản.

Ông nhấn mạnh rằng có thể tạo được sự tin tưởng của nhà cầm quyền bằng cách xây dựng được mối quan hệ cá nhân, một cách chậm chạp và cẩn thận.

Mô tả điều này, là một linh mục bề trên Dòng Tên ở Việt Nam, ông thường phải tiếp xúc với các viên chức nhà nước để xin giấy phép gửi chủng sinh ra nước ngoài tu học. Ông nhớ lại là ông phải làm quen từ từ với những cán bộ có trách nhiệm. Lúc đầu, họ là những người gây trở ngại, nhưng sau khi họ biết ông thế nào rồi, họ trở thành người giúp ông, kể cả việc hướng dẫn ông cách làm đơn thế nào để có lợi nhất cho các sinh viên.

Được hỏi làm sao ông có thể hợp tác với nhà cầm quyền sau khi đã có những năm kinh nghiệm đầy đau đớn, Linh Mục Đoàn chỉ nhún vai và cười.

"Đó là sứ mạng bất khả thi của tôi (my mission impossible)."
Linh Mục Đoàn nói. "Chúng tôi hy vọng rằng bằng cách xây dựng
mối quan hệ cá nhân giữa giáo hội và nhà cầm quyền, chúng tôi có
thể xây dựng được sự tin cậy lớn hơn."

Linh Mục Đoàn vẫn hy vọng rằng sự tin cậy này sẽ dẫn đến tự
do tôn giáo rộng rãi hơn tại Việt Nam.

Công điện:

- "Vietnam: Jesuit official sees positive signs for religious freedom, reluc-
tant to launch diplomatic relations," 7/3/2005, từ D. Brent Hardt, Phó
ại sứ Hoa Kỳ tại Bahamas, Loại bảo mật: Bảo mật. http://wikileaks.org/
cable/2005/03/05VATICAN454.html

Bị đàn áp, Dòng Đồng Công vẫn kiên trì hoạt động

Vũ Quí Hạo Nhiên

[2001 - 2006] Mặc dù bị đàn áp nặng nề, dòng Đồng Công vẫn tiếp tục hoạt động, thậm chí còn có một "tu viện chui," trong hoàn cảnh khó khăn với tất cả tài sản bị tịch thu. Các linh mục, tu sĩ dòng này mà bị cầm tù được ngoại giao đoàn Hoa Kỳ quan tâm và theo dõi tiến triển cho tới ngày được thả.

Lần đầu tiên nhân viên ngoại giao Mỹ tìm đến dòng Đồng Công là năm 2001, được thuật lại trong một công điện đề ngày 20 tháng 6. Khi đó, ngoại giao hai nước chỉ mới tái lập được 4 năm và ngay trong công điện này, Tổng Lãnh Sự Charles Ray cho biết nhân viên ngoại giao vẫn còn đang đi gặp nhiều yếu nhân để dần dà hiểu thêm về nước Việt Nam.

Chuyến viếng thăm dòng Đồng Công diễn ra ngày 23 tháng 5. Viên tham tán chính trị đi cùng một thông dịch viên tới đó.

Hai người này vừa tới thì được đưa ngay vào một phòng trong *"để tránh không bị một viên công an thường phục nghe thấy; người này vào khu nhà này nội trong 1 phút sau khi họ tới nơi."*

"The government confiscated the order's properties in the south of Vietnam - schools, orphanages, religious training centers"

Vào trong, viên tham tán chính trị được gặp một linh mục chỉ xưng tên là "Cha Gioan." Cha Gioan sinh quán ở Bùi Chu, là một trong 40 người trong dòng bị công an bắt vô tù năm 1987. Cha Gioan nói ông, cũng như Linh Mục Trần Đình Thủ sáng lập dòng, bị tuyên án 19 năm tù nhưng cả hai sau đó "được thả ra năm 1993 sau khi ở tù 6 năm rưỡi."

Nguồn gốc dòng Đồng Công

Dòng Đồng Công là một dòng tu Công Giáo được thành lập ngay tại Việt Nam. Bức công điện tường thuật lịch sử của dòng như sau:

"Cha Trần Đình Thủ, sinh ở miền Bắc Việt Nam năm 1906, sáng lập dòng Đồng Công năm 1953 tại giáo phận Bùi Chu. Cha Gioan nói rằng thời đầu thập niên 1950 có 'tình trạng chiến tranh' giữa cộng sản và hai giáo phận Bùi Chu và Phát Diệm bên cạnh. Cha Thủ lập dòng không phải để gây chiến tranh vũ trang, theo Cha Gioan, mà để truyền giáo trong giới người không có đạo ở miền Bắc."

Năm 1954, dòng Đồng Công di cư vào Nam. *"Họ thiết lập một trụ sở rộng 15 acres và tu viện tại Thủ Đức, nay thuộc TPHCM, và dần dần phát triển về đồng bằng sông Cửu Long và miền Nam Trung phần."*

Cha Gioan nói, *"Ngay tới bây giờ, tất cả các linh mục dòng Đồng Công đều có gốc từ giáo phận Bùi Chu."* Viên tham tán chính trị nhận xét là *"tất cả mọi người ông nghe được tại đây đều nói giọng Bắc."*

Bắt bớ

Sau 30 tháng 4, có 60 tu sĩ, linh mục trong dòng bị bắt, *"kể cả vị sáng lập, Cha Thủ."* Hầu hết, kể cả Linh Mục Trần Đình Thủ, được thả năm 1977. *"Nhưng cũng cùng lúc đó, chính quyền tịch thu hết tài sản của dòng tại miền Nam - trường học, cô nhi viện, trung tâm đào tạo tôn giáo - chỉ chừa lại địa điểm 15 acres ở Thủ Đức."*

Rồi tới ngày 15 tháng 5, 1987, *"an ninh bao vây khu trụ sở 15 acres rồi bắt đi 40 linh mục và tu sĩ, kể cả Cha Thủ và Cha Gioan. Họ đóng cửa tu viện tại đây rồi tịch thu tài sản."*

Trường học của dòng trước đây (trường trung tiểu học Đồng Công) biến thành trường của nhà nước (nay là trường Thái Văn Lung), một số các cơ sở khác trong khu đất biến thành hãng dệt. Số linh mục, tu sĩ còn lại *"hiện sinh sống tại địa điểm gần nhà dòng cũ, trên miếng đất do một tín đồ Công Giáo hiến tặng."* Tại đây, ngoài *"13 linh mục và 30 người thường,"* còn có, theo lời Cha Gioan, *"300 tới 400 người cư ngụ không chính thức."*

Cũng tại đây, Cha Gioan nói thầm bằng tiếng Anh với người nhân viên lãnh sự, *"nhà dòng vẫn còn một 'tu viện chui'."*

Tang lễ Linh mục Trần Đình Thủ, người sáng lập Dòng Đồng Công.
Ông mất ngày 21/6/2007 hưởng thọ 101 tuổi (1906 -2007).
(Hình: www.thoidiemmaria.net)

Cha Gioan và Cha Thủ bị án 19 năm nhưng được thả sau 6 năm rưỡi. Số còn lại, cho tới thời điểm của công điện, cũng đã được về, chỉ chừa lại 2 người còn trong tù.

Công an thường tới khám nhà dòng mỗi tháng 3-4 lần để *"sách nhiễu người ở đây,"* nhưng khoảng 3 năm trước đó, khi Hồng Y Phạm Minh Mẫn lên làm Tổng Giám Mục Sài Gòn, họ bớt quấy nhiễu và *"chỉ thỉnh thoảng mới vào."*

Mặc dù vậy, đồn công an được *"tọa lạc một cách thuận tiện,"* theo Cha Gioan, ngay gần lối vào nhà dòng.

Hai người còn trong tù

Trong số thành viên dòng Đồng Công bị bắt năm 1987, tới lúc viên tham tán chính trị tới thăm dòng thì đã được thả gần hết, chỉ còn hai người: Linh Mục Gioan Bautixita Phạm Ngọc Liên tức Phạm Minh Trí, và Thầy Nguyễn Viết Huân, tên trong đạo là Nguyễn Thiện Phụng. Cả hai được Hoa Kỳ đặt vào danh sách các tù nhân quan tâm để nói chuyện với Việt Nam.

Thí dụ như, vào năm 2003, Vụ Các Tổ Chức Quốc Tế của Bộ Ngoại Giao Việt Nam đã cung cấp thông tin về 28 tù nhân quan tâm cho Tòa Đại Sứ Mỹ, trong đó có thông tin về Linh Mục Trí và tu sĩ Phụng, theo công điện để ngày 22 tháng 7, 2003.

Công điện này cho biết Linh Mục Trí bị tuyên án 20 năm tù tội "phá hoại đoàn kết dân tộc" theo điều 87 Bộ Luật Hình sự. Tu sĩ Phụng cũng bị tội theo điều 87, và bị tuyên án chung thân, rồi sau đó giảm xuống còn 20 năm. Cả hai lúc đó đang bị giam tại Xuân Lộc.

Vài tháng sau, công điện để ngày 18 tháng 12, 2003, cho biết phía Việt Nam "ngỏ ý là Phạm Minh Trí và Nguyễn Thiện Phụng... có thể được ân xá vào dịp Tết Nguyên Đán trong Tháng Giêng." Tuy nhiên, ngày đó đã đến rồi đi mà hai người này vẫn chưa được thả.

Năm 2005, Linh Mục Trí được ân xá. Một công điện để ngày 26 tháng 4, 2005, cho biết *hồi tháng 9, 2004, Tòa Đại Sứ Việt Nam ở Washington nói với Bộ (Ngoại giao) là ông được thả từ tháng 3, 2004. Tới tháng 2, 2005, Hòa Thượng Thích Thiện Minh, một người tù được ân xá, cho biết Cha Trí vẫn còn bị tù và đang bị bệnh thần kinh.*"

Tới năm 2005 thì phía Mỹ mới biết Tòa Đại Sứ Việt Nam nói sai và Hòa Thượng Thích Thiện Minh nói đúng, vì trong danh sách ân xá năm 2005, có tên Linh Mục Phạm Minh Trí.

Trường hợp tu sĩ Phụng được Đặc Sứ Tự Do Tôn Giáo Quốc Tế của Hoa Kỳ John Hanford nêu lên với Thứ Trưởng Công An Nguyễn Văn Hưởng khi hai bên gặp nhau năm 2005, được tường thuật lại trong một công điện để ngày 11 tháng 3, 2005.

Ông Hưởng tố cáo tu sĩ Phụng *"kích động chống đối chính quyền địa phương và lại còn tự vũ trang cho mình."* Ông Hưởng nói thêm là *tu sĩ Phụng lẽ ra được giảm án, nhưng vẫn tiếp tục vi phạm nội quy nhà tù và lại còn đánh nhau với viên chức nhà tù.*" Do đó, *"ông ấy vẫn còn phải cải tạo,"* ông Hưởng nói.

Tới năm 2006, tu sĩ Phụng được ân xá. Một công điện để ngày 6 tháng 3, 2006 của Tòa Đại Sứ Hà Nội xác nhận ông đã được ra tù.

Linh Mục Trần Đình Thủ

Trong chuyến đi thăm nhà dòng Đồng Công ở Thủ Đức, viên tham tán chính trị có ngỏ lời muốn gặp vị sáng lập dòng năm đó 95 tuổi, nhưng lúc tới thì được báo tin là *"Cha Thủ 'quá mệt' không gặp được."*

Lúc sắp ra về, Cha Gioan đưa viên tham tán vào một phòng khác *"nơi Cha Thủ đang nói chuyện với nhiều cha, sơ."* Viên tham tán nhận xét là mặc dù Cha Thủ già và rất yếu, *"Cha Thủ không có vẻ mệt lắm."*

Hai bên chỉ nói chuyện 2 phút, trong đó *"Cha Thủ nói đây là lần đầu tiên ông có dịp đón một khách phương Tây tới phòng của ông."*

Khi đó là năm 2001. Linh Mục Trần Đình Thủ qua đời năm 2007, thọ 101 tuổi, làm linh mục 70 năm.

Công điện:

- "Vietnam's Catholic Co-Redemptrix order," 20/6/2001, từ Charles Ray, Tổng Lãnh Sự Hoa Kỳ tại TPHCM. Loại bảo mật: Không bảo mật. http://wikileaks.org/cable/2001/06/01HOCHIMINHCITY754.html

- "Update on prisoners of concern," 22/7/2003, từ Raymond Burghardt, Đại Sứ Hoa Kỳ tại Hà Nội. Loại bảo mật: Không bảo mật. http://wikileaks.org/cable/2003/07/03HANOI1864.html

- "GVN's recent engagement on human rights, religion issues," 18/12/2003, từ Raymond Burghardt, Đại Sứ Hoa Kỳ tại Hà Nội. Loại bảo mật: Không bảo mật. http://wikileaks.org/cable/2003/12/03HANOI3277.html

Việt Nam bất ngờ trả Thánh Địa La Vang cho Công Giáo

Đỗ Dzũng

[2008] Trong một hành động được coi là bất ngờ, chính quyền Việt Nam trả lại Thánh Địa La Vang ở Quảng Trị cho Giáo Hội Công Giáo Việt Nam giữa lúc hai bên đang có tranh chấp chủ quyền một số tài sản của giáo hội.

La Vang chỉ là một trong ba tài sản Giáo Hội Công Giáo Việt Nam ưu tiên đòi lại. Chính quyền và giáo hội còn phải làm việc nhiều để giải quyết tranh chấp chủ quyền Tòa Khâm Sứ (Vatican) ở Hà Nội và Giáo Hoàng Học Viện Thánh Pius X ở Đà Lạt.

Công điện ngoại giao Hoa Kỳ viết ngày 18 tháng 4, 2008, do Đại Sứ Michael Michalak gởi về Washington, DC, cho biết như vậy, theo tiết lộ của Wikileaks.

"Vietnamese bishops will not compromise when it comes to the Papal Nuncio issue."

Thánh Địa La Vang

Bản công điện viết, theo Linh Mục Thomas Nguyễn Xuân Thủy, quản lý Tòa Tổng Giám Mục Hà Nội, chính quyền Việt Nam quyết định trả lại giáo hội miếng đất tranh chấp chủ quyền kéo dài bấy lâu nay ở tỉnh Quảng Trị, sau cuộc họp ngày 20 tháng 3 giữa Trung Tướng Nguyễn Văn Hưởng, thứ trưởng Bộ Công An, và Giám Mục Nguyễn Văn Nhơn, chủ tịch Hội Đồng Giám Mục Việt Nam, kiêm giám mục Giáo Phận Đà Lạt.

Tại cuộc họp này, ngoài Thánh Địa La Vang, hai người cũng đánh giá tiến triển liên quan đến tranh chấp quyền sở hữu Tòa Khâm Sứ ở Hà Nội.

Đại Sứ Michael Michalak mở ngoặc trong bản công điện: *"Thánh Địa La Vang là một trong ba 'tài sản ưu tiên' mà Giáo Hội Công Giáo (Vatican) chính thức đòi chính quyền Việt Nam trả lại cho Hội Đồng Giám Mục (Việt Nam). Hai tài sản kia là Tòa Khâm Sứ ở Hà Nội và Giáo Hoàng Học Viện Thánh Pius X ở Đà Lạt."*

Theo công điện, ngày 10 tháng 4, chính quyền tỉnh gặp lãnh đạo Tổng Giáo Phận Huế (bao gồm tỉnh Quảng Trị) và thông báo họ sẽ trả 20 mẫu đất (trong tổng số 23 mẫu) cho tổng giáo phận. Miếng đất này trước đây thuộc về giáo xứ "Đức Mẹ La Vang," nhưng bị chính quyền tịch thu sau năm 1975.

Trong khi một nhà thờ mới được xây để thay thế nhà thờ bị đổ nát vì chiến tranh và một số cư dân xây nhà, phần lớn miếng đất này bị bỏ trống.

Tại cuộc họp, Giám Mục Nhơn nói với Thứ Trưởng (Bộ công an) Hưởng là giáo hội sẵn sàng giúp đền bù cho cư dân xây nhà trên phần đất 20 mẫu để giải quyết vấn đề chuyển giao tài sản

Bản công điện viết tiếp: *"Nguồn tin Công Giáo xác nhận là chính quyền Việt Nam và Vatican cũng đồng ý phần còn lại khoảng 3 mẫu của miếng đất, hiện có nhiều cơ sở chính quyền địa phương, cuối cùng sẽ được trả lại sau này."*

Tiến trình hoàn trả miếng đất vẫn còn được thảo luận chi tiết giữa giáo hội và chính quyền tỉnh Quảng Trị. Giám Mục Nhơn báo cáo là giáo hội dự định nâng cấp Thánh địa và xây dựng thêm một số tòa nhà, làm cho Trung Tâm Hành Hương Đức Mẹ La Vang trở thành một địa điểm hành hương của tín đồ Công Giáo.

Trong khi đó, giới chức giáo hội cũng bày tỏ lo lắng với tùy viên chính trị Tòa Đại Sứ Mỹ rằng thảo luận với chính quyền tỉnh về số tiền đền bù và những khía cạnh khác có thể tốn thời gian và phức tạp, làm chậm tiến trình chuyển giao quyền sở hữu thực sự.

Tòa Khâm Sứ ở Hà Nội

Theo bản công điện, tranh chấp quyền sở hữu Tòa Khâm Sứ Vatican cũng được nói đến trong buổi họp ngày 20 tháng 3. Giám Mục Nhơn nghe nói từ chối đề nghị của Thứ Trưởng Hưởng, theo đó, chính quyền Việt Nam cung cấp cho giáo hội một miếng đất mới để đổi lấy miếng đất có Tòa Khâm Sứ.

Đại Sứ Michael Michalak, dẫn lời Linh Mục Nguyễn Xuân Thủy: *"Các giám mục Việt Nam sẽ không tương nhượng đối với vụ Tòa Khâm Sứ. Họ sẵn sàng đền bù cho những gì được xây dựng trên miếng đất này từ trước tới nay, và chỉ thế thôi."*

Ông Michalak viết thêm là có nhiều tòa nhà trong miếng đất Tòa Khâm Sứ, bao gồm một nhà hàng đã đóng cửa và một trung tâm sinh hoạt cộng đồng có hồ bơi và vũ trường.

Giáo dân La Vang trong đêm vọng Lễ Đức Mẹ Hồn Xác Lên Trời ngày 14 tháng 8, 2011. Bên phải là tháp nhà thờ La Vang nguyên thủy. (Hình: Tổng Giáo Phận Huế)

Bản công điện dẫn lời Linh Mục Thủy nói thêm: *"Lãnh đạo giáo hội tin rằng chính quyền Việt Nam quyết định trả lại miếng đất ở Quảng Trị là nhằm làm giảm sức ép của vấn đề đòi lại tài sản của giáo hội tại Hà Nội, thành phố Hồ Chí Minh và những nơi khác. Quyết định của chính quyền Việt Nam cũng nhằm gởi một thông điệp đến Vatican là họ mong muốn giải quyết những vấn đề tranh chấp với giáo hội tại Việt Nam, trước chuyến thăm chính thức của một phái đoàn tòa thánh đến Việt Nam vào tháng 6, 2008, để họp song phương với chính quyền Việt Nam."*

"Tuy nhiên, Linh Mục Thủy thừa nhận là nhiều khả năng phái đoàn Vatican sẽ không nêu lên vấn đề Giáo Hội Công Giáo Việt Nam đòi lại tài sản với chính quyền Việt Nam trong suốt các cuộc thảo luận," bản công điện viết.

Linh Mục Thủy nói thêm là trong những năm qua, giáo hội

chưa bao giờ bày tỏ công khai sự bất đồng với chính quyền Việt Nam vì hiểu rằng Việt Nam không muốn những vấn đề này (tranh chấp tài sản) bị chú ý.

"Tuy nhiên, có vẻ như giáo hội ngày càng mất kiên nhẫn vì chính quyền Việt Nam đáp lại quá chậm," ông Michalak viết. "Linh Mục Thủy khẳng định, khi công khai những vấn đề chưa giải quyết xong, tòa thánh tin rằng có thể gây áp lực với chính quyền Việt Nam để họ hành động, thay vì họ cứ làm ngơ."

Một câu hỏi lớn

Với sự kiện được trả lại Thánh Địa La Vang và tham gia đối thoại với chính quyền Việt Nam liên quan đến việc đòi lại Tòa Khâm Sứ, Giáo Hội Công Giáo từng bước tiếp tục giải quyết tranh chấp tài sản tại Việt Nam. Trong khi đó, chính quyền Việt Nam có vẻ như muốn sự kiện La Vang làm giảm bớt đòi hỏi trả lại tài sản của giáo hội. Tuy nhiên, trong khi giáo hội thành công trong việc đòi lại tài sản và công khai hóa vấn đề, nhiều giáo xứ bắt đầu noi theo và đòi chính quyền Việt Nam trả lại tài sản. Liệu chính quyền Việt Nam có trở lại chính sách "làm ngơ" như cũ hay không là một câu hỏi lớn.

Vụ trả Thánh Địa La Vang có thể giúp chính quyền Việt Nam làm cho tranh chấp đất đai với giáo hội bớt căng thẳng, nhưng đây là vấn đề mà họ không thể làm ngơ được nữa. Trong khi đó, những vụ đòi tài sản khác của giáo hội vẫn tiếp diễn, ví dụ như biểu tình đòi lại đất của giáo xứ Thái Hà ở Hà Nội, và vẫn chưa giải quyết xong.

Công điện:

- "Unexpected Progress on Catholic Church Land Issues," 18/4/2008, từ Michael Michalak, Đại Sứ Hoa Kỳ tại Hà Nội. Loại bảo mật: Không bảo mật. http://wikileaks.org/cable/2008/04/08HANOI448.html

Các sơ biểu tình, lãnh sự ghé xem, nhà nước nổi giận

Vũ Quí Hạo Nhiên

[2008] Gọi phản ứng của nhà nước Việt Nam năm 2008 là "nổi giận" - sau khi nhân viên tòa lãnh sự Mỹ tại Sài Gòn ghé qua thăm một địa điểm nơi các sơ Công Giáo biểu tình đòi tu viện - cũng không hẳn là quá đáng, thậm chí có khi còn nhẹ. Bức công điện của Phó Tổng Lãnh Sự Angela Dickey ngày 28 tháng 3, 2008, dùng chữ "livid," một chữ có thể dịch đúng nghĩa đen là *"giận tái mặt."*

Sự việc xảy ra rất đơn giản. Ngày 17 tháng 3, 2008, một chiếc xe của ngoại giao đoàn, chở phó tổng lãnh sự và tham tán nhân quyền ghé qua chỗ một nhóm nữ tu Công giáo đang thắp nến cầu nguyện ở một địa điểm tranh chấp một tòa nhà. Chuyến đi này được miêu tả trong một báo cáo hàng tuần, nhưng báo cáo đó lại không bị lọt vào danh sách Wikileaks công bố ra nên không rõ địa điểm đó là địa điểm nào.[1]

The "highest leadership" is particularly incensed that USG officials ... meet with "persons opposed to the central government," whereas the Vietnamese ... "had never met with any persons inside the United states opposed to the U.S. government."

Sinh hoạt bình thường của nhân viên lãnh sự tưởng chừng chỉ bị an ninh theo dõi ghi vào sổ một cách bình thường, nhưng sau

---

[1] Không rõ hai nhân viên tòa lãnh sự đã tới đâu, nhưng trong năm 2008 có ít nhất một vụ biểu tình đòi đất kéo dài rất lâu ở ngay trung tâm Sài Gòn, là vụ các sơ dòng St. Paul đòi lại phần đất tu viện phía sau bệnh viện cùng tên.

đó, Sở Ngoại vụ TPHCM lại gọi hai nhân vật này lên để chỉ trích nặng nề.

Phó Giám Đốc Sở, ông Nguyễn Vũ Tú, gặp hai người này, ông "chính thức phản đối." Rồi ông cho hai người xem một cuốn video quay cảnh hai người tại địa điểm biểu tình của các sơ. Rồi ông Tú nói, "*chính phủ Việt Nam xem chuyện này là 'can thiệp vào công việc nội bộ của Việt Nam' và vi phạm điều 55 công ước Geneva về quan hệ ngoại giao.*"

Ông Tú cho rằng khi đi công xa chính thức tới địa điểm đó, "*dừng lại, nói chuyện với các sơ,*" thì giới bảo thủ "*ở cấp cao nhất*" (nguyên văn: "at the top") tại cả Hà Nội lẫn TPHCM đều xem đó là "*bằng chứng Hoa Kỳ vẫn còn muốn phá hoại chính quyền Việt Nam, gần 35 năm sau khi chiến tranh kết thúc.*"

Rồi ông Tú tiếp tục một mặt chỉ trích hai nhà ngoại giao Mỹ, mặt khác đổ hết trách nhiệm lên những thành phần bảo thủ cấp cao nhất. Ông nói "*những phần tử này cũng xem động thái của các nữ tu là biểu tình chống chính quyền.*" Ông nói vấn đề đất đai là chuyện nhạy cảm, nhất là khi liên quan tới giáo hội Công Giáo, rồi nói "*tòa đại sứ Việt Nam tại Washington cũng sẽ nói vấn đề này với Bộ (Ngoại Giao).*"

Hai người Mỹ giải thích là họ ghé thăm chỉ để tìm hiểu, vì trước đó có tin một nữ tu bị xô xát. Hai nhà ngoại giao này khẳng định họ "*không cho cuộc biểu tình của các sơ hay chuyến đi của họ là những hành động chống chính quyền Việt Nam.*"

Ông Tú vẫn cho rằng đây là một vấn đề "*cực kỳ nghiêm trọng*" vì có người cho rằng phía Mỹ "*chính thức ủng hộ một nhóm 'biểu tình chống chính quyền.'*"

Tiếp tục đổ lỗi cho phe bảo thủ mà không nêu tên, ông Tú nói những thành phần lãnh đạo nổi giận với chuyến đi này "*từng chiến đấu chống Mỹ trước 1975*" nên họ nhìn nước Mỹ khác với các nước khác và dùng tiêu chuẩn để đánh giá Mỹ.

Ông Tú đọc một văn bản dài "*mà ông bảo là 'đến từ Hà Nội,'* ông Tú nói 'giới lãnh đạo cao nhất' đặc biệt giận dữ (nguyên văn: 'incensed') là các viên chức Hoa Kỳ tiếp tục gặp gỡ 'những nhân vật chống chính quyền trung ương'* trong khi chính quyền Việ*

Nam 'chưa bao giờ gặp ai trong lãnh thổ Hoa Kỳ chống đối chính quyền Hoa Kỳ.'" Ông Tú cho rằng 'phía Mỹ chỉ muốn 'nghe một tiếng chuông' là của phía chống đối chính quyền Việt Nam."

Bà Phó Tổng Lãnh Sự trả lời là nhân viên ngoại giao *"có nhiệm vụ tường trình về Washington về nhiều vấn đề - xã hội, kinh tế, chính trị - liên quan tới mối quan hệ song phương"* và vì vậy họ *"thu thập thông tin từ nhiều nguồn khác nhau."*

Thắp nến cầu nguyện là hoạt động bình thường của người công giáo.
(Hình: Ian Timberlake/AFP/Getty Images)

Bằng cách này, giới ngoại giao có thể tường trình chính xác cho Washington, thay vì, bà nhắc khéo, *"chỉ dựa vào nguồn bên ngoài nước Việt Nam mà những nguồn này thường xuyên khẳng định, đôi khi không có căn bản, là chính quyền Việt Nam hành động tồi tệ hay đối xử tệ hại với công dân chính nước này."*

Tuy nhiên, bà cũng chấp nhận là *"như vụ biểu tình này cho thấy, tất cả nhân viên ngoại giao Mỹ tại Việt Nam rõ ràng là bị theo dõi mọi nơi mọi lúc"* cho nên bà hiểu là *"tất cả hành động của chúng tôi có thể bị hiểu lầm bất cứ lúc nào."*

Trong phần bàn thêm ở cuối công điện, bà Dickey tỏ vẻ chẳng lo ngại gì với sự giận dữ của chính quyền Việt Nam nhưng chỉ nhắc đồng nghiệp là "tình hình ở Việt Nam có dáng dấp siêu thực khi một số người trong chính quyền Việt Nam nhiều khi đánh giá hành động của chúng ta để tưởng tượng ra những ý nghĩa biểu tượng to lớn. Rất khó cho chúng tôi để nghĩ ra được một nước nào khác mà một chuyện nhỏ như vậy lại gây một phản ứng mạnh như thế."

Công điện:

- "GVN conversatives livid over Congenoff stop at nuns demonstration," 28/3/2008, từ Angela Dickey, Phó Tổng Lãnh Sự Hoa Kỳ tại TPHCM. Loại bảo mật: Không bảo mật. http://wikileaks.org/cable/2008/03/08HOCHIMINHCI TY333.html

Cuộc đấu tranh đòi đất của giáo xứ Thái Hà

Nam Phương

[2008] Trong khoảng thời gian hơn 6 tháng từ giữa tháng 2 đến ngày 22 tháng 8, 2008, Đại Sứ Mỹ tại Việt Nam, Michael Michalak, đã gửi 4 công điện về Hoa Thịnh Đốn phúc trình về các cuộc đấu tranh đòi tài sản của giáo xứ Thái Hà, một giáo xứ ngay trung tâm thành phố Hà Nội.

Cuộc đấu tranh của giáo xứ Thái Hà diễn ra chỉ một thời gian ngắn sau khi nổ ra cuộc đấu tranh của Tòa Tổng Giám Mục Hà Nội đòi lại tòa nhà và lô đất vốn là Tòa Khâm Sứ trước kia nhà cầm quyền đã cưỡng chiếm sau Hiệp Định Geneva 1954 chia đôi nước Việt Nam.

Giáo dân của nhiều giáo xứ tập trung thắp nến cầu nguyện ở khu vực Tòa Khâm Sứ thì giáo dân Thái Hà cũng tập trung cầu nguyện ở khu vực cơ sở của nhà xứ và Dòng Chúa Cứu Thế bị nhà cầm quyền cưỡng đoạt hay "mượn" suốt nhiều chục năm mà không trả.

Giáo xứ đã gửi nhiều văn thư, trong nhiều năm từ 1993 trở về sau, yêu cầu nhà cầm quyền trả

"All efforts by local authorities at intimidation and persuasion appear to have the opposite affect on the parishioners, hardening their resolve and increasing calls for a return of the land to the church."

lại tài sản nhưng đều bị từ chối, dẫn đến các cuộc thắp nến cầu nguyện liên tục nhiều tháng trời cho tới khi nhà cầm quyền cưỡng bách giải tán và biến khu đất tranh chấp thành một "công viên".

Ngày 14 tháng 2, 2008, Đại Sứ Michael Michalak gửi phúc trình về Hoa Thịnh Đốn nói rằng trong khi có dấu hiệu có vẻ có tiến triển trong vụ tranh chấp Tòa Khâm Sứ thì một vụ tranh chấp khác nổ ra ở giáo xứ Thái Hà, nơi nhà cầm quyền đưa vật liệu tới xây dựng một cơ sở kinh doanh, vốn có một công ty may gia công trong tòa nhà bỏ trống (làm ăn thua lỗ phải đóng cửa tên là công ty Chiến Thắng.)

Các vị linh mục đứng đầu giáo xứ Thái Hà nói với tham vụ chính trị của tòa đại sứ là, trong khi có nhiều nguồn tin tôn giáo nói các cuộc biểu tình ở địa điểm tranh chấp trên mạng Internet cho hay số người tham dự lên tới 10,000 người, thật ra chỉ có những dịp lễ quan trọng thì mới có số người đông gần như vậy, kể cả những người đến từ các giáo xứ bên ngoài Hà Nội.

Một số viên chức nhà xứ tường thuật có những vụ sách nhiễu gián tiếp của công an nhưng không thấy có ai bị bắt hay bị thương tích. Nhà cầm quyền thành phố đã ngưng vụ xây dựng trong khi cuộc điều tra về yêu sách chủ quyền của giáo xứ tiến hành.

Bản phúc trình nhận định là vụ việc nổi lên nhu cầu cần có một cơ chế để giải quyết những tranh chấp đất đai khác vốn kéo dài giữa các giáo xứ và nhà cầm quyền.

Bản phúc trình kể lại lịch sử của lô đất rộng hơn 6 héc-ta ở Thái Hà của Dòng Chúa Cứu Thế ngay trung tâm thành phố Hà Nội đã được xây một tu viện năm 1929 và một nhà thờ vào năm 1935.

Sau 1954 ở miền Bắc, nhà cầm quyền cưỡng chiếm một phần lớn các cơ sở này từ năm 1959, biến một phần thành bệnh viện Đống Đa và một số cơ sở khác. Nhà xứ và Dòng Chúa Cứu Thế Thái Hà chỉ còn lại trên một diện tích đất 2,700 m2 của tổng số đất 61,455 m2 mà nhà dòng và giáo xứ còn giữ giấy tờ chủ quyền nguyên thủy.

Một số giới chức của giáo xứ nói với tham vụ chính trị tòa đại sứ rằng, nhiều cơ quan khác nhau của nhà nước nói với họ là các sự yêu cầu trả lại tài sản "không có cơ sở" hoặc phải chờ giải quyết theo pháp luật. Về phía giáo xứ thì họ cho rằng nhà cầm quyền cũng không hoàn toàn nắm quyền kiểm soát hoàn tòa khu vực tranh chấp vì cho tới thời điểm này, không hề có một văn bản chính thức nào xác nhận nhà cầm quyền làm chủ miếng đất và cho phép công ty Chiến Thắng xây dựng một cơ sở rồi lại còn bán một phần miếng đất mà họ không dùng đến cho các công ty khác.

Đối đầu công an

Vụ việc bắt đầu từ ngày 6 tháng 1, 2008 với khoảng 3,000 giáo dân đã kéo đến chỗ đất tranh chấp mà công ty Chiến Thắng đem vật liệu, xe và người đến để xây dựng. Khoảng 100 công an cảnh sát trang bị chống bạo động đến canh giữ. Công an thường phục đứng canh chừng, chụp hình và quay phim các người biểu tình nhằm bắt giữ những người kích động chống đối. Đến chiều tối thì đám đông giải tán dần, chỉ còn khoảng 100 người ở lại ngủ ngay ở chỗ đó. Trong khi không có ai bị bắt giữ, giới chức nhà xứ nói công an đã nhục mạ và cư xử thô bạo với một số giáo dân.

Mấy ngày sau, giáo dân dựng 2 cái lều bạt lớn để những ai ngủ qua đêm có chỗ trú cho đỡ lạnh hay tránh bị ướt mưa. Tham

Giáo dân Thái Hà cầu nguyện đòi đất vào ngày 7 tháng 4, 2008
Hình: chuacuuthe.com

vụ chính trị quan sát thấy có một số thánh giá và nến dựng ở bức tường ngăn đôi giữa đường phố và nơi đang chuẩn bị xây cất. Từ 20 đến 30 giáo dân ở lại ngủ qua đêm.

Bản phúc trình của ông Michalak nói mấy tuần lễ kế tiếp buổi biểu tình đầu tiên, giáo xứ Thái Hà gửi một số văn thư cũng như gặp nhà cầm quyền địa phương và được hứa hẹn là vụ xây cất bị đình chỉ.

Cho phép rồi không cho phép

Tuy nhiên, nhà cầm quyền thành phố lại đưa ra hai chỉ thị trái ngược nhau. Một cái cho phép tiếp tục xây dựng, một cái thì lại chính thức ra lệnh ngừng lại hoàn toàn. Các vị cầm đầu giáo xứ có vẻ sửng sốt về sự trái nghịch này nhưng nhìn nhận là các hoạt động xây dựng đã dừng hẳn. Tham vụ chính trị quan sát không thấy người, vậy liệu hay máy móc gì nữa.

Những nhóm nhỏ giáo dân vẫn còn tụ tập ở địa điểm đòi tài sản sang tháng 2, thường trước hay sau các thánh lễ. Một số trang mạng tôn giáo nói người tham dự biểu tình ở địa điểm đòi tài sản lên đến 10,000 người nhưng giới chức nhà xứ cho hay chỉ có thánh lễ ngày Thứ Bảy 9 tháng 2, 2008 ở nhà thờ Thái Hà mới đông như thế. Giáo dân không những chật cứng trong nhà thờ mà còn tràn ra tới tận ngoài đường phố.

Cha xứ nói mục đích chính là họ tham dự thánh lễ nhưng nhiều người cũng tới chỗ tranh chấp để cầu nguyện.

Giới chức lãnh đạo giáo xứ đã thảo luận vấn đề với tham vụ chính trị và cung cấp một bản tường trình dài 3 trang giấy viết bằng tiếng Việt về chủ quyền của thửa đất. Họ hy vọng rằng nếu nhà cầm quyền muốn một giải pháp thân thiện để giải quyết tranh chấp Tòa Khâm Sứ thì cũng có thể đạt được kết quả tương tự tại Thái Hà.

Ngày 17 tháng 4, 2008, Đại Sứ Michalak gửi phúc trình tiếp theo về cuộc đấu tranh đòi tài sản của giáo xứ và Dòng Chúa Cứu Thế Thái Hà. Giáo dân chỉ về nhà nghỉ ăn Tết có ít ngày rồi sau đó bắt đầu các buổi thắp nến cầu nguyện liên tục từ ngày 23 tháng 3, 2008.

Các cuộc tụ tập cầu nguyện ngày 7 tháng 4, 2008 với khoảng 1,000 giáo dân bị nhà cầm quyền ra lệnh bắt buộc giải tán.

Theo bản phúc trình, giáo dân bắt đầu tụ tập từ ngày 23 tháng 3, 2011 khi thấy công nhân bắt đầu công việc xây dựng ở đất giáo xứ đang đòi. Nhà cầm quyền đem bán cho một công ty tư nhân. Công ty tư nhân lại chia thành nhiều miếng nhỏ và bán cho người ta xây nhà ở.

Dù việc xây dựng cơ sở của công ty Chiến Thắng ngừng từ

Tháng Giêng, bây giờ lại xuất hiện hoạt động xây dựng khác nên giáo dân kéo tới chống đối.

Truyền thông nhà nước ra tay bôi nhọ

Hệ thống báo chí nhà nước tuyên truyền rằng giáo dân Công Giáo tụ tập bất hợp pháp ở chỗ công cộng, dựng bất hợp pháp Thánh Giá, tượng Đức Mẹ Maria và gây rối trật tự công cộng. Báo Hà Nội Mới lên án giáo dân là lợi dụng tự do tôn giáo để kích động chống nhà cầm quyền trong khi các bản tin Công Giáo trên Internet khuyến cáo rằng những bản tin thù nghịch của báo chí nhà nước làm gia tăng dấu hiệu nhà cầm quyền chuẩn bị đàn áp.

Theo báo Hà Nội Mới, cơ quan tuyên truyền của UBND thành phố Hà Nội, và các đài truyền thanh, truyền hình, thì các người phản đối đã tụ tập ở địa điểm (đòi tài sản) từ ngày 23 tháng 3, 2008. Đến ngày 6 tháng 4, 2008, UBND quận Đống Đa ra quyết định phạt hành chính những ai trú ngụ bất hợp pháp trên đất công. Đồng thời UBND địa phương buộc các người chống đối phải chấm dứt biểu tình và chiếm ngụ trước 12 giờ trưa ngày 7 tháng 4, 2008. Viên chức quận và phường tới tận nơi để thông báo.

Khi tham vụ chính trị tòa đại sứ đến địa điểm vào ngày 16 tháng 4, có vẻ như các giáo dân đã giải tán. Nhưng hai cái lều bạt thì vẫn còn và một số chức sắc nhà thờ cho chúng tôi biết là một số người biểu tình vẫn còn ở lại ban đêm. Thêm nữa, giáo dân vẫn đến đó cầu nguyện sau mỗi thánh lễ.

Tòa Tổng Giám Mục Hà Nội xác nhận với tham vụ chính trị của tòa đại sứ là nhà cầm quyền đã triệu Linh Mục Vũ Khởi Phụng, bề trên Dòng Chúa Cứu Thế Thái Hà đến UBND quận Đống Đa để bị phạt về việc nhà thờ và giáo dân đã khinh thường tối hậu thư của nhà cầm quyền buộc chấm dứt tụ tập và biểu tình. Nhưng Linh Mục Phụng lại đang có mặt ở Sài Gòn.

Các căng thẳng vẫn còn cao tại khu vực tranh chấp nhưng không có dấu hiệu công an giải tán sớm.

Ngày 29 tháng 4, 2008, Đại Sứ Michalak gửi phúc trình về Hoa Thịnh Đốn thông báo các cuộc đấu tranh đòi tài sản của giáo xứ Thái Hà vẫn tiếp diễn từ đầu Tháng Giêng đến thời điểm này.

Ngày 23 tháng 4, 2008, tham vụ chính trị tòa đại sứ gặp Linh Mục Nguyễn Văn Khải (nay đang tu học ở Roma - NV chú thích), một trong những cha bề trên ở giáo xứ Thái Hà. Cha giải thích rằng việc giáo dân tập hợp gần đây là bị chiến dịch bôi nhọ của hệ thống truyền thông nhà nước thúc đẩy. Họ đã kích giáo dân làm cho tình hình căng thẳng thêm và đòi phải tuân lệnh nhà cầm quyền địa phương, ngưng tụ tập và dọn dẹp trước 12 giờ trưa ngày 7 tháng 4, 2008. Báo địa phương của nhà cầm quyền còn đưa tin giáo dân chuẩn bị chống lại lực lượng an ninh. Theo Linh Mục Khải, báo họ còn nói lực lượng an ninh có ý tránh khiêu khích, ngụ ý giáo dân muốn đối đầu bạo động.

Chiến dịch thông tin tuyên truyền của nhà cầm quyền thay vì làm giáo dân ở nhà thì lại có tác dụng ngược lại, theo Linh Mục Khải. Suốt nhiều tháng, chỉ có những nhóm nhỏ giáo dân tụ tập từ 6 giờ sáng và 7 giờ 30 tối để cầu nguyện 15 phút sau khi dự thánh lễ, hàng trăm giáo dân đã xuất hiện ở địa điểm đòi tài sản sau những bản tin và bài viết đả kích trên truyền thông của nhà nước. Theo Linh Mục Khải, khoảng 1,000 người đã dự mỗi thánh lễ ngày Thứ Bảy và Chủ Nhật (mỗi ngày có lễ sáng và lễ chiều) rồi sau đó họ ra chỗ đòi tài sản cầu nguyện 15 phút.

Ngày 11 tháng 4, 2008, UBND thành phố Hà Nội triệu tập các linh mục giáo xứ Thái Hà tới trụ sở Sở Tài Nguyên Môi Trường để thảo luận chuyện tranh chấp. Nhà cầm quyền kết tội các linh mục và giáo dân vi phạm các luật lệ hiện hành và các quy định liên quan đến giao thông, xây dựng, trật tự công cộng ở địa điểm tụ tập cầu nguyện, làm ồn, gây trở ngại giao thông, dựng hai lều bạt bất hợp pháp trên đất công, và phá hủy tài sản công cộng bằng cách phá bức tường ngăn khu đất tranh chấp với đường phố.

Theo Linh Mục Khải, ông và các linh mục khác phản bác tất cả các cáo buộc, nói các giáo dân chỉ tụ tập cầu nguyện hai lần, mỗi lần 15 phút mỗi ngày. Họ ở trên lề đường và giữ yên lặng trong sự tôn trọng. Còn các lều bạt chỉ là tạm thời, trong khi chúng có thể vi phạm luật lệ nhưng cái việc xây bức tường và nhà cầm quyền tiếp tục chiếm dụng tài sản của giáo xứ cũng là bất hợp pháp.

Về vấn để tranh chấp đất, nhà cầm quyền địa phương nói họ đã hoàn tất cuộc điều tra và thấy giáo xứ đòi chủ quyền của lô đất là không có căn cứ pháp luật. Các linh mục Thái Hà, trái lại, trưng dẫn các tài liệu chứng minh chủ quyền của khu vực đang bị nhà cầm quyền chiếm dụng. Các cha nêu ra rằng nhà cầm quyền chưa hề ra một quyết định chính thức tịch thu lô đất (như luật lệ đòi hỏi) trong khi giáo xứ cũng không hề bán hay trao khu đất cho nhà nước.

Nhà cầm quyền địa phương đề nghị biến khu đất tranh chấp một phần thành công viên và một phần, hiện đang có một nhà nguyện tạm thời, thành một trung tâm cộng đồng. Không tin vào lời nói của viên chức nhà nước, cha Khải và phái đoàn các linh mục từ chối đề nghị và lập lại đòi hỏi trả tài sản. Linh Mục Khải nói viên chức nhà cầm quyền tuyên bố quyết định của họ là quyết định cuối cùng mà *chúng tôi đã nghe như vậy trước đây.* Khi có cuộc họp, Linh Mục Khải cho hay 4 xe công an gồm viên chức cả sắc phục và thường phục xuất hiện ở khu đất tranh chấp. Tuy không có xung đột nhưng công an liên tục quay phim chụp hình giáo dân.

Linh Mục Khải lưu ý là nhiều viên chức địa phương đến khu vực tranh chấp, thuyết phục các linh mục để họ kêu gọi giáo dân ngừng tụ tập. Họ gồm từ cấp phường đến cấp thành phố, Mặt Trận Tổ Quốc, Hội Liên Hiệp Phụ Nữ và Ủy Ban Nhân Dân. Tuy nhiên trước sự hậu thuẫn của một số giám mục, các linh mục và giáo dân Thái Hà không lùi bước trước các áp lực.

Linh Mục Khải khẳng định rằng người Công Giáo tin tưởng họ sẽ thắng cuộc tranh đấu này, vì tín đồ càng ngày càng quyết tâm tiếp tục đấu tranh. Ông tin là các viên chức cầm quyền bối rối không biết giải quyết thế nào với các buổi cầu nguyện. Họ đã thử hết cách trong khi giáo dân tiếp tục tụ tập đòi trả khu đất.

Đại Sứ Michalak bình luận ở cuối phần phúc trình này là tuy giải quyết tranh chấp đất ở Thái Hà không phải là ưu tiên của các cấp cầm đầu Giáo hội Công giáo Việt Nam, sự bất đồng ý kiến với nhà cầm quyền Hà Nội có vẻ như gây xúc động cho các người công giáo địa phương. Họ không sợ khi bị đe dọa hoặc thuyết phục bằng những lời lừa phỉnh nên có vẻ làm cho nhà cầm quyền còn lại ít giải pháp lựa chọn.

Tất cả những cố gắng từ đe dọa đến thuyết phục có vẻ tác dụng ngược với giáo dân, làm họ quyết tâm hơn và gia tăng đòi hỏi trả lại đất cho giáo xứ.

UBND thành phố Hà Nội lúc này phải quyết định hoặc tiếp tục nỗ lực tìm giải pháp hay cho phép xây dựng một nhà máy đã dự định làm. Kế hoạch sau nhiều phần sẽ đòi hỏi bắt giữ một số giáo dân mà như vậy chắc chắn sẽ gây phẫn nộ tới cộng đồng Công Giáo, cả tại Việt Nam và các nơi khác.

Liệu nhà cầm quyền trung ương có dính vào giải quyết một khi nhà cầm quyền địa phương theo đuổi kế hoạch xây dựng, như nhà cầm quyền đã thực hiện khi giải quyết tranh chấp Tòa Khâm Sứ hay không, chờ xem xảy ra thế nào.

Đấu tranh vẫn tiếp diễn

Ngày 22 tháng 8, 2008, Đại Sứ Michael Michalak gửi bức công điện tường trình cuộc đấu tranh đòi tài sản của giáo xứ Thái Hà vẫn tiếp diễn.

Ngày 14 tháng 8, 2008, khoảng 150 giáo dân Thái Hà lại biểu tình đòi trả tài sản cho giáo xứ. Họ đã phá đổ bức tường ngăn chung quanh khu đất và dựng tượng Mẹ Maria Đồng Trinh và cầu nguyện ở đó suốt tuần qua.

Báo chí nhà nước tố cáo các giáo dân tụ tập bất hợp pháp, phá bức tường gạch quanh khu đất cũng như cầu nguyện trong chủ trương gây "mất trật tự xã hội". Báo chí nhà nước cũng nói viên chức địa phương cố thuyết phục người biểu tình giải tán nhưng không thành công.

Để phủ nhận các lời đòi trả tài sản của giáo dân, nhà cầm quyền viện dẫn một nghị quyết của Quốc Hội năm 2003 nói nhà nước sẽ không cứu xét lại những chính sách về quản lý nhà đất đã ban hành trước ngày 1 tháng 7, 1991. Nhà cầm quyền cũng không chấp nhận cho đòi lại những lô đất hoặc nhà đã được nhà nước quản lý (tức chiếm lấy) khi thi hành những chính sách đó.

Tuy nhiên, các linh mục giáo xứ Thái Hà và Dòng Chúa Cứu Thế tiếp tục nhấn mạnh rằng họ hành động theo đúng thủ tục luật pháp để lấy lại quyền sử dụng đất. Nghe nói họ cho phía nhà cầm quyền biết rằng nếu cứ tiếp tục không trả đất lại thì giáo xứ sẽ huy động thêm người.

Một phụ tá thân tín của Tổng Giám Mục Hà Nội, ngày 22 tháng 8, 2008 nói với giới chức Tòa Đại Sứ rằng thành viên của Hội Đồng Giám Mục Việt Nam, gồm cả ngài Tổng Giám Mục đã nhận được lời yêu cầu chính thức của nhà cầm quyền thành phố Hà Nội yêu cầu khuyên các linh mục Thái Hà ngưng các hành động đang làm. Tuy nhiên, Hội Đồng Giám Mục đã từ chối can thiệp, vị phụ tá nói, vì các thành viên của Hội Đồng kết luận rằng các người biểu tình *"đang làm các điều phải"*.

Vị phụ tá mô tả cha chính xứ Thái Hà là một "người trí thức" có một "quan điểm rõ ràng" về làm thế nào để đòi lại khu đất. Trong các tháng 6 và tháng 7, nhà cầm quyền thành phố Hà Nội chính thức quyết định lấy lại khu đất mà giáo xứ đòi lại, vị phụ tá giải thích. Vì rằng nhà cầm quyền không có ý định trả lại nên các linh mục Thái Hà đã tổ chức các hoạt động ngày 14 tháng 8, 2008, ông cho biết.

Cuối bản phúc trình, Đại Sứ Michalak nói tình hình gần nhà thờ Thái Hà dịu xuống một ít trong hai ngày qua vì ít thấy các hoạt động của giáo dân tại chỗ tranh chấp.

Tuy nhiên, lời lẽ trên hệ thống thông tin tuyên truyền của nhà nước và những lời bình luận của những người hiểu tình hình bên trong giới công giáo, cũng như những bản tin ủng hộ từ cơ quan truyền thông Công giáo "VietCatholics News" trụ sở ở California, cho cảm tưởng không có giải pháp nào gần đạt đến. Cả hai phía dường như không sẵn sàng thỏa hiệp trong vấn đề gai góc này, và các cuộc phản đối nhiều phần tiếp tục.

Công điện:

- "Catholic church protests: different location, same issues," 14/2/2008, từ Michael Michalak, Đại Sứ Hoa Kỳ tại Hà Nội. Loại bảo mật: Không bảo mật. http://wikileaks.org/cable/2008/02/08HANOI160.html

- "Renewed Catholic church protests at Thai Ha parish," 17/4/2008, từ Michael Michalak, Đại Sứ Hoa Kỳ tại Hà Nội. Loại bảo mật: Không bảo mật. http://wikileaks.org/cable/2008/04/08HANOI446.html

- "Thai Ha church land ownership dispute continues," 29/4/2008, từ Michael Michalak, Đại Sứ Hoa Kỳ tại Hà Nội. Loại bảo mật: Không bảo mật. http://wikileaks.org/cable/2008/04/08HANOI499.html

- "Dj@ Vu all over again: Hanoi Catholics renew protests over property," 22/8/2008, từ Michael Michalak, Đại Sứ Hoa Kỳ tại Hà Nội. Loại bảo mật: Không bảo mật. http://wikileaks.org/cable/2008/08/08HANOI980.html

Phó phụ tá ngoại trưởng Mỹ gặp TGM Ngô Quang Kiệt

'Bảy giáo dân bị bắt'

Nam Phương

[2008] Trong công điện đề ngày 29 tháng 8, 2008, Đại Sứ Michalak phúc trình công an bắt giam 4 giáo dân liên quan đến các cuộc thắp nến cầu nguyện đòi tài sản cho giáo xứ và Dòng Chúa Cứu Thế Thái Hà. Sau đó họ bắt thêm 3 giáo dân khác khi những người này phản đối vụ bắt giữ trước đó.

Guồng máy truyền thông của nhà nước hàng ngày tuyên truyền giáo dân hành động bất hợp pháp. Các vị linh mục Thái Hà cho biết giáo dân tức giận về các vụ bắt người cũng như sự bôi nhọ của hệ thống báo đài của nhà cầm quyền. Có vẻ cả hai phía không bên nào chịu thỏa hiệp để giải quyết tranh chấp nên các cuộc biểu tình dưới hình thức thắp nến cầu nguyện dường như không chấm dứt sớm.

"Neither side appears willing to compromise on the issue of who owns the land near the parish, and the church doesn't seem willing to end its demonstrations anytime soon."

Vào ngày 28 tháng 8, 2008, tham vụ chính trị tòa đại sứ đến giáo xứ Thái Hà để quan sát chỗ tranh chấp cũng như nói chuyện với một số linh mục và giáo dân liên quan đến những buổi biểu tình mới nhất.

Công điện tóm tắt lại sự việc nhà nước chiếm dụng gần hết các cơ sở và khu đất của nhà xứ Thái Hà và Dòng Chúa Cứu Thế, chỉ chừa lại cho giáo xứ phần nhà thờ với diện tích đất 2,700 m2. Một số tòa nhà vốn là nhà dòng và nhà nguyện của Dòng Chúa Cứu

Thế bị nhà cầm quyền biến thành bệnh viện Đống Đa. Một số cơ sở khác đưa cho một số công ty quốc doanh.

Năm 2007, nhà xứ xây một nhà nguyện bên cạnh nhà thờ với sự thỏa thuận ngầm của đám công ty quốc doanh. Nhà cầm quyền địa phương đe dọa lấy lại, lấy cớ xây dựng không có giấy phép. Cái khu đất và nhà mà giáo xứ yêu cầu trả lại nằm trên phần lớn diện tích của cả khu, không kể nhà thờ và nhà nguyện mới xây.

Tái diễn phản đối và nói chuyện với người biểu tình

Từ khi các buổi biểu tình bắt đầu trở lại, giáo dân và linh mục, tu sĩ mỗi ngày hai lần đến chỗ đòi tài sản thắp nến cầu nguyện, trung bình lối 250 người, có khi đông hơn.

Công điện viết:

"Khi chúng tôi tới nơi (ngày 28 tháng 8) thấy khoảng hơn 100 người, đa số là phụ nữ và các người dân tộc thiểu số, đọc kinh và hát thánh ca dưới hai cái lều bạt để che nắng.

Giữa khu đất, nhà xứ đã dựng một bàn thờ tạm trên có tượng Đức Mẹ Maria Đồng Trinh, một thánh giá, bát hương, nến và một số ảnh Đức Mẹ Maria.

Từ ngày 15 tháng 8, 2008, giáo dân đã phá bức tường gạch nên ra vào chỗ này không còn gì cản trở. Ở cuối khu đất, chúng tôi thấy 30 công an ngồi dưới một mái che quan sát các người biểu tình.

Chúng tôi nói chuyện với một số giáo dân thì họ cho hay một số người trong gia đình hoặc bạn của họ đã bị bắt thẩm vấn ngày 15 tháng 8, 2008. Từ đó đến nay không thấy tin tức gì về những người đó. Một số giáo dân ở các vùng ngoài Hà Nội nói họ nghe tin có cuộc biểu tình nên đến đây để yểm trợ cho các giáo hữu."

Bắt 7 người

Các vị linh mục thông báo cho chúng tôi là họ mới nghe nói nhà cầm quyền ngày 27 tháng 8, 2008 quyết định mở cuộc điều tra hình sự khi cáo buộc giáo dân phá hoại tài sản và gây rối trật tự công cộng.

Họ cho biết ông Lê Quang Kiện, 63 tuổi, đã bị bắt thẩm vấn từ sáng ngày 28 tháng 8, 2008. Sau đó, ông chính thức bị giam và công an tìm vợ ông là bà Lê Thị Hợi, 61 tuổi, để thẩm vấn nhưng bà từ chối không ra khỏi nhà.

Bà gọi các cha nhờ giúp đỡ. Giáo xứ gửi 2 linh mục và một số giáo dân đến giúp bà.

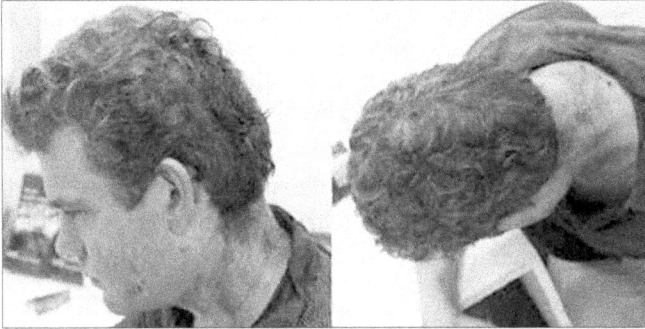

Phóng viên Ben Stocking bị công an hành hung vì chụp hình vụ đòi tài sản Dòng Chúa Cứu Thế. (Hình: AP Photo/Chitose Suzuki)

Khi nói chuyện với chúng tôi, các linh mục Thái Hà nhận được nhiều cú điện thoại từ nhà bà Hợi nói cả bà cũng bị bắt. Các vị linh mục cho hay họ biết hai giáo dân khác, gồm một người là sắc tộc Hmong, cũng bị bắt thẩm vấn sáng hôm đó.

Trong cuộc họp báo chiều hôm đó, giám đốc Sở Công An Hà Nội và phó chủ tịch UBND thành phố loan báo có thêm 3 người nữa đã bị tống giam khi họ cùng với nhiều người tới biểu tình trước trụ sở công an, nơi có 4 người đang bị giam.

Một trong những lời than phiền mạnh nhất của các linh mục giáo xứ là hệ thống báo đài của nhà nước vu khống. Từ khi giáo dân bắt đầu biểu tình trở lại từ ngày

14 tháng 8, 2008, cả báo giấy lẫn các đài phát thanh, truyền hình đả kích mạnh mẽ việc làm của giáo xứ và giáo dân.

"Người ngoài đường" phỏng vấn dân ở khu phố này kêu ca về giáo xứ và giáo dân Thái Hà, lại còn đưa cả giáo dân ra than phiền về việc làm của giáo xứ.

Ngày 21 tháng 8, 2008, "Đài Tiếng Nói Việt Nam" có bài bình luận đã kích các linh mục Thái Hà là đi ngược lại lời dạy của Chúa Jesus.

Cuối bản công điện này, Đại Sứ Michalak bình luận là việc giáo dân phá đổ bức tường ở khu vực đòi tài sản có vẻ cho nhà cầm quyền cơ hội đã kích giáo xứ và đe dọa giáo dân bằng việc hình sự hóa các hành động của giáo dân.

Qua cuộc họp báo với những viên chức cấp cao của thành phố, nhà cầm quyền không nhượng bộ và có vẻ như họ nghĩ dư luận đứng về phía họ khi bắt giữ một số người kích động chính yếu.

Phó phụ tá ngoại trưởng đặc trách Đông Nam Á gặp Tổng Giám Mục Ngô Quang Kiệt

Ngày 15 tháng 9, 2008, tòa đại sứ gửi bản công điện không thấy ký tên dưới cuối bản phúc trình, tường thuật cuộc tiếp xúc của ông Scot Marciel với Tổng Giám Mục Ngô Quang Kiệt.

Ông Scot Marciel là phó phụ tá bộ trưởng ngoại giao đặc trách Đông Nam Á của chính phủ Hoa Kỳ đến Việt Nam khi có cuộc đấu tranh đòi tài sản của giáo xứ và Dòng Chúa Cứu Thế Thái Hà.

Tổng giám mục nói về chủ quyền đất đai Công Giáo

Ngày 10 tháng 9, 2008, trong cuộc tiếp xúc với ông Scot Marciel, Tổng Giám Mục Ngô Quang Kiệt giải thích rằng Tổng Giáo Phận đã nộp đơn hàng năm đòi lại đất từ năm 1995 đến nay.

Tuy nhiên, ông nhấn mạnh là giáo hội chỉ đòi lại những khu đất hiện bỏ trống hoặc bị dùng cho những mục tiêu không quan trọng. Ông phê bình là nhà cầm quyền xây dựng nhiều trường học và bệnh viện ở trên đất trước đây là tài sản của Giáo Hội Công Giáo và giáo hội đã cố gắng đòi lại các tài sản này.

Cái làm cho giáo dân phẫn nộ nhất là nhà cầm quyền định bán những miếng đất không phải họ làm chủ để kiếm lợi.

(Một lời bình luận trong ngoặc đơn của bản phúc trình viết: Bất động sản gia tăng trị giá ít nhất là một phần giải thích cho sự gia tăng tranh chấp chủ quyền, không riêng gì đất của Giáo Hội Công Giáo)

Năm 2002, Hội Đồng Giám Mục Việt Nam đã chính thức yêu cầu nhà cầm quyền trả lại các khu đất đã bị nhà cầm quyền chiếm để phục vụ các hoạt động của Giáo Hội nhưng không bao giờ được trả lời.

Đề cập đến giáo xứ Thái Hà, Tổng Giám Mục Kiệt giải thích rằng khu đất thuộc Nhà Dòng Chúa Cứu Thế không trực thuộc Tổng Giáo Phận. Ông cho biết giáo xứ muốn tìm một giải pháp giải quyết tranh chấp. Tuy nhiên, ông cho rằng điều này không thể thực hiện được khi hệ thống tuyên truyền của nhà nước vẫn cứ tấn công vu khống đối với giáo xứ trong khi Bộ Công An vẫn giam giữ một số giáo dân. Trong hoàn cảnh như vậy, ông cho hay giáo xứ không có cách nào khác hơn là tiếp tục thắp nến cầu nguyện.

Vị Tổng Giám Mục khẳng định sự liên đới giữa Tòa Tổng Giám Mục với giáo xứ Thái Hà và đả kích hệ thống truyền thông nhà nước tuyên truyền bịp bợm về giáo xứ và các buổi thắp nến cầu nguyện.

Phản ứng lại chủ trương của nhà cầm quyền, tất cả 82 tu sĩ trong Tổng Giáo Phận Hà Nội đã đồng ký tên trên một lá thư kết án các hành động tàn ác của nhà cầm quyền khi sử dụng bạo lực. Thư này được đọc trong thánh lễ tại tất cả các nhà thờ trong Tổng Giáo Phận.

Quay lại với vụ tranh chấp khu đất vốn là Tòa Khâm Sứ trên phố Nhà Chung trước đây, vị Tổng Giám Mục lưu ý là nhà cầm quyền Việt Nam từ chối thảo luận về nó cho tới tháng 12 năm ngoái khi có những cuộc thắp nến cầu nguyện tại gần nhà thờ chính tòa. Những cuộc biểu tình này tiếp diễn cho tới dịp Tết khi nhà cầm quyền đề nghị thảo luận việc trả lại tài sản cho Giáo Hội. Tuy nhiên khi giáo dân ngừng các cuộc thắp nến cầu nguyện thì các cuộc thương thuyết trở nên khó nghe và vô dụng, theo nhận xét của vị Tổng Giám Mục.

Kết luận của bản phúc trình này là vụ việc tại Thái Hà vẫn không được giải quyết và cả hai bên vẫn giữ lập trường. Một ngày hai lần giáo dân vẫn thắp nến cầu nguyện và số người tham dự lên nhiều ngàn người trong khoảng 12 ngày vừa qua.

Một số giám mục bên ngoài Hà Nội đã cùng giáo dân đến Thái Hà để bày tỏ sự hiệp thông. Một số xe buýt chở giáo dân từ các địa phương xa tới đã bị công an đuổi trở lại.

Ngày 10 tháng 9, 2008, công an bắt thêm 4 giáo dân nữa, như là phản ứng lại vụ phá đổ bức tường gạch tại khu đất giáo xứ đang đòi lại. Theo lời một số linh mục Thái Hà, tổng số giáo dân đang bị giam giữ là 7 người.

Giáo dân phản đối, công an chiếm đất nhà xứ Thái Hà

Đến ngày 22 tháng 9, 2008 Đại Sứ Michalak gửi công điện phúc trình giáo dân Công Giáo phản đối hành động của nhà cầm quyền, công an chiếm đất tại Thái Hà.

Bản công điện nói sự đối đầu giữa tín đồ Công Giáo và nhà cầm quyền thành phố Hà Nội tiếp tục leo thang hồi cuối tuần khi Tổng Giám Mục Ngô Quang Kiệt chủ tọa thánh lễ tại nhà thờ chính tòa với số giáo dân tham dự lên từ 12,000 đến 15,000 người trong khi guồng máy truyền thông nhà nước đã kích ông.

Nhà cầm quyền tiến hành xây cất một công viên và thư viện tại Tòa Khâm Sứ cũ có vẻ với sự chấp thuận của ông Thủ Tướng Nguyễn Tấn Dũng vào lúc nhà cầm quyền địa phương bố ráp khu đất đang tranh chấp ở nhà thờ Thái Hà.

Phát ngôn viên Bộ Ngoại Giao Việt Nam phủ nhận phóng viên hãng AP bị (công an) đánh, lại còn cho là ông ta vi phạm luật lệ trong khi cố chụp hình buổi thắp nến cầu nguyện hôm Thứ Sáu của giáo dân.

Tổng giám mục dâng thánh lễ với rất đông người dự

Sau biến cố hôm Thứ Sáu, ngày 19 tháng 9, 2008, Tòa Tổng Giám Mục Hà Nội hôm Thứ Bảy tiếp tục một buổi thắp nến cầu nguyện với rất đông giáo dân tham dự. Vào lúc này, đám công nhân tiếp tục phá bỏ những tòa nhà chung quanh Tòa Khâm Sứ cũ. Tham vụ chính trị tòa đại sứ ước lượng số người tham dự buổi thắp nến cầu nguyện là hơn một ngàn.

Khác ngày Thứ Sáu khi nhà cầm quyền thành phố là nổ lực chính của nhà nước chuyển đổi tình trạng của tài sản tranh chấp, sang ngày Thứ Bảy, hệ thống truyền thông của nhà nước nêu rõ là chính cá nhân Thủ Tướng Dũng đã ký chấp thuận kế hoạch biến khu đất trên phố Nhà Chung bị Tòa giám mục đòi (khu đất Tòa Khâm Sứ) thành một công viên.

Đến Thứ Bảy 21 tháng 9, 2008, Tổng Giám Mục Joseph Ngô Quang Kiệt dâng một thánh lễ đặc biệt với sự đồng tế của gần một trăm giám mục và linh mục đến từ ngoài Hà Nội. Trong thánh lễ, Đức Cha Kiệt nói đến sự đàn áp mà những vị thánh đầu tiên ở Roma phải chịu đựng.

Tham vụ chính trị tòa đại sứ và những người mà chúng tôi tiếp xúc ước lượng số người tham dự thánh lễ này lên ít nhất 5,000 người chật cứng thánh đường. Dù mưa lớn vẫn còn từ 5,000 đến 7,000 người đứng tràn cả phần sân bên ngoài và tới cả các phố lân cận.

Tiếp theo thánh lễ, cả vị Tổng Giám Mục, các giám mục và linh mục tới cầu nguyện ở gần khu đất Tòa Giám Mục đang đòi. Tại đây, vị Tổng Giám Mục đọc bức thư công khai gửi ông chủ tịch nước và ông thủ tướng, chỉ trích hành động của họ.

Cuộc cầu nguyện tiếp diễn sáng hôm Thứ Hai ở khu đất đang đòi nhưng với số người ít hơn. Trong khi đó, Tổng Giám Mục Ngô Quang Kiệt đi dự một cuộc họp khẩn của Hội Đồng Giám Mục ở Đồng Nai.

Và gặp các viên chức thành phố...

Hôm Thứ Bảy, Tổng Giám Mục có một buổi họp gay gắt với Chủ Tịch UBND thành phố Hà Nội, Nguyễn Thế Thảo, về chuyện đòi đất, theo lời một số vị linh mục thân cận với Tổng Giám Mục. Ông tiếp tục áp lực nhà cầm quyền thành phố ngừng xây dựng công viên và trả lại đất cho Tòa Tổng Giám Mục.

Các viên chức thành phố khẳng định Tòa Tổng Giám Mục không có quyền đòi lô đất này, cũng như cứng rắn nói Tòa Tổng Giám Mục đã vi phạm luật khi áp lực bằng cách tiếp tục cầu nguyện ở khu đất.

Tiếp tục chỉ trích gay gắt

Các bản tin tường thuật trên hệ thống báo đài của nhà cầm quyền về phiên họp với lời lẽ hết sức bốp chát, mô tả vị Tổng Giám Mục là phản quốc khi cắt xén lời phát biểu của ông trong đó, ông nói các hành động của nhà cầm quyền khiến ông cảm thấy "xấu hổ" khi cầm hộ chiếu của Việt Nam đi ra nước ngoài.

Ngày hôm sau, UBND thành phố Hà Nội phổ biến một bản tuyên bố kết tội Tổng Giám Mục Ngô Quang Kiệt là gây rối trật tự công cộng và phá hoại đoàn kết quốc gia. Bản tuyên bố do ông Thảo ký tên, đe dọa nếu Tổng Giám Mục Kiệt không chấm dứt "các hành động bất hợp pháp," ông sẽ bị trừng trị "theo luật pháp".

Dẹp cầu nguyện ở Thái Hà

Nhà cầm quyền cũng tiến hành các hành động nhằm dẹp các cuộc cầu nguyện của giáo dân Công giáo đang đòi trả lại khu đất ở nhà xứ Thái Hà.

Khoảng tối khuya ngày Thứ Bảy, ngày 21 tháng 9, 2008, các linh mục Thái Hà cho biết lực lượng công an và "dân phòng" đã tấn công, phá hủy bàn thờ tạm mà giáo dân đã dựng lên để cầu nguyện từ giữa Tháng Tám. Các linh mục cho tham vụ chính trị tòa đại sứ hay rằng công an đã đuổi mọi người ra khỏi khu đất đang đòi trả lại. Theo các ông, một nữ giáo dân trông coi bàn thờ đã mất tích và một phụ nữ khác đã bị đánh khi có vụ tấn công. Vết thương của bà cần phải khâu ba mũi. Giáo dân tụ họp ở nhà thờ sáng ngày 22 tháng 9, 2008 cầu nguyện nhưng công an đã thiết lập rào chận khu phố gần chỗ tranh chấp.

Chối không hành hung phóng viên Mỹ

Hôm 21 tháng 9, 2008, phát ngôn viên Bộ Ngoại Giao Lê Dũng (nay đang là tổng lãnh sự tại Houston, Texas) phổ biến trên trang nhà của Bộ Ngoại Giao bản tuyên bố nói "không có đánh đập" phóng viên Mỹ (Ben Stocking). Bản tuyên bố còn kết tội ông ta là vi phạm pháp luật Việt Nam "bằng cách ngang nhiên chụp hình ở chỗ cấm chụp hình."

Bản công điện của Đại Sứ Michalak bình luận là sự cả quyết của Bộ Ngoại Giao rất lố bịch. Những đoạn phim video, nay được phổ biến trên YouTube cho thấy người phóng viên của hãng thông tấn AP bị bắt dẫn đi. Quần áo ông sạch sẽ và không bị gì cả. Khoảng nửa giờ sau, người ta nhìn thấy ông khi còn bị bắt giữ và được nhiều người gồm cả viên chức tòa đại sứ chụp hình, với vết thương ở trên đầu và quần áo đầy máu. Trong khi chúng tôi không nhìn thấy lúc ông bị đánh nhưng rõ ràng rằng các vết thương xảy ra lúc ông ở trong tay công an.

Các diễn tiến tại Tòa Khâm Sứ và giáo xứ Thái Hà trở nên phức tạp hơn. Sau nhiều tuần lễ không có gì xảy ra và tương đối kém chế, nhà cầm quyền có vẻ kết luận là họ không dung tha những buổi biểu tình rất đông người và bây giờ bắt đầu tiến hành thay đổi vĩnh viễn các sự việc trên mặt đất.

Trưởng Ban Tôn Giáo Chính Phủ bình luận

Ngày 30 tháng 9, 2008, Đại Sứ Michalak gửi công điện phúc trình cuộc họp của bà phó Đại Sứ Mỹ (Virginia Palmer) với ông Nguyễn Thế Doanh, Trưởng Ban Tôn Giáo Chính Phủ, vào ngày 29/9/2008.

Ông Doanh khẳng định là UBND thành phố Hà Nội làm gương trong việc đáp ứng với các cuộc tranh chấp đất của người Công giáo nhưng cảnh cáo là họ không được gây "mất trật tự xã hội."

Ông Doanh nhấn mạnh các nỗ lực đăng ký các hội thánh Tin Lành ở phía Bắc Việt Nam và tổ chức huấn luyện về các quy định đăng ký cho các viên chức cầm quyền địa phương. Tuy nhiên, ông thừa nhận là đăng ký các hội thánh Tin Lành ở khu vực Tây Bắc chậm hơn ở những nơi khác. Ông cả quyết Ban Tôn Giáo Chính Phủ ủng hộ việc in kinh thánh bằng tiếng Hmong, mô tả những trở ngại là vấn đề kỹ thuật về công nhận một loại chữ Hmong mới.

Trong cuộc gặp mặt ngày 29 tháng 9, 2008 với bà phó đại sứ, ông Doanh cả quyết là những căng thẳng gần đây giữa nhà cầm quyền thành phố Hà Nội và nhà thờ Công Giáo là vấn đề tài sản chứ không phải các vấn đề tôn giáo. Ông nhấn mạnh rằng các vấn đề đất đai nói chung thì "dài và phức tạp" tại Việt Nam. Ông cảnh cáo người Công Giáo không được "gây mất trật tự xã hội" khi tranh chấp đất ở Thái Hà và Nhà Chung (Tòa Khâm Sứ).

Phó đại sứ đáp lời rằng các lãnh tụ Công Giáo cho biết họ đã tới cơ quan chính quyền thành phố suốt một thời gian dài, trong một số trường hợp dài đến 8 năm, để cố giải quyết vấn đề đất đai nhưng không thấy được trả lời.

Những lời lẽ gay gắt trên hệ thống báo đài của nhà cầm quyền, đặc biệt những lời công kích Tổng Giám Mục Ngô Quang Kiệt, đã làm suy giảm các nỗ lực giải quyết tranh chấp, phó đại sứ nhấn mạnh.

Ông Doanh nói Ban Tôn Giáo Chính Phủ mở các lớp huấn luyện về luật lệ tôn giáo tại các tỉnh Cao Bằng, Điện Biên, Lào Cai và Tuyên Quang để làm tăng hiểu biết của các viên chức về luật lệ tôn giáo cũng như giúp các người đứng đầu các tổ chức tôn giáo biết những điều cần thiết về thủ tục đăng ký.

Ông Doanh thừa nhận việc đăng ký các hội thánh Tin Lành ở khu vực Tây Bắc chậm hơn khu vực Tây Nguyên vì "địa hình làm cho khó khăn hơn" khi đến một số khu vực. Cho đến nay Ban Tôn Giáo Chính Phủ mới đăng ký được khoảng 110 hội thánh ở khu vực Tây Bắc và dự trù đến cuối năm 2008 thì đăng ký được khoảng 200 hội thánh, ông Doanh nói. Ông đồng ý rằng nhà cầm quyền địa phương tại một số khu vực không áp dụng luật lệ như những nơi khác và nhấn mạnh là Ban Tôn Giáo Chính Phủ liên tục nhắc nhở các viên chức địa phương phải tiến hành đúng thủ tục.

Bà phó đại sứ áp lực ông Doanh tiến hành nhanh các vụ đăng ký để bảo đảm nhà cầm quyền ở các địa phương không từ chối các đơn đăng ký từ những hội thánh đã nộp đơn. Bà phó đại sứ nêu trường hợp của mục sư hội thánh Báp-tít là Mục Sư Nguyễn Chí Hướng bị nhà cầm quyền thành phố Đà Nẵng vu cho là "kẻ phạm pháp" nhưng thật ra ông chỉ là người giảng đạo mà không có đăng ký hợp lệ.

Bà phó đại sứ lưu ý là Pháp Lệnh Tự Do Tôn Giáo Tín Ngưỡng có hiệu lực từ năm 2005 đưa ra một tiến trình minh bạch về đăng ký. Khi người ta xin đăng ký, hoặc nhà cầm quyền phải đăng ký hoặc nêu rõ những lý do rõ rệt tại sao họ không được chấp thuận.

Theo pháp lệnh đó, hội thánh nào đã nộp đơn đăng ký để được công nhận chính thức mà trong khi chờ đợi câu trả lời cuối cùng thì được phép hoạt động căn bản như là đã được đăng ký đầy đủ rồi. Bà phó đại sứ lưu ý ông Doanh là một số nhà cầm quyền địa phương đi ngược lại ý hướng của pháp lệnh, bằng cách từ chối không nhận đơn đăng ký của các hội thánh không được các viên chức địa phương ưa chuộng. Ông Doanh nhìn nhận luật lệ không được áp dụng đồng đều và hứa sẽ nhìn vào vấn đề này.

Ông Doanh nhấn mạnh Ban Tôn Giáo Chính Phủ ủng hộ việc in kinh thánh bằng tiếng Hmong nhưng chỉ vì nhà cầm quyền CSVN chưa công nhận chữ viết mới của người Hmong. Ban Tôn

Giáo Chính Phủ không có quyền công nhận thứ tiếng mới, ông ta giải thích, nên vấn đề phải do Bộ Giáo Dục và Đào Tạo giải quyết.

Bà phó đại sứ cho hay ông đại sứ sẽ nêu vấn đề này với Bộ trưởng Bộ Giáo Dục và Đào Tạo nhưng thúc giục ông Doanh cùng thúc đẩy vấn đề.

Đại Sứ và Tổng Giám Mục Hà Nội thảo luận

Cuối một bản công điện khác cũng để ngày 30 tháng 9, 2008 không thấy ghi tên người gửi, nói về buổi thảo luận giữa Đại Sứ Michael Michalak với Tổng Giám Mục Tổng Giáo Phận Hà Nội là Đức Cha Ngô Quang Kiệt.

Sau ngày bà phó đại sứ tới gặp Trưởng ban Tôn Giáo Chính Phủ, ngày 30 tháng 9 ông Đại Sứ Michalak tới thăm Tổng Giám Mục Ngô Quang Kiệt vốn đang căng thẳng với các cuộc thắp nến cầu nguyện đòi lại tài sản.

Tiếp tục cải thiện nhưng giới hạn vươn ra xã hội

Bản công điện viết Đức Cha Kiệt công nhận, nói chung, Giáo Hội Công Giáo tiếp tục được hưởng nhiều tự do hơn khi tổ chức các sinh hoạt cũng như đến với giáo dân.

Bằng chứng, ông Tổng Giám Mục nêu ra sự kiện các chủng viện Công Giáo bây giờ có thể tuyển chọn chủng sinh hàng năm và giáo hội có thể bổ nhiệm các linh mục với ít sự can thiệp của nhà cầm quyền hơn. Ông nói Giáo Hội cũng gia tăng tiếp xúc với các tín đồ Công Giáo ở những vùng hẻo lánh xa xôi trên vùng cao.

Tuy nhiên, ông lưu ý là giáo hội vẫn tiếp tục gặp khó khăn đối với các sáng kiến về y tế và giáo dục. Ông giải thích là các nữ tu và tu sĩ phải đấu tranh với cùng một sự tham nhũng và sự kiểm soát của nhà cầm quyền tương tự như những nhóm độc lập khác gặp phải.

Mô tả chuyến đi của ông đến Quận Cam California hồi Tháng 8, ông Tổng giám mục nói rằng ông coi việc tạo ra một mối quan hệ "giáo phận chị em" như là sự đóng góp vào mối quan hệ song phương tương tự như quan hệ doanh nghiệp và trao đổi thể thao, giúp xây dựng quan hệ giữa người với người.

Bực mình vì chuyện Thái Hà, Tòa Khâm Sứ

Tổng Giám Mục Kiệt bày tỏ sự bực mình về những biến cố xảy ra gần đây ở giáo xứ Thái Hà và Tòa Khâm Sứ cũ. Ông nhấn mạnh các buổi biểu tình và thắp nến cầu nguyện ở cả hai địa điểm đều rất ôn hòa và tôn trọng. Nhưng nhà cầm quyền đã ép giáo dân đối đầu rồi bất ngờ biến các tài sản của Tòa Tổng Giám Mục thành công viên. Ông nêu ra vụ đánh đập thông tín viên hãng thông tấn AP và việc bắt giam một số tín đồ Công giáo như những thí dụ đặc biệt quá trớn của nhà cầm quyền CSVN không tôn trọng nhân quyền. Dựa vào những lời đồn đãi, ông mô tả có sự tranh chấp nội bộ giữa hai phe cải cách và bảo thủ ở trong đảng CSVN. Ông cho biết có một số chức sắc mà ông cho là họ muốn làm trung gian cho một thỏa hiệp hồi đầu năm bây giờ không thấy tới tiếp xúc với ông nữa.

Được hỏi về quan điểm của ông là khi nào cuộc tranh chấp đòi tài sản sẽ chấm dứt, Tổng Giám Mục nói rằng Giáo Hội đã nhiều lần chứng tỏ sự sẵn sàng thỏa hiệp. Ở Hà Nội, Giáo Hội chỉ tranh chấp một số rất ít các tài sản trên tổng số 95 cơ sở đã bị nhà cầm quyền cưỡng chiếm trong giai đoạn từ thập niên 1950 đến 1960, như vậy cũng đã là sự nhượng bộ lớn lao rồi, Tổng Giám Mục nhấn mạnh.

Ông nhấn mạnh Giáo Hội đã đề ra nguyên tắc là không tranh chấp các tài sản được sử dụng cho ích lợi của người dân. Thí dụ, đất được biến thành nhà thương hay trường học. Những gì bị coi là không hợp lý như khi tài sản của giáo hội bị đem dùng cho những mục tiêu kiếm lời hay trần tục.

Dùng một thứ ngôn ngữ xúc động tiêu biểu, vị Tổng Giám Mục bình thường trầm lặng mô tả kế hoạch có tính nhục mạ (giáo hội) lúc đầu muốn biến Tòa Khâm Sứ cũ, vào cuối năm 2007, thành một trung tâm giải trí trong đó có cả nhảy đầm và hát karaoke.

Hoa Kỳ đã khuyến khích nhà cầm quyền CSVN cho phép các cá nhân có quan điểm khác biệt quyền diễn tả quan điểm của họ một cách ôn hòa, ông đại sứ nhấn mạnh rằng các viên chức chính phủ Hoa Kỳ sẽ tiếp tục tiếp xúc với người dân trong toàn xã hội để hiểu toàn thể về các sự phát triển của Việt Nam.

Tổng Giám Mục Kiệt nói tu sĩ và tín đồ cảm ơn những lần thăm gần đây của Tòa Đại Sứ tới Thái Hà và Tòa Khâm Sứ. Để cập tới bản phúc trình ngày 19 tháng 9 của Bộ Ngoại Giao Hoa Kỳ về tình hình tự do tôn giáo trên thế giới, ông bầy tỏ sự thất vọng về những điều nhìn nhận công khai là có sự tiến bộ về mở rộng tự do tôn giáo ở Việt Nam.

Đại Sứ trả lời rằng Hoa Kỳ thường xuyên áp lực Việt Nam mở rộng tự do tôn giáo và cho phép tự do báo chí và chính trị nhiều hơn. Trong khi Hoa Kỳ không nghiêng về bên nào đối với các vấn đề luật pháp và lịch sử phức tạp liên quan đến các cuộc tranh chấp đất đai tài sản của Giáo Hội, cá nhân đại sứ đã kêu gọi nhà cầm quyền tìm kiếm một cơ chế để giải quyết các khác biệt với Giáo Hội một cách ôn hòa, công bằng và trong vòng luật pháp.

Quan hệ với Tòa Thánh

Tổng Giám Mục Ngô Quang Kiệt nói rằng Tòa Thánh Vatican không tham dự một cách cụ thể vào các vụ đòi tài sản đất đai. Ông cho vụ này không đủ nghiêm trọng để Tòa Thánh can thiệp. Ông khẳng định là Việt Nam và Tòa Thánh Vatican tiếp tục mở các cuộc thảo luận hàng năm như đã từng diễn ra trong một thập niên rưỡi vừa qua.

Nhưng bất hạnh thay, dù có những dấu hiệu tích cực khi ông Thủ Tướng Nguyễn Tấn Dũng triều kiến Đức Giáo Hoàng hai năm trước đây, tiến bộ có nhích lên nhưng triển vọng bình thường hóa quan hệ ngoại giao vẫn còn xa vời.

Cuối cùng, bản công điện đưa lời bình luận rằng cùng với cuộc tiếp xúc với Tổng Giám Mục, tòa đại sứ đã nhấn mạnh trong các cuộc tiếp xúc với các Bộ Ngoại Giao, Bộ Công An và Ban Tôn Giáo Chính Phủ, Văn Phòng Chính Phủ về sự cần thiết tìm một giải pháp minh bạch, công bằng cho các cuộc tranh chấp đất đai trên cả nước Việt Nam. Đồng thời lưu ý họ đến tác động tiêu cực đối với hình ảnh nước Việt Nam khi không khoan nhượng các cuộc phản đối ôn hòa hai tuần lễ vừa qua.

Công điện:

- "Police detain seven Catholics involved in protests over property in Hanoi," 29/8/2008, từ Michael Michalak, Đại Sứ Hoa Kỳ tại Hà Nội. Loại bảo mật: Không bảo mật. http://wikileaks.org/cable/2008/08/08HANOI1007.html

- "Das Marciel meets Hanoi archbishop, discusses church land disputes," 15/9/2008, từ Tòa Đại Sứ Hoa Kỳ tại Hà Nội, không thấy tên người gửi ở cuối công điện. Loại bảo mật: Không bảo mật. http://wikileaks.org/cable/2008/09/08HANOI1057.html

- "Catholics protest GVN action, police seize land at Thai Ha parish," 22/9/2008, từ Michael Michalak, Đại Sứ Hoa Kỳ tại Hà Nội. Loại bảo mật: Không bảo mật. http://wikileaks.org/cable/2008/09/08HANOI1093.html

- "Cra Chairman comments on Catholic land issues and registration of protestant groups," 30/9/2008, từ Michael Michalak, Đại Sứ Hoa Kỳ tại Hà Nội. Loại bảo mật: Không bảo mật. http://wikileaks.org/cable/2008/09/08HANOI1122.html

- "Ambassador, Hanoi Archbishop discuss church land disputes, religious freedom, Vatican relations," 30/9/2008, từ Tòa Đại Sứ Hoa Kỳ tại Hà Nội, không thấy tên người gửi ở cuối công điện. Loại bảo mật: Không bảo mật. http://wikileaks.org/cable/2008/09/08HANOI1120.html

Biến đất bị Công Giáo
đòi thành 2 công viên

Nam Phương

[2008] Sau khi giải tán được các cuộc biểu tình, thắp nến cầu nguyện của giáo dân Công Giáo tại Thái Hà và Tòa Khâm Sứ, nhà cầm quyền thành phố Hà Nội tổ chức cắt băng khánh thành 2 công viên mới vào các ngày 3 và 8 tháng 10, 2008 trên các khu đất bị Tòa Tổng Giám Mục Hà Nội và Giáo xứ Thái Hà đòi trả lại sau nhiều năm cưỡng chiếm.

Cơ sở Tòa Khâm Sứ cũ (tư dinh của Khâm Sứ Tòa Thánh Vatican) bây giờ bị biến thành thư viện. Các cuộc biểu tình dưới hình thức thắp nến cầu nguyện tại 2 địa điểm đã ngừng lại. Lối vào các nơi này đã được làm lại lề đường và lại được mở ra cho công chúng qua lại.

Sự hiện diện rất rõ nét của công an tại cả hai công viên, cả sắc phục và thường phục.

"No further comment needed."

Tham vụ chính trị tòa đại sứ đến thăm cả hai công viên ngày 10 tháng 10, 2008 và quan sát thấy hàng chục nhân viên an ninh tại những nơi này. Công viên ở khu đất của giáo xứ Thái Hà được đặt tên là "Công viên 1-6" theo Ngày Quốc Tế Thiếu Nhi.

Khi làm công viên, một số tòa nhà ở đây từng là trụ sở của một số công ty quốc doanh đã bị phá bỏ. Cửa sau của công viên đi vào giáo xứ Thái Hà, trước đây giáo dân dùng để đi vào con đường bên cạnh khu đất tranh chấp, nay bị nhà cầm quyền rào lại và có công an đứng gần đó.

Công viên ở đất Tòa Khâm Sứ cũ trên phố Nhà Chung thì được đặt tên là "Công Viên Hàng Trống," đặt tên theo khu vực thành phố có phường Hàng Trống.

Các nguồn tin cho chúng tôi biết nhà cầm quyền mỗi phường được yêu cầu cung cấp công an dân phòng cho công viên Hàng Trống để bảo đảm các buổi thắp nến cầu nguyện của giáo dân Công Giáo không còn tái diễn.

Báo chí truyền thông nhà nước gần đây đưa tin hai giáo dân giáo xứ Thái Hà bị bắt giam trước đây đã được thả. Họ bị cáo buộc phá đổ bức tường xây quanh khu vực tranh chấp. Tham vụ chính trị tòa đại sứ nói chuyện với một số linh mục Thái Hà thì được xác nhận là chỉ còn 2 giáo dân bị giam giữ và bị truy tố tội phá hủy tài sản nhà nước và gây rối trật tự công cộng.

Sau nhiều tuần lễ thắp nến cầu nguyện với quy mô lớn, sự bế tắc căng thẳng dường như đã qua đi khi nhà cầm quyền hành động nhanh chóng, biến các khu đất bị đòi trở thành công viên, sau nhiều tháng không hành động gì.

Giáo dân Công Giáo đã đặc biệt giận dữ vì các dự tính biến những nơi đó thành các cơ sở kinh doanh kiếm tiền. Nên khi biến chúng thành công viên và thư viện có lẽ đã làm người ta nguôi ngoai.

Bài học về dối gạt

Ngày 17 tháng 10, 2008, Tòa Đại Sứ Mỹ tại Hà Nội gửi bản công điện về Bộ Ngoại Giao phúc trình về cuộc thuyết trình của nhà cầm quyền thành phố Hà Nội cho viên chức ngoại giao của một số quốc gia về yêu sách đòi trả đất của người Công Giáo ở Hà Nội.

Ngày 15 tháng 10, 2008, chủ tịch UBND thành phố Hà Nội, Nguyễn Thế Thảo, mời một số nhà ngoại giao cấp cao (của một số sứ quán quan tâm đến nhân quyền) để trình bày vấn đề theo cách giải thích của họ.

Ở phần đầu bản công điện này, sau khi ông Thảo giải thích dài dòng và có tính cách kỹ thuật về lai lịch và pháp lý của các khu đất đang bị Công Giáo đòi trả lại, một số chức sắc nhà nước đả kích Tổng Giám Mục Ngô Quang Kiệt là *gây rối trật tự xã hội và bất mãn quần chúng.*

Phó chủ tịch UBND thành phố khẳng định là nhà cầm quyền Việt Nam đã yêu cầu Hội Đồng Giám Mục Việt Nam thuyên chuyển

Tổng Giám Mục Kiệt đi khỏi Hà Nội. Buổi thuyết trình không lọt lỗ tai phần đông những người phải ngồi nghe - mà những bản tin báo đài nhà nước tán dương sau đó thì nói ngược lại. Bà phó đại sứ Mỹ và các nhà ngoại giao khác đã lên tiếng bày tỏ sự quan ngại về cách nhà cầm quyền giải quyết trong tất cả vụ việc tranh chấp.

Giáo dân Thái Hà cầu nguyện đòi đất vào ngày 7 tháng 4, 2008.
(Hình: Hà Nội Mới)

Nhà cầm quyền thành phố mời cả đại sứ và phó đại sứ tham dự. Cuộc thuyết trình ngoài ông Thảo, còn có ông phó của ông Thảo, Giám Đốc Công An thành phố là Tướng Nguyễn Đức Nhanh, một số đại diện của Bộ Ngoại Giao và Ban Tôn Giáo Chính Phủ. Một số đại diện các cơ quan truyền thông của nhà nước cũng có mặt.

Mở đầu buổi thuyết trình, Phó Chủ Tịch UBND thành phố Vũ Hồng Khanh trình bày bối cảnh phức tạp về pháp lý và lịch sử của các tài sản, nhấn mạnh cả hai khu đất trước đây đều thuộc Giáo Hội Công Giáo, nhưng họ đã tự nguyện trao cho nhà nước hồi thập niên 1960 khi có phong trào cải cách đất đai.

"Nhiều khu đất đã được giao cho nhà nước quản lý khi đang có chiến tranh hoặc trước đó, đến nay vẫn chưa được tận dụng." Ông Khanh nhấn mạnh như thế và nói thêm rằng yêu sách của người Công Giáo không phù hợp với tinh thần hoặc nội dung luật đất đai hiện hành cũng như Nghị Quyết số 23 của Quốc Hội.

(Chú thích của người dịch: Nghị quyết số 23/2003/QH11 về nhà đất do Nhà Nước đã quản lý, bố trí sử dụng trong quá trình thực hiện các chính sách quản lý nhà đất và chính sách cải tạo xã hội chủ nghĩa trước ngày 1 tháng 7 năm 1991, tức là cái gì đã chiếm lâu rồi thì không trả nữa.)

Theo lời ông Khanh, "nhà cầm quyền thành phố mời các linh mục phụ trách nhà ở của Tòa Tổng Giám Mục và giáo xứ Thái Hà tới thảo luận về vấn đề (đòi đất) và để nghị cho họ đất những chỗ khác. Tuy nhiên, thay vì ngồi xuống với viên chức thành phố để nói chuyện, các nhà tu gồm cả Tổng Giám Mục Ngô Quang Kiệt và Cha Vũ Khởi Phụng, cha bề trên của Thái Hà, lại tổ chức biểu tình và ngồi ăn vạ (sit-ins)."

(Chú thích của bản công điện: Tổng Giám Mục nói với chúng tôi hồi tháng 9 là Tòa tổng Giám Mục đã gửi văn thư hàng năm, suốt 7 năm liền để nêu yêu sách chủ quyền, nhưng chưa hề được trả lời. Lời ông Khanh đã lờ sự phản đối của Tòa Tổng Giám Mục về việc bán khu đất cho một nhà thầu tư nhân chuẩn bị xây cất cơ sở kinh doanh gồm cả hát karaoke. Hết chú thích.)

Hơn nữa, theo lời ông Khanh, các vị lãnh tụ giáo hội ở địa phương, gồm cả Tổng Giám Mục "đã kích động những người giáo dân thiếu hiểu biết trong cũng như ngoài Hà Nội để họ hành động trái pháp luật."

Dẫn bằng chứng, ông Khanh nêu ra việc giáo dân phá cổng ở Thái Hà, việc lập bàn thờ với tượng ảnh và thánh giá và tung tin bịa đặt trên Internet. Vì những cố gắng kích động "mất trật tự xã hội và bất mãn quần chúng," nhà cầm quyền thành phố quyết định lấy lại các khu đất và xây dựng công viên cho công chúng sử dụng.

Phó Chủ Tịch UBND Khanh nói nhà cầm quyền thành phố đã đưa giấy cảnh cáo Tổng Giám Mục Ngô Quang Kiệt, cha bề trên Vũ Khởi Phụng và các tu sĩ khác. Họ cũng đã yêu cầu Hội Đồng Giám Mục Việt Nam thuyên chuyển Tổng Giám Mục Kiệt ra khỏi Hà Nội.

Để trả lời các câu hỏi xoáy vào đích thực vấn đề của các nhà ngoại giao, ông Khanh nói trong khi chính quyền tôn trọng quyền tự do tôn giáo và tự do phát biểu, các hoạt động tôn giáo phải tuân thủ luật pháp. Các yêu sách đòi đất của Giáo Hội Công Giáo là sai lầm, và những hành động gần đây của một số tu sĩ và giáo dân vi phạm pháp luật, ông Khanh nói.

Bà phó đại sứ hỏi tại sao nhà cầm quyền thấy cần phải đổi Tổng Giám Mục Kiệt và một số tu sĩ khác đi khỏi Hà Nội. Bà nhấn mạnh rằng điều này khó giải thích việc làm của nhà cầm quyền Việt Nam với dư luận Mỹ đầy nghi ngờ. Bà thúc giục cho người dân quyền tự do phát biểu và tìm một cơ chế để giải quyết tranh chấp như những chuyện này một cách hợp lý, công bằng và trong vòng luật pháp.

Lời bình luận ở cuối bản công điện là cuộc thuyết trình thật quá sức tưởng tượng. Thế mà sang ngày hôm sau, báo Hà Nội Mới đưa ra một bài tường thuật độc đoán: *"[Bà phó đại sứ] cảm ơn đường lối giải quyết vấn đề. Bà nói: 'Chúng tôi luôn luôn thông báo cho chính phủ và nhân dân ở nước chúng tôi rằng tất cả những cái này chỉ thuần túy là khiếu kiện đất đai, chẳng có gì liên quan đến giới hạn quyền tự do tôn giáo và quyền tự do phát biểu.' [Bà] bày tỏ hy vọng rằng Hà Nội sẽ giải quyết hiệu quả những vụ việc khác tương tự trong tương lai."*

Không cần phải bình luận gì thêm nữa.

Công điện:

- "GVN opens parks and library on disputed Catholic land and authorities release Catholic detainees," 10/10/2008, từ Virginia E. Palmer, Phó Đại Sứ Hoa Kỳ tại Hà Nội. Loại bảo mật: Không bảo mật. http://wikileaks.org/cable/2008/10/08HANOI1165.html

- "A lesson in double-speak - Hanoi authorities brief foreign missions on Catholic land claims," 17/10/2008, từ Đại Sứ Hoa Kỳ tại Hà Nội, không ghi tên người gửi. Loại bảo mật: Không bảo mật. http://wikileaks.org/cable/2008/10/08HANOI1187.html

Tám giáo dân Thái Hà
ra tòa sơ thẩm

Nam Phương

[2008] Bốn bản công điện, từ cuối tháng 10 đến giữa tháng 12, được Tòa Đài Sứ Mỹ tại Hà Nội và Tòa Tổng Lãnh Sự tại Sài Gòn gửi về Hoa Thịnh Đốn phúc trình về việc nhà cầm quyền Việt Nam đưa các giáo dân Công giáo tại Thái Hà ra tòa và giáo dân Công Giáo ở khắp nơi tổ chức thắp nến cầu nguyện cho họ được bằng an, tai qua nạn khỏi.

Bản công điện ngày 24 tháng 10, 2008 gửi từ Hà Nội phúc trình rằng, *"Công an thành phố Hà Nội đã có kết luận điều tra về 8 giáo dân tham dự vào việc phá đổ một phần bức tường dựng chung quanh khu đất mà giáo xứ Thái Hà đòi nhà cầm quyền phải trả lại, theo các tin tức đọc được trên Inter-net và lời xác nhận của các linh mục giáo xứ Thái Hà."*

Công an đề nghị Viện Kiểm Sát (công tố) truy tố 8 cá nhân về tội "gây rối trật tự công cộng." Đầu tiên, công an đe dọa truy tố họ với tội danh nặng hơn, tức là tội "phá hủy và cố ý gây hư hại tài sản."

"China wanted to exploit the sub-region's natural resources, again to spur development in Guangxi and Yunnan."

Từ đây, Viện Kiểm Sát sẽ xem xét bằng chứng do công an chuyển giao để ra quyết định có nên theo đề nghị của công an hay không. Nếu vậy, Viện Kiểm Sát sẽ chính thức nộp hồ sơ khởi tố họ tại tòa án. Sau đó, tòa án sẽ xem xét rồi quyết định là có đủ bằng cớ để tiến hành xử án hay không.

Thế nhưng, theo công điện, "Các linh mục Thái Hà đã kiểm

chứng thấy còn 2 giáo dân vẫn bị giam giữ nhưng phỏng đoán rằng nếu vụ việc bị lôi ra tòa thì cả 8 giáo dân liên quan nhiều phần chỉ bị phạt 'cải tạo không giam giữ' và không phải ở tù. Với sự kiện những người này đã bị truy tố với các tội danh nhẹ hơn, các linh mục tin rằng những ai còn đang bị giam sẽ được trả tự do khi có bản án."

"Các linh mục Thái Hà xác nhận rằng họ hàng ngày vẫn thực hiện các buổi thắp nến cầu nguyện sau thánh lễ chiều đôi khi với sự tham dự của giáo dân lên hàng trăm người. Tuy nhiên các linh mục chọn tổ chức thắp nến cầu nguyện ở trong sân nhà thờ chứ không phải ở chỗ đòi đất, nay đã biến thành công viên."

"Trong những buổi thắp nến gần đây nhất từ khi bắt đầu trở lại ngày 14 tháng 8, 2008 tại khu đất gần nhà thờ Thái Hà, hàng ngàn giáo dân Công Giáo ở miền Bắc Việt Nam đã quy tụ về đây cầu nguyện hơn một tháng."

Khi các buổi cầu nguyện tái diễn, công an ban đầu đe dọa bắt giữ tất cả mọi người tham dự, gồm cả các linh mục. Một dấu hiệu tương đối tích cực là công an chấm dứt cuộc điều tra chỉ truy tố có 8 người bị coi như cầm đầu những người phá đổ bức tường chung quanh khu đất, với cáo buộc nhẹ hơn "gây rối trật tự công cộng."

Căng thẳng trở lại Thái Hà

Ngày 20 tháng 11, 2008, Đại Sứ Michalak gửi phúc trình nói sau 2 tháng tương đối yên tĩnh, căng thẳng lại bùng lên ở giáo xứ Thái Hà dưới quyền quản nhiệm của các cha Dòng Chúa Cứu Thế.

Công điện viết, *"Theo các vị linh mục, ngày 15 tháng 11, 2008, viên chức cầm quyền địa phương có hàng chục 'dân phòng' tháp tùng đòi nói chuyện với cha xứ nhưng bị từ chối. Sau một tiếng đồng hồ không làm được gì, đám viên chức và những kẻ hộ tống đến đe dọa, đã bỏ đi. Trong khi có vẻ nhẹ nhàng hơn là các bản tin tường thuật trên Internet của các tổ chức thông tin Internet nói nhà thờ Thái Hà bị đập phá, vụ việc làm nổi bật những âu lo liên quan đến sự tranh chấp tài sản cũng như các giáo dân địa phương giữ vững quyết định tranh đấu."*

"Có vẻ như đó là hành động khiêu khích cố ý, phó chủ tịch UBND phường Quang Trung, công an địa phương, một đại diện của

Mặt Trận Tổ Quốc ở phường đến nhà thờ Thái Hà vào tối ngày 15 tháng 11, 2008 và đòi gặp cha xứ Vũ Khởi Phụng."

Theo Linh Mục Phụng và các linh mục khác của nhà dòng kể lại, các viên chức vừa nói có hàng chục "dân phòng" tháp tùng định phá cổng để vào nhà thờ. Nói với Tham Vụ Chính Trị Tòa Đại Sứ vào ngày 19 tháng 11, 2008, cha Phụng kể lại rằng ông từ chối gặp các viên chức trên và yêu cầu họ trở lại vào ban ngày hôm sau. Cha nói ông sợ các ông cha không thể đối phó với số người đông đảo đi theo các viên chức. Họ đe dọa gọi công an để đưa cha Phụng đi thẩm vấn nhưng cha đã không tuân lệnh, mà các viên chức phường cũng không thi hành lời đe dọa.

Các giáo dân Thái Hà ra tòa sơ thẩm hôm 8 tháng 12, 2008.
(Hình: AFP/Getty Images)

"Vào lúc này, các cha đã rung chuông nhà thờ gọi tín hữu đến," cha Phụng nói. Hàng chục giáo dân đã đến nhà thờ nhưng bị công an đuổi quay về. Sau khoảng một giờ, các viên chức phường và đám dân phòng bỏ đi.

Ngày 18 tháng 11, 2008, phát ngôn viên Bộ Ngoại Giao Việt Nam Lê Dũng phủ nhận các tin tức phổ biến trên Internet là hàng trăm côn đồ của nhà cầm quyền đã lục soát nhà nguyện. Trong cuộc thăm viếng ngắn sau khi nói chuyện với cha Phụng, Tham Tán Chính Trị Tòa Đại Sứ không thấy có sự hư hại nào của nhà dòng nhìn nhận ra, cả nhà nguyện hay khu vực chung quanh.

Linh Mục Vũ Khởi Phụng đoán rằng biến cố gần đây có thể do nhà cầm quyền địa phương muốn đòi lại miếng đất sát tu viện mà giáo xứ xây một nhà nguyện nhỏ hồi năm 2007 với sự thỏa thuận ngầm của công ty quốc doanh được giao cho miếng đất này nhưng không có sự chấp thuận trực tiếp của nhà nước.

Phát ngôn viên Bộ Ngoại Giao Lê Dũng ám chỉ điều này khi ông ta nói, *"Theo các cơ quan liên quan của thành phố Hà Nội, một số giáo dân Thái Hà đã xây dựng trái phép một căn nhà trên lô đất do công ty Xi Măng, Vận Tải và Vật Liệu và Công ty Điện Lực Hà Nội đóng ở đây."*

Cha Phụng nói các chức sắc địa phương vẫn còn tức giận với giáo xứ vì các tin tức tiêu cực suốt năm qua, về các buổi thắp nến cầu nguyện công khai và rất lớn.

Cuối bản công điện này, Đại Sứ Michalak nhận định rằng trong khi các câu chuyện về cuộc tấn công vào nhà xứ Thái Hà trên Internet rõ rệt bị thổi phồng, các linh mục của giáo xứ có lý do để nghi ngờ.

Một vụ dân phòng cầm búa tấn công vào một đêm trước đây, đêm 21 tháng 9, 2008, đã làm hư hại các pho tượng chung quanh nhà nguyện cũng như một số cửa của nhà nguyện trong khi lực lượng công an đứng quanh đó mà không làm gì.

Căng thẳng rõ rệt vẫn còn cao. Biến cố cũng biểu lộ rằng trong khi nhà cầm quyền đạt được thắng lợi chiến thuật bằng cách xây dựng công viên trên tài sản tranh chấp, giáo dân Công Giáo địa phương vẫn nhất định bảo vệ giáo xứ và các linh mục của họ.

Không kết án tù

Bản công điện ngày 9 tháng 12, 2008 (tức một ngày sau khi có phiên tòa) do Đại Sứ Michalak gửi tường thuật lại phiên xử của tòa án quận Đống Đa ngày 8 tháng 12, 2008 truy tố 8 giáo dân về tội phá hoại tài sản nhà nước và gây rối trật tự công cộng.

Trong đó, 7 trong số 8 giáo dân ra tòa bị án treo, một giáo dân chỉ bị cảnh cáo. Các bị cáo rất kiên cường suốt phiên xử, lý luận rằng họ không vi phạm gì cả. Khoảng 1,000 giáo dân Công Giáo chờ kết quả phiên xử bên ngoài tòa án, trong khi an ninh siết chặt chẽ. Tin không có ai bị án tù làm họ reo hò mừng rỡ.

"Phiên tòa Thái Hà" như mọi người nói vậy, là một biến cố nổi bật và bản án nhẹ hiển nhiên đã được chỉ thị từ trên cao. Dù giữ lập trường cứng rắn trong vấn đề tranh chấp, nhà cầm quyền có vẻ muốn duy trì - ngay như muốn cải thiện - các quan hệ với Giáo Hội Công Giáo.

Trong các cuộc thắp nến cầu nguyện kéo dài, các linh mục và giáo dân Thái Hà tái diễn bất tuân các lời kêu gọi giải tán của nhà cầm quyền thành phố và địa phương, bình thường có thể bị coi là vi phạm nghiêm trọng. Trong hàng ngàn người tham gia các buổi thắp nến cầu nguyện ở Thái Hà và phố Nhà Chung, chỉ có 8 người bị truy tố với các tội nhẹ và không bị án tù.

Phiên tòa

Ngày 8 tháng 12, 2008, tám giáo dân Công Giáo Thái Hà bị ra tòa án quận Đống Đa, liên quan đến các buổi cầu nguyện đòi đất đai tái diễn từ Tháng Tám. Cả 8 người tuổi từ 21 đến 63 đối diện với hai tội. Tội thứ nhất, phá hoại tài sản nhà nước, chú trọng về vài trò của các bị cáo khi phá đổ bức tường vây quanh khu tài sản tranh chấp. Tội thứ hai, gây rối trật tự công cộng, chú trọng vào những buổi biểu tình tiếp diễn sau đó, đặc biệt là sự cáo buộc các buổi cầu nguyện cản trở xe cộ lưu thông, gây ồn buổi sáng sớm và buổi chiều tối, cản trở lớp học của trường gần đó. Phiên xử do Thẩm Phán Hiền chủ tọa với 2 phụ thẩm.

Ngoài Tham Vụ Chính Trị Tòa Đại Sứ (Mỹ), còn có viên chức ngoại giao thuộc các Tòa Đại Sứ Úc, Cộng Hòa Czech (đại diện Liên Hiệp Châu Âu) và Na Uy được phép theo dõi phiên xử. Một nhà ngoại giao Thụy Điển không được phép vào. Hai nhà báo ngoại quốc (đại diện của AFP và NPR) và khoảng hai chục ký giả nhà nước cũng dự khán, trong khi hai hãng thông tấn Reuters và AP bị từ chối. Công an không cho các nhà ngoại giao và ký giả vào phòng xử mà phải nhìn qua màn hình nội bộ từ một phòng bên cạnh.

Hơn một ngàn giáo dân và các người ủng hộ các giáo dân bị lôi ra tòa đã đi diễn hành trên phố từ nhà xứ Thái Hà tới tòa án quận Đống Đa. Nhiều người tay cầm cành thiên tuế và đeo ảnh Đức Mẹ Maria Đồng Trinh ở trên cổ. Hàng trăm công an, gồm cả cảnh sát chống bạo động trang bị đầy đủ siết chặt an ninh khu vực.

Khi giáo dân tới trước trụ sở tòa án, họ tranh luận với viên chức địa phương để đòi vào phòng xử. Cuối cùng, công an đồng ý cho phép 4 linh mục và một nhóm nhỏ thân nhân những người bị ra tòa. Suốt cả ngày, đám đông hát và cầu nguyện trong ôn hòa để hỗ trợ cho 8 bị cáo.

Vụ kiện

Trong 8 bị cáo, có 2 bị cáo là bị giam cho tới ngày xử. Bà Nguyễn Thị Nhi bị giam 3 tháng, còn bà Ngô Thị Dung bị giam hơn 2 tháng. Những bị cáo kia bị bắt hồi tháng 8 và tháng 9 nhưng được thả ra sau đó với thời gian khác nhau từ giam giữ hai tuần đến hơn một tháng. Bà Nhi và bà Dung ngồi ở hàng đầu trong phòng xử với 3 công an ngồi ở hai bên và ở giữa họ. Sáu bị cáo còn lại ngồi đằng sau họ và đeo thánh giá lớn ở trên cổ.

Phần lớn thời gian phiên tòa, kiểm sát viên và thẩm phán đọc các bản cáo trạng của 8 bị cáo, hỏi họ về các hoạt động của họ ở giáo xứ, liệt kê từng buổi thắp nến cầu nguyện diễn ra tại địa điểm tranh chấp hơn 8 tháng qua. Tại một vài lúc trong phiên xử, kiểm sát viên dùng mấy đoạn video chiếu lại cảnh các người biểu tình phá đổ một phần của bức tường để chứng minh các bị cáo có tham gia.

Chỉ có 2 bị cáo là nhờ luật sư bảo vệ. Luật Sư Lê Trần Luật biện hộ đầy khí thế để bảo vệ khách hàng là bà Nguyễn Thị Việt.

Ông Luật biện luận rằng sự buộc tội thân chủ của ông là không có cơ sở vì 3 lý do. Thứ nhất, Giáo Hội Công Giáo là chủ lô đất nên theo luật Việt Nam thì bức tường là của Giáo Hội mà giáo dân có thể làm bất cứ gì họ thấy thích hợp. Thứ hai, giáo dân chỉ phá sập một phần nhỏ chừng 3 mét của bức tường dài hồi giữa Tháng Tám trong khi một tháng sau thì nhà cầm quyền phá toàn thể bức tường vây quanh còn lại để biến khu đất thành công viên. Về mặt này, giáo dân lại làm ơn cho nhà cầm quyền khi đã giúp phá bức tường, ông luật sư lập luận. Thứ ba, cầu nguyện và hát thánh ca không được coi là gây rối trật tự công cộng. Vị luật sư cũng biện luận là những tội lỗi họ bị gán cho không đạt tới độ nghiêm trọng theo luật lệ quy định để bị trừng phạt.

Bản án

Sau 30 phút bàn luận, Thẩm Phán Hiển ra đọc các điều truy tố và tuyên bố các bị cáo có tội. Khi đọc các bản án, Hiển nói trong tất cả các bị cáo, bà Nhi là người xúi bẩy các người khác nhiều nhất.

Bản án được đọc như sau:

Bà Nguyễn Thị Nhi: 15 tháng tù treo với 24 tháng quản chế. Vì bà đã ở trong nhà giam một thời gian nên thời gian tù treo của bà giảm xuống còn 11 tháng 17 ngày.

Bà Ngô Thị Dung: 13 tháng tù treo và 22 tháng quản chế. Án tù treo của bà giảm xuống còn 10 tháng và 16 ngày.

Ông Lê Quang Kiên: 13 tháng tù treo và 22 tháng quản chế.

Bà Nguyễn Thị Việt: 12 tháng tù treo và 24 tháng quản chế.

Ông Nguyễn Đắc Hùng: 12 tháng tù treo với "cải tạo chính trị không giam giữ"(Ghi chú: Nhẹ nhàng hơn quản chế. Với án này, bị cáo phải trình diện định kỳ với công an và các cán bộ khác của Bộ Công An).

Bà Lê Thị Hợi: 15 tháng tù treo với cải tạo không giam giữ.

Ông Phạm Trí Năng: 12 tháng tù treo với cải tạo không giam giữ.

Ông Thái Thanh Hải: cảnh cáo, vì anh ta là sinh viên đại học.

Phản ứng của đám đông

Một khi bản án được loan báo, hàng trăm người ủng hộ tụ tập bên ngoài tòa án đã hoan hô lớn tiếng và bắt đầu hô vang "vô tội", "vô tội". Sau phiên xử, giáo dân trao tặng các bị cáo những bó hoa lớn khi họ từ tòa án bước ra.

Giáo dân Sài Gòn thắp nến cầu nguyện cho Thái Hà

Ngày 12 tháng 12, 2008, Tổng Lãnh Sự Kenneth Fairfax gửi bản công điện từ Sài Gòn phúc trình về buổi thắp nến cầu nguyện của giáo dân địa phương bày tỏ sự hiệp thông đối với các đồng đạo ở Hà Nội.

Buổi thắp nến tổ chức ở nhà thờ Kỳ Đồng thuộc Dòng Chúa Cứu Thế. Công an và cảnh sát hiện diện nhưng không làm gì để ngăn trở hay quấy rối buổi cầu nguyện. Các nhà thờ khác ở Sài Gòn cũng có các buổi thắp nến cầu nguyện nhưng ở quy mô nhỏ hơn, cũng là bày tỏ hiệp thông với giáo dân Thái Hà.

Đây là buổi thắp nến cầu nguyện lần thứ hai kể từ khi Thái Hà tái diễn các buổi cầu nguyện ở địa điểm đòi tài sản.

Ngày 30 tháng 11, 2008, hơn 5,000 người Công Giáo đã tham dự buổi thắp nến cầu nguyện do Dòng Chúa Cứu Thế Việt Nam tổ chức tại Nhà Thờ Đức Mẹ Hằng Cứu Giúp (đường Kỳ Đồng, quận 3 Sài Gòn) nhằm bày tỏ hiệp thông và yểm trợ cho 8 giáo dân Thái Hà phải ra tòa ngày 8 tháng 12, 2008.

Buổi thắp nến cầu nguyện do cha giám tỉnh Vincent Phạm Trung Thành dẫn đầu. Các phúc trình từ những người chứng kiến và các bản tin trên các mạng thông tin Công Giáo tường thuật đây là một biến cố ôn hòa. Ảnh của 8 giáo dân ra tòa được phóng to trên màn hình lớn trong khi các lãnh đạo của nhà thờ nói về các khó khăn họ phải đối diện, kể cả việc không tiếp cận được với luật sư của một số bị cáo. Hàng chục công an hiện diện đã chụp hình, quay phim buổi thắp nến cầu nguyện nhưng không làm gì khác để ngăn cản hay giới hạn số người tham dự.

Theo một trong những vị linh mục Dòng Chúa Cứu Thế, nhà cầm quyền quận và phường tiếp xúc với ban tổ chức trước buổi cầu nguyện, để nghị rằng nhà thờ nên hủy bỏ buổi cầu nguyện, nhưng sau đó rút lại khi các người tổ chức nhất định tiến hành, và cho phép nhà thờ thực hiện chương trình dự định.

Sau đó UBND Quận 3 mời Linh Mục Nguyễn Quang Duy, cha bề trên của tu viện Dòng Chúa Cứu Thế trong thành phố, đến để bày tỏ sự quan tâm vấn đề "an ninh" nổi lên từ cuộc cầu nguyện. Cha Duy cho biết các viên chức nhà nước lễ phép và chỉ giản dị để nghị nhà thờ báo trước cho họ biết mỗi khi có các buổi tập hợp để họ "giúp đỡ tốt hơn."

Buổi thắp nến cầu nguyện tháng 11 không phải lần đầu tiên người Công Giáo bên ngoài Hà Nội bày tỏ hiệp thông với giáo dân Thái Hà. Linh Mục Dòng Chúa Cứu Thế và cũng là nhà vận động chính trị, cha Chân Tín, cho Tổng Lãnh Sự hay là ngày 24 tháng 9, 2008 cũng đã có buổi cầu nguyện hiệp thông tương tự và diễn ra trong ôn hòa, êm đẹp. Khoảng 7,000 người đã tham dự buổi cầu nguyện cho "công lý, hòa bình và tương lai tốt hơn cho Việt Nam và Giáo Hội Công Giáo."

Một số buổi cầu nguyện nhỏ hơn cũng được tổ chức ở các Dòng Chúa Cứu Thế tại các tỉnh Huế, Vinh, Gia Lai và Quảng Nam. Giáo xứ Thái Hà tổ chức buổi cầu nguyện cuối cùng trước khi có phiên tòa ngày 8 tháng 12, 2008 tại Hà Nội.

Công điện:

- "Police move forward on charging Thai Ha protestors - Prayer vigils continue," 24/10/2008, từ Đại Sứ Hoa Kỳ tại Hà Nội, không thấy tên người gửi ở cuối bản phúc trình. Loại bảo mật: Không bảo mật. http://wikileaks.org/cable/2008/10/08HANOI1205.html

- "Renewed tension at Thai Ha parish," 20/11/2008, từ Michael Michalak, Đại Sứ Hoa Kỳ tại Hà Nội. Loại bảo mật: Không bảo mật. http://wikileaks.org/cable/2008/11/08HANOI1285.html

- "No jail time for eight Thai Ha protestors," 9/12/2008, từ Michael Michalak, Đại Sứ Hoa Kỳ tại Hà Nội. Loại bảo mật: Không bảo mật. http://wikileaks.org/cable/2008/12/08HANOI1338.html

- "HCMC Catholics hold prayer vigils for Thai Ha parishioners," 12/12/2008, từ Kenneth Fairfax, Tổng lãnh Sự Hoa Kỳ tại TPHCM. Loại bảo mật: Không bảo mật. http://wikileaks.org/cable/2008/12/08HOCHIMINHCITY1071.html

Y án sơ thẩm 8 giáo dân Thái Hà

Nam Phương

[2009] Ngày 30 tháng 3 năm 2009 Đại Sứ Michael Michalak gởi công điện về Hoa Thịnh Đốn phúc trình về phiên tòa phúc thẩm của 8 giáo dân giáo xứ Thái Hà diễn ra 3 ngày trước.

Công điện viết, *"Với hàng trăm giáo dân Công giáo diễn hành phía bên ngoài tòa án và với sự hiện diện dày đặc của công an, một phiên tòa ở Hà Nội ngày 27 tháng 3, 2009 đã giữ y bản án sơ thẩm. Họ bị truy tố về tội phá hoại tài sản nhà nước và gây rối trật tự công cộng vào dịp họ thắp nến cầu nguyện đòi lại đất cho nhà xứ."*

Tham tán chính trị tòa đại sứ cùng với các nhà ngoại giao của Thụy Điển, Thụy Sĩ và Czech được phép quan sát phiên tòa qua màn truyền hình từ phòng bên cạnh. Dù bào chữa mạnh mẽ và các lời đối đáp hùng hồn của các giáo dân,

"Unanswered Question: Where's Lawyer Luat?"

phiên tòa phúc thẩm kéo dài 5 tiếng đồng hồ và kết thúc với 15 phút nghị án trước khi bản án được tuyên "y án sơ thẩm," được đọc to.

Luật Sư Lê Trần Luật ở đâu?

Trong phiên tòa phúc thẩm ngày 27 tháng 3, 2009, luật sư bào chữa viện cớ phiên tòa không nên tiến hành vì thiếu sự có mặt của luật sư chính là Luật Sư Lê Trần Luật. Ông Luật đã bị công an cản trở không cho đi Hà Nội để dự phiên xử.

Sau nhiều lần tìm cách đi Hà Nội, ông Luật đều bị chận lại. Đoàn Luật Sư tỉnh Ninh Thuận đã thu hồi giấy phép hành nghề của ông ngày 23 tháng 3, 2009, lấy cớ ông vi phạm thuế và các sai sót hành chính ở các chi nhánh văn phòng của ông. Ông phủ nhận chuyện này.

Thẩm phán chủ tọa phiên tòa Nguyễn Quốc Hội nói rằng ông Luật đã được thông báo về ngày xử và được trao cho các văn bản cần thiết để đại diện cho các thân chủ của ông. Mặc dù bị các câu hỏi liên tiếp của luật sư biện hộ, ông Hội vẫn không trực tiếp giải đáp vấn để tại sao Luật Sư Lê Trần Luật không hiện diện, và sau cùng, trong một giây phút thành thật bất thường, ông tuyên bố là sự vắng mặt của ông Luật cũng không có tác dụng gì để thay đổi kết quả của phiên xử.

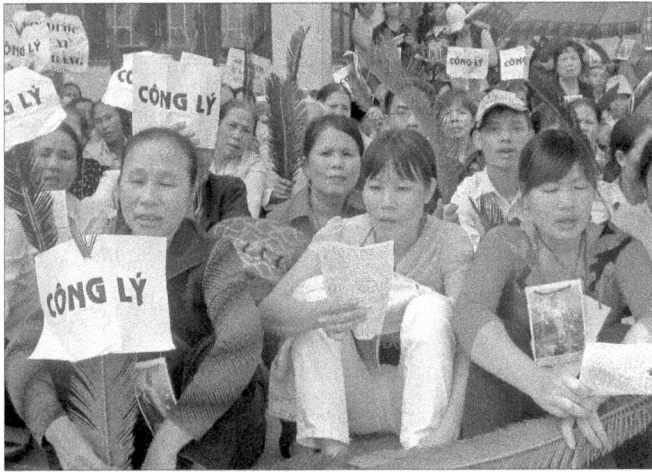

Giáo dân Thái Hà tụ tập bên ngoài tòa án ủng hộ các bị cáo.
(Hình: Hoang Dinh Nam/AFP/Getty Images)

Cầu cho nhà cầm quyền nhìn thấy ánh sáng

Tòa gọi các nhân chứng (được tòa gài sẵn) ra và họ nêu các lời than phiền của lối xóm về nạn kẹt xe và tiếng ồn gây ra bởi cuộc phản đối đất đai của nhà thờ. Họ kêu việc đó làm cho trẻ em không thể học hành, còn công nhân không thể làm việc.

Luật sư biện hộ [1] kêu rằng họ không thể gọi được nhân chứng, đồng thời nói không có bằng chứng cụ thể về mức độ tiếng ồn.

---

[1] Bào chữa cho các giáo dân Thái Hà trong phiên xử phúc thẩm là Luật Sư Huỳnh Văn Đông thuộc luật sư đoàn Đắc Lắc. Bây giờ ông cũng bị tước giấy phép hành nghề hồi Tháng 8-2011 vì đã kích hệ thống tòa án Việt Nam không xử án theo luật.

Luật sư biện hộcãi rằng sự thiệt hại cho bức tường nhiều lắm là 3 triệu đồng thì không đáng lôi 8 người ra tòa. Các bị cáo nhìn nhận có phá đổ khoảng tường dài 3 mét nhưng họ đều tin rằng bức tường đã xây dựng bất hợp pháp trên đất của giáo xứ.

Các giáo dân bị cáo buộc là thực hiện hoạt động tôn giáo bên ngoài nhà thờ là vi phạm các quy định về tôn giáo nên những buổi cầu nguyện là trái pháp luật. Các bị cáo trả lời là ở các chỗ đó không có các thánh lễ chính thức, chỉ là những lời cầu nguyện thì như vậy là hợp pháp ở bất cứ đâu. Được hỏi họ cầu nguyện cái gì thì họ trả lời là 'cầu nguyện cho đầu óc nhà cầm quyền được soi sáng.

Sau 5 giờ xử, thẩm phán đoàn 3 người và 2 hội thẩm chỉ cần có 15 phút nghị án là đã tuyên bố giữ nguyên bản án sơ thẩm.

Bên ngoài tòa, hàng trăm giáo dân Công giáo vẫy các cành thiên tuế trên phố nhưng bị hàng rào dày đặc công an và cảnh sát chống bạo động chặn lại. Khi các bị cáo ra khỏi phòng xử, họ được đám đông hoan hô trong khi hàng chục viên chức an ninh ngăn cản.

Phiên tòa tập hợp những người ủng hộ nhà thờ

Tòa phúc thẩm bác bỏ đơn kháng án của các giáo dân không có gì phải ngạc nhiên. Tuy với các bản án nhẹ, sự hậu thuẫn của các tín hữu Công giáo đối với họ, và sự hỗ trợ của người Công giáo đối với yêu sách đòi trả lại đất cho Giáo Hội lại càng được nâng cao hơn từ phiên tòa phúc thẩm.

Những lời phản bác của luật sư bào chữa cho các bị cáo rõ ràng tạo được tiếng vang đối với các bị cáo và các đạo hữu Công Giáo dù chúng bị tòa án lờ đi.

Công điện nhận xét, *"Nhà cầm quyền ngăn cản Luật Sư Lê Trần Luật đến dự phiên tòa, mà bản án đã có sẵn từ trước, có thể là dấu hiệu chứng tỏ nhà cầm quyền lo ngại tầm tác động của phiên xử và khối đông quần chúng hậu thuẫn cho các bị cáo có thể tạo ra."*

Công điện:

- "Hanoi court rejects Catholics' appeal," 30/3/2009, từ Michael Michalak, Đại Sứ Hoa Kỳ tại Hà Nội, Loại bảo mật: Confidential. http://wikileaks.org/cable/2009/03/09HANOI286.

Giáo xứ Thái Hà
tiếp tục đòi tài sản

Nam Phương

[2008] Mưu toan bán một phần đất vốn là đất và cơ sở của Dòng Chúa Cứu Thế và giáo xứ Thái Hà cho con buôn để một số quan chức có tiền đút túi, bị lộ tẩy, nhà cầm quyền thành phố Hà Nội với sự hậu thuẫn của nhà cầm quyền trung ương đã biến phần đất này thành công viên.

Tám giáo dân bị lôi ra tòa, vu cho tội phá hoại tài sản và gây rối nhưng chỉ bị các bản án treo. Cho tới nay, giáo xứ Thái Hà chỉ còn nhà thờ và đền thánh Giê Ra Do trên một diện tích nhỏ. Ngoài phần "công viên", nhà cầm quyền còn chiếm tu viện Dòng Chúa Cứu Thế nay một phần là bệnh viện Đống Đa và một số cơ sở của nhà nước.

Vụ việc chìm xuống một thời gian nhưng bỗng sôi nổi trở lại từ tháng 10, 2011 khi có tin bệnh viện có những dự án cải tạo với những mưu đồ mà nhà dòng Thái Hà tin rằng nhà cầm quyền quyết định lấn tới chứ không có ý định trả lại tài sản.

Tin tức cho hay bệnh viện Đống Đa sẽ xây dựng cơ sở "xử lý nước thải."

Linh Mục Chính Xứ Nguyễn Văn Phượng nộp đơn kiện đòi lại cơ sở của giáo xứ và nhà dòng đã bị nhà cầm quyền hoặc "mượn" hoặc cướp đoạt từ nhiều chục năm qua. Ông đưa ra các bằng chứng pháp lý để đòi. Nhà xứ cũng làm một bảng điện tử để trên cao với hàng chữ *"Yêu cầu nhà cầm quyền Hà Nội trả lại tu viện đang mượn làm bệnh viện Đống Đa cho Dòng Chúa Cứu Thế Hà Nội và trả lại hồ Ba Giang cho giáo xứ Thái Hà."*

Ngày 31 tháng 11, 2011, quận Đống Đa ra *"Quyết định xử phạt vi phạm hành chính về an ninh và trật tự, an toàn xã hội"* đối với tấm bảng điện tử kể trên. Lấy cớ *"phát tán tài liệu có nội dung xuyên tạc, bịa đặt, vu cáo làm ảnh hưởng đến uy tín của tổ chức, cá nhân..."* Thêm nữa, một vụ việc mà có tới 2 cơ quan khác nhau của nhà cầm quyền đến lập biên bản, một sự trái nguyên tắc.

Ngày 3 tháng 11, 2011, Linh Mục Nguyễn Văn Phượng, chính xứ Thái Hà, đã nộp đơn khởi kiện ngược lại. Ông cho là quyết định phạt đã vi phạm nghị định về phạt hành chính. Bảng điện tử cũng không phải là bảng quảng cáo, mà phạt hành chính chỉ phạt về quảng cáo thương mại. Ông đòi nhà cầm quyền quận thu hồi lại quyết định xử phạt vì "sai sót nghiêm trọng về nội dung và thủ tục ban hành văn bản."

Đồng thời, ông yêu cầu tòa án tuyên bố quyết định đó *"là bịa đặt, vu cáo, làm ảnh hưởng đến uy tín của nhà thờ Thái Hà, đồng thời làm rõ trách nhiệm cá nhân, tổ chức trong việc ban hành quyết định đó."*

Cùng ngày này, buổi chiều, nhà cầm quyền địa phương đưa khoảng 100 người, có cán bộ và công an hộ tống, đến nhà thờ Thái Hà mà Linh Mục Phượng nói là đến "chửi bới, lăng mạ các linh mục, giáo dân, tu sĩ và gây náo loạn khu vực nhà thờ."

Họ cũng đập phá hư hại cơ sở của nhà thờ. Họ chỉ rút lui sau khi nhà thờ đánh chuông báo động, nhiều giáo dân đổ đến.

Dù bị phản đối, nhà cầm quyền vẫn thiết lập hệ thống "xử lý nước thải" cho bệnh viện Đống Đa. Hàng ngàn giáo dân mỗi cuối tuần đều tham dự các buổi cầu nguyện sau các thánh lễ.

Ngày 18 tháng 11, 2011, hàng trăm giáo dân và tu sĩ Thái Hà đã biểu tình tuần hành với biểu ngữ trên đường phố đòi tài sản cho nhà xứ và nhà dòng.

Ngày 2 tháng 12, 2011, Linh Mục Nguyễn Văn Phượng cùng một số linh mục, tu sĩ và giáo dân khoảng 30 người đã từ nhà xứ đi bộ đến trụ sở UBND quận Đống Đa đưa đơn đòi nhà cầm quyền trả lại đất và tu viện. Trên đường trở về nhà thờ, họ đã bị công an bắt giữ và đưa tới "Trại Phục Hồi Nhân Phẩm" ở xã Lộc Hà, huyện Đông Anh, ngoại thành Hà Nội. Buổi chiều cùng ngày thì thả ra.

Vụ việc có vẻ vẫn còn tiếp tục căng thẳng khi một bên nhất định đòi tài sản cho nhu cầu tôn giáo ngày một gia tăng, trong khi một bên nhất định không trả.

Thiền Sư Nhất Hạnh
giằng co với nhà nước

Phía sau hai chuyến đi Việt Nam

Vũ Quí Hạo Nhiên

[2005 - 2007] Trong hai chuyến đi Việt Nam năm 2005 và 2007, Thiền Sư Thích Nhất Hạnh, khi gặp riêng giới lãnh đạo Việt Nam, đã có những lời phê phán bộc trực và đề nghị thay đổi cho Việt Nam, nhưng mọi cố gắng này đều thất bại, và ông không gặt hái được kết quả gì trừ quyền được phát hành sách rộng rãi.

Đó là những gì được tiết lộ trong hai công điện của đoàn ngoại giao Hoa Kỳ tại Việt Nam, trong vụ Wikileaks.

Năm 2005 là lần đầu tiên Thiền Sư Nhất Hạnh trở về Việt Nam sau gần 40 năm. Lần đó cũng không phải là lần đầu tiên ông muốn về. Năm 1999, ông từng đề nghị với nhà nước Việt Nam để ông về thuyết pháp, nhưng chuyến đi bị hủy bỏ.

Chuyến về của ông cùng một đoàn Phật tử, học trò 200 người vào năm 2005, kéo dài hai tháng

"Hanh noted that while Catholics, Protestants and Buddhists can read their sacred texts as they seek reconciliation and healing, the Communists can 'seek spirituality from Marx.'"

rưỡi, được báo chí trong nước cũng như giới truyền thông quốc tế loan tin rộng rãi. Trong một cuộc gặp mặt riêng với Đại Sứ Mỹ Michael Marine, Thiền Sư Nhất Hạnh tiết lộ những điều không thấy trong những buổi sinh hoạt công khai, và những tiết lộ này được báo cáo từ Hà Nội về Bộ Ngoại Giao trong một công điện đề ngày 31 tháng 3, 2005.

Phật Giáo bị 'chia rẽ'

Trong cuộc gặp gỡ này, Thiền Sư Nhất Hạnh tiết lộ là chuyến đi năm 1999 bị hủy bỏ do phía ông. Nhà nước Việt Nam muốn áp đặt lịch trình và muốn ông về với tư cách khách mời của Giáo Hội Phật Giáo Việt Nam (GHPGVN), tức giáo hội được chính quyền công nhận, và ông không đồng ý.

Khác với năm 1999, trong chuyến đi năm 2005, ông đòi nhà nước hai điều kiện: Ông có thể đi bất cứ đâu trong nước Việt Nam, và sách của ông được tự do phát hành. Điều này ông đã thực hiện được; 10,000 bản của cả 12 bộ sách của ông đã bán hết trong chuyến đi này.

Thiền Sư Nhất Hạnh cũng cho rằng chuyến đi của ông là một sự thành công vì ông trực tiếp thuyết pháp được cho hơn 200,000 người và giúp gây dựng lại lòng tin vào Phật pháp.

Thiền Sư Nhất Hạnh miêu tả tình hình Phật Giáo Việt Nam là *"chia rẽ trầm trọng."* Mặc dù Phật tử được tự do thờ phượng, "sức khỏe chung của giáo hội rất tồi," và ông cho rằng lý do là vì chính quyền can thiệp vào việc nội bộ của giáo hội.

Ông miêu tả sự can thiệp này gồm hai mặt. Một, Thiền Sư Nhất Hạnh nói có nhiều tăng ni được đặt vào vị trí lãnh đạo Phật Giáo *"vì lý do chính trị,"* và ngược lại các vị đại diện GHPGVN thì *"hành xử như công chức nhà nước".* Hai, GHPGVN, theo Thiền Sư Nhất Hạnh, lệ thuộc vào nhà nước Việt Nam về tiền bạc cũng như để được cho phép làm một số việc, chẳng hạn gửi tăng ni đi tu học ở ngoại quốc.

Sự lệ thuộc này *"làm người dân chán nản"* đạo Phật. Thiếu tâm linh, xã hội suy đổi. *"Bể khổ giữa các thế hệ rất là lớn. Người trẻ không còn tin vào hạnh phúc gia đình,"* Thiền Sư Nhất Hạnh nói vậy.

Gặp thủ tướng, chỉ trích chế độ

Thiền Sư Nhất Hạnh dành những lời chỉ trích nặng nề nhất cho nhà cầm quyền. Hôm trước ngày gặp đại sứ, Thiền Sư Nhất Hạnh gặp Thủ Tướng Phan Văn Khải trong vòng một tiếng rưỡi. Thủ Tướng Khải kêu gọi ông giúp tạo sự thống nhất trong dân tộc

Việt Nam. Tuy nhiên, Thiền Sư Nhất Hạnh trả lời là người Phật tử, thay vì tìm sự thống nhất, cần tìm *"tình huynh đệ,"* và họ có thể nằm trong các nhóm chính trị khác nhau nhưng không đấu đá lẫn nhau.

Cổng Tổng Lãnh Sự Quán Hoa Kỳ tại Sài Gòn, nơi xảy ra vụ tự thiêu hụt.
(Hình tư liệu)

Ông kêu gọi ngược lại, nói với Thủ Tướng Khải, rằng *"người cộng sản nên trở thành người Việt Nam hơn"* và chấp nhận những giá trị truyền thống. Nếu không, chính trị sẽ *"phá sản"* và đảng Cộng Sản sẽ mất sự ủng hộ. Ông kêu gọi Thủ Tướng Khải tách rời tôn giáo ra khỏi chính trị.

"Tăng ni không thể bị bắt tham gia Quốc Hội hay Hội Đồng Nhân Dân," Thiền Sư Nhất Hạnh nói với Thủ Tướng Khải. *"Giáo hội không thể bị bắt tham gia vào Mặt Trận Tổ Quốc."*

Ông trao cho Thủ Tướng Khải một bản yêu cầu 7 điểm, và ông trao cho Đại Sứ Marine một bản sao. Trong số đó, có đề nghị *"tăng ni không giữ chức vụ chính quyền hoặc nhận bằng khen từ nhà nước"*; hai hòa thượng *"Thích Huyền Quang và Thích Quảng Độ phải có quyền tự do đi lại, thuyết pháp khắp nước;"* và Phật Giáo không bị *"ảnh hưởng chính trị trong nước và hải ngoại".*

Thất bại khi muốn gặp gỡ Hòa Thượng Huyền Quang

Trong lần trở về năm 2005, Thiền Sư Nhất Hạnh dự định gặp

Hòa Thượng Thích Huyền Quang, lúc đó còn sống và là vị tăng thống thứ tư của Giáo Hội Phật Giáo Việt Nam Thống Nhất, một giáo hội không được nhà nước công nhận. Hai người từng là đồng tác giả cuốn "Đạo Phật áp dụng vào đời sống hàng ngày: Cương lĩnh giáo lý nhập thế của Phật Giáo Việt Nam hiện đại" do Viện Hóa Đạo xuất bản năm 1973.

Tuy nhiên, cuộc gặp gỡ đã không xảy ra. Thiền Sư Nhất Hạnh đã đến Thanh Minh Thiền Viện tìm gặp Hòa Thượng Quảng Độ, và đi Bình Định muốn gặp Hòa Thượng Huyền Quang, nhưng cả hai đều từ chối.

Phía GHPGVN giải thích lý do hai bên không gặp được nhau một cách rất đơn giản. Họ nói với nhân viên tòa đại sứ, *"Thích Quảng Độ muốn chuyến đi thăm được xem là chính thức và được ghi vào lịch trình của chuyến đi Việt Nam."* Trong khi đó, họ nói Thiền Sư Nhất Hạnh chỉ muốn thăm với tư cách cá nhân.

Tuy nhiên, Giáo Hội Phật Giáo Việt Nam Thống Nhất đưa ra lý do quan trọng hơn, được giải thích trong một bức thư của thượng tọa Thích Viên Định, trong đó có đoạn viết: *"Có điều không biết vô tình hay cố ý, ngài về nhằm vào thời điểm rất tế nhị, có thể bị hiểu là ngài đã bị thế gian lợi dụng để tuyên truyền, làm đẹp cho chế độ."*

Bức thư này được Phòng Thông Tin Phật Giáo Quốc Tế (IBIS) ở Paris, do ông Võ Văn Ái làm giám đốc, loan tải. Vì lý do này và vì nhiều lời tuyên bố khác của ông Ái, đoàn phụ tá của Thiền Sư Nhất Hạnh tỏ thái độ bất bình với IBIS.

Người phụ tá tín cẩn nhất của Thiền Sư Nhất Hạnh, sư cô Chân Không, nhắc lại với Đại Sứ Marine một câu nói mà sư cô cho là bị trích dẫn sai, rồi sau đó bị IBIS nêu lên trên các bản tin. Trong một cuộc phỏng vấn với thông tấn xã AFP của Pháp, sư cô Chân Không được hỏi lý do tại sao một số tổ chức tôn giáo ở Việt Nam bị cấm hoạt động. AFP ghi câu trả lời như sau: *"Vì một số các giáo hội này tàng trữ những lá cờ của chế độ cũ. Còn chúng tôi, thì chúng tôi chẳng có một tham vọng chính trị nào cả."*

Sư cô nói với Đại Sứ Marine là câu đó bị ghi sai, và ý của sư cô là, *"Khi ở hải ngoại dùng cờ vàng để ủng hộ Giáo Hội Phật Giáo Việt Nam Thống Nhất, điều đó khiến cho chính quyền xem giáo hội này là tổ chức chính trị thay vì tôn giáo."*

Trong lần thứ nhì trở về Việt Nam năm 2007, đoàn phụ tá của Thiền Sư Nhất Hạnh có họp với nhân viên tổng lãnh sự Hoa Kỳ tại Sài Gòn, và họ cho rằng những phát ngôn của ông Ái đã đầu độc không khí ngay giữa lúc Thiền Sư Nhất Hạnh và Hòa Thượng Huyền Quang đang tìm cách chấp thuận một giải pháp để gặp gỡ nhau.

Cấm cầu siêu cho thuyền nhân, tù cải tạo

Cũng trong lần thứ nhì trở về Việt Nam, Thiền Sư Nhất Hạnh dự định tổ chức ba buổi cầu siêu tại Sài Gòn, Huế, Hà Nội cho mọi nạn nhân chiến cuộc. Tuy nhiên, khác với lần thứ nhất, lần này, chính quyền cứng rắn hẳn lên và gây nhiều khó khăn cho buổi cầu siêu.

Những trục trặc này được ghi lại trong một công điện của tổng lãnh sự ở Sài Gòn, để ngày 21 tháng 3, 2007, sau cuộc gặp mặt với phó tổng lãnh sự và tham tán chính trị.

Theo lời Thiền Sư Nhất Hạnh, ba buổi cầu siêu này dự trù cho mọi nạn nhân đã "thiệt mạng vô duyên cớ" trong chiến tranh. Dự tính, lễ cầu siêu sẽ nhắc đến chiến binh Mỹ cũng như những người Việt Nam bị chết vì *"những tai họa khác,"* kể cả trại tù cải tạo và người vượt biên.

Tuy nhiên, trong thương thuyết với phía Việt Nam, chính quyền tỏ ra cứng rắn hơn so với năm 2005. Họ nhất định cấm không được nhắc đến lính Mỹ, cấm nhắc đến tù cải tạo, cấm nhắc đến thuyền nhân.

Ở miền Bắc, việc tổ chức còn khó hơn. GHPGVN tại Hà Nội còn không muốn có lễ cầu siêu vì cho rằng không có lý do gì mà phải hóa giải, và cũng cho rằng không có người Việt Nam nào chết "vô duyên cớ" trong chiến tranh cả.

Buổi lễ cầu siêu tại Sài Gòn được tổ chức ngày 16 tháng 3, 2007, ở chùa Vĩnh Nghiêm, sau những thương thảo vào phút chót với chính quyền. "Có ít nhất 2,000 người tới dự," theo công điện của tổng lãnh sự Hoa Kỳ. Thiền Sư Nhất Hạnh tuân thủ những đòi hỏi của chính quyền và không nhắc đến *"những tai họa khác,"* đến thuyền nhân, hay đến những binh sĩ không phải Việt Nam.

Tuy nhiên, Thiền Sư Nhất Hạnh đã cầu siêu cho tất cả "nạn nhân hai miền Nam Bắc" và nói là toàn thể sáu triệu người thiệt mạng trong chiến tranh đều đã chết "*vô duyên cớ*". Thiền Sư Nhất Hạnh cũng so sánh với hai miền Đông Đức và Tây Đức thống nhất mà không đổ máu, và giới lãnh đạo Việt Nam lẽ ra phải làm được như vậy. Ông kêu gọi mọi người, bất kể tôn giáo, cầu nguyện cho tha thứ và kết đoàn.

Tới đây, trong điều mà tòa tổng lãnh sự gọi là "*một cú hích vào đảng Cộng Sản,*" Thiền Sư Nhất Hạnh nói người Công Giáo, Tin Lành, Phật Giáo có thể đọc kinh của đạo mình để sám hối, còn người Cộng Sản thì cứ việc "*tìm tâm linh từ Marx*".

Chính quyền tẩy chay

Có vẻ biết trước bài thuyết pháp của Thiền Sư Nhất Hạnh sẽ có vấn đề, phía nhà nước không ai đến dự cả. Phải đến khi bài thuyết pháp đã xong và phần tụng kinh bắt đầu, mới có một nhóm đại diện GHPGVN tới dự. Dẫn đầu là Hòa Thượng Thích Trí Quảng, phó chủ tịch Hội Đồng Trị Sự Trung Ương GHPGVN và là một ủy viên Ủy Ban Trung Ương Mặt Trận Tổ Quốc.

Trong lời đạo từ, Hòa Thượng Trí Quảng nói ngược lại những điều Thiền Sư Nhất Hạnh đã nói, và thay vào đó, nói buổi lễ cầu siêu là dành cho những liệt sĩ hy sinh "*trong cuộc chiến chống Pháp và chống Mỹ*".

Khác với chuyến đi năm 2005, trong chuyến đi 2007, báo chí trong nước rất ít tường thuật. Sau lễ cầu siêu ở chùa Vĩnh Nghiêm, báo chí chỉ đưa tin sơ sài, trích dẫn lời Hòa Thượng Thích Trí Quảng và không nhắc đến những câu "nhạy cảm" của Sư ông Thích Nhất Hạnh.

Một vài nhà báo nói với tổng lãnh sự quán, họ nhận được lệnh miệng của tuyên giáo là cần "thận trọng" khi tường thuật chuyến đi của Thiền Sư Thích Nhất Hạnh.

Công điện:

■ "Exiled Buddhist leader returns to visit homeland," 31/3/2005, từ Michael Marine, Đại sứ Hoa Kỳ tại Hà Nội. Loại bảo mật: Không bảo mật. http://wikileaks.org/cable/2005/03/05HANOI767.html

■ "The 'RECONCILER' returns: Thich Nhat Hanh visits Vietnam," 21/3/2007, từ Michael Marine, Đại Sứ Hoa Kỳ tại Hà Nội. Loại bảo mật: Không bảo mật. http://wikileaks.org/cable/2007/03/07HOCH IMINHCITY261.html

Đàn áp tu viện Bát Nhã
thành công, nhưng thiệt hại uy tín

Nam Phương

[2009-2010] Vụ đàn áp tu viện Bát Nhã-Làng Mai ở tỉnh Lâm Đồng năm 2009 được đoàn ngoại giao Mỹ theo dõi sát và thường xuyên đối thoại với phía Việt Nam về vụ này, công điện do Wikileaks tiết lộ ra cho thấy.

Chỉ nội trong số công điện bị Wikileaks lấy được, đã có 4 công điện tường trình trực tiếp vụ Bát Nhã: Ba công điện từ tòa đại sứ Mỹ ở Hà Nội vào các ngày 29 tháng 9, 2009; ngày 18 tháng 12, 2009; ngày 15 tháng 1, 2010; và một công điện ngày 3 tháng 12, 2009 của Tòa Tổng Lãnh Sự Mỹ ở Sài Gòn.

"The situation for the Lang Mai monks and nuns turned violent on September 27 and 28, as police and a group of angry locals attempted to forcibly evict the monks and nuns from Bat Nha pagoda in Lam Dong province"

Khoảng gần 400 tăng ni sinh và các nhà sư điều hành tu viện Bát Nhã, tu tập theo hệ phái Làng Mai, bị trục xuất ra khỏi tu viện. Sau một thời gian buộc giải tán tu viện Bát Nhã không có kết quả, theo bản tường trình của Tòa Đại Sứ Mỹ, ngày 27 tháng 9, 2009 *"Công an thường phục và đám đông địa phương cưỡng bách 150 tăng ni sinh ra khỏi liêu phòng, phá hủy tài sản vật dụng của họ."* Hai vị tăng sĩ cầm đầu tu viện bị đánh bất tỉnh. Ngày hôm sau, lại cưỡng bách nốt khoảng 230 tăng ni sinh còn lại và chở đến một ngôi chùa gần đó.

Cùng ngày 27 tháng 9, có cuộc họp giữa hai thứ trưởng ngoại giao Mỹ và Việt Nam. Trong cuộc họp này, Đại Sứ Michael Michalak nêu vấn đề tăng sinh Làng Mai ở Bát Nhã. Cũng ngày này, tăng sinh liên lạc trực tiếp với Tòa Tổng Lãnh Sự Mỹ cho hay họ bị công an đeo mặt nạ tấn công bằng dùi cui.

Công điện ngày 29 tháng 9 viết:

"Tăng ni sinh tu tập theo pháp môn Làng Mai của Thiền Sư Nhất Hạnh đã gọi cho văn phòng tổng lãnh sự vào trưa ngày 27 tháng 9, báo tin rằng công an mặc thường phục nhưng đeo mặt nạ và dùi cui đã tấn công vào tu viện Bát Nhã. Những công an này hành động sát cánh với một đám 'côn đồ' địa phương mà các tăng ni sinh từng nhận diện được cho tới thời điểm hôm đó."

"Đám côn đồ đã cưỡng bức 150 tăng ni sinh ra ngoài sân, trong khi trời mưa lớn, rồi tiến hành phá phách tài sản của họ bên trong các liêu phòng, phá cửa sổ, đồ đạc, bàn ghế, giường chiếu và đổ nước lạnh nhằm phá hủy các thiết bị điện tử, kể cả điện thoại di động và máy điện toán cá nhân mà tăng ni sinh dùng để liên lạc với truyền thông báo chí, cũng như với dòng thiền mẹ bên Pháp là Làng Mai. Hai nguồn liên lạc của tổng lãnh sự cho biết trong cuộc tấn công này có 2 vị tăng sĩ bị đánh đến bất tỉnh."

Hai vị tăng sĩ cầm đầu bị bắt đi. Bản công điện cho biết tiếp:

"Lúc công an bắt hai tăng sĩ niên trưởng, nhiều vị tăng sĩ khác đã cố gắng cứu giải, bằng cách nằm dài xuống đường đi ngăn chặn xe bắt người. Hai vị tăng nầy đã bị thẩm vấn cho đến khuya, sau đó bị áp giải về tư gia tại, một ở Nha Trang và một ở Hà Nội."

Vị bị đưa về Nha Trang trực tiếp cho biết ông bị ép cung. Bản công điện trích lời ông này nói *"Trong lúc bị thẩm vấn, công an cố tình ép cung ông tố cáo và thừa nhận Làng Mai đã dính líu tới 'hoạt động chống chính quyền'. Sau khi ông bị công an áp giải về nhà, vị sư này còn cho biết, công an chụp hình ông và thân phụ của ông, hăm dọa rằng chỉ nên thờ Phật ở nhà và còn nói thêm, ông không nên 'làm hại đến lý lịch trong sáng của mình,' và 'đừng để thân nhân gặp tình huống khó khăn.'"*

Phúc trình dựa vào tin truyền thông quốc tế và nhân chứng nói khoảng từ 80 đến 150 tăng ni sinh bị nhà cầm quyền dùng xe buýt chở đi đâu không biết. Những người còn lại thì tới tá túc ở chùa Phước Huệ gần đó.

Chuyện đàn áp này xảy ra chỉ ít ngày trước khi Bộ Ngoại Giao công bố bản phúc trình hàng năm về tự do tôn giáo trên thế giới nên tòa đại sứ xin chỉ thị ứng đối.

Tòa đại sứ đề nghị cập nhật quan điểm về Việt Nam, nhấn mạnh *"sự lo ngại sâu sắc về việc gia tăng sách nhiễu và bạo lực chống lại tín đồ và lãnh tụ các tôn giáo, gồm cả sử dụng công an thường phục và côn đồ tại chùa Bát Nhã"*. Bản phúc trình tự do tôn giáo sau đó có đưa thêm chi tiết vụ Bát Nhã nhưng vẫn không đưa Việt Nam vào lại danh sách các nước cần quan tâm đặc biệt (CPC).

Tăng ni Bát Nhã tụng niệm sau khi bị đuổi ra khỏi chùa. (Hình tư liệu)

Bản công điện ngày 3 tháng 12 của tòa tổng lãnh sự tóm tắt 200 tăng ni sinh Làng Mai (tu viện Bát Nhã) còn lại tạm trú ở chùa Phước Huệ tiếp tục bị áp lực trục xuất trong khi công an giám sát chặt chẽ. Thân nhân của tăng ni sinh được đưa tới để thuyết phục con em trở về nhà nếu không chính họ cũng gặp khó khăn.

Theo phúc trình, 21 tăng ni sinh trú ẩn ở chùa Từ Đức tỉnh Khánh Hòa cũng bị cưỡng bách trục xuất dù hòa thượng Thích Giác Viên cam kết bảo lãnh. 11 ni sinh trốn ở chùa Từ Hiếu, Huế.

Thượng tọa Thích Minh Nghĩa của chùa Toàn Giác ở Đồng Nai và thượng tọa Thích Viên Thanh của chùa Vạn Hạnh, Đà Lạt đứng ra bảo lãnh cho các tăng sinh Làng Mai nhưng ban chấp hành Giáo Hội Phật Giáo Việt Nam (do nhà nước hậu thuẫn) ra tối hậu thư đòi tăng ni sinh Làng Mai hạn chót là 30 tháng 11 phải chấm dứt "tụ tập bất hợp pháp" tại chùa Phước Huệ. Một số nhà ngoại giao đã gặp viên chức Bộ Ngoại Giao, Bộ Công An, Ủy Ban Tôn Giáo Chính Phủ để nêu các mối quan tâm.

Ủy Ban Tôn Giáo ấp úng

Công điện ngày 18 tháng 12 tiết lộ, một phái đoàn EU đã tới tận nơi để quan sát, người cầm đầu phái đoàn là bà Marie Louise Thaning, tham tán chính trị Tòa Đại Sứ Thụy Điển. Bà Thaning nói *"Bà rất bị sốc khi chứng kiến đám đông hỗn độn cắt ngang buổi tiếp xúc của phái đoàn Cộng Đồng Âu Châu với viện chủ chùa Phước Huệ."*

Đại diện Tòa Đại Sứ Mỹ và phái đoàn EU đã có cuộc họp với các viên chức Hà Nội và ở Lâm Đồng. Nhà cầm quyền nhất định đòi các tăng ni sinh của tu viện Bát Nhã phải giải tán dù bị khuyến cáo rằng cư xử vụng về sẽ làm mang tiếng nhà nước về nhân quyền.

Phía nhà cầm quyền vẫn một mực nói vụ đuổi tu viện Bát Nhã chỉ là sự *"tranh chấp nội bộ Phật Giáo"*. Nhưng trong phiên họp của đại diện Tòa Đại Sứ Mỹ với Ban Tôn Giáo Chính Phủ, khi bị hỏi tại sao chỉ là "tranh chấp nội bộ" mà Ban Tôn Giáo Chính Phủ lại đứng ra cản trở không cho các cơ sở Phật Giáo ở địa phương giải quyết ôn hòa. Đến lúc đó, ông Bùi Hữu Dược, vụ trưởng Vụ Phật Giáo, đổi lập trường, không còn vin vào *"tranh chấp nội bộ Phật Giáo"* nữa mà lên án việc làm của Thiền Sư Thích Nhất Hạnh.

Ông Dược trích một bức thư của thiền sư gởi Chủ Tịch Nguyễn Minh Triết, được Làng Mai công bố trên mạng. Ông chỉ trích lời lẽ bức thư *"đề nghị bãi bỏ Ủy Ban Tôn Giáo và công an, rằng Việt Nam nên bỏ chữ 'Xã Hội Chủ Nghĩa' trong quốc danh đi"*.

Ông Dược cũng tố cáo trang mạng Phusa.info đã *"đăng thông tin đầy tính 'chống chính quyền Việt Nam', mà ông cho là lỗi của Thiền Sư Thích Nhất Hạnh"*.

Rồi ông hỏi, tại sao không một tăng sĩ cao cấp nào của Bát Nhã/Làng Mai liên lạc với Ủy ban Tôn giáo để nhờ giải quyết. Tới đây, công điện viết tiếp:

"Tham tán chính trị lại hỏi rằng ông Dược có gọi cho giới chức thẩm quyền tỉnh Lâm Đồng ngay khi đám côn đồ khởi sự tấn công tăng thân Làng Mai trong tháng 6 không? Hay ông có gọi cho Bộ Thông Tin Truyền Thông ngay khi cái loa tuyên truyền của Bộ Công An, là tờ Công An Nhân Dân, đăng tải nhiều bài báo đầy lời lẽ mạ lỵ Thiền Sư Thích Nhất Hạnh và tăng thân Làng Mai không? Hay ông có gọi cho công an để tìm xem tại sao có nhiều nhân viên thường phục lại đi dính líu vào vụ bạo hành quấy phá các tu sĩ và xô đẩy trục xuất các vị này ra khỏi tu viện? Không cần phải ngạc nhiên, Dược không trả lời được."

Xe tải đi chợ của tăng ni chùa Bát Nhã bị ném đá bể kiếng ngay lúc về gần cổng chùa. (Hình: phusa.info)

Bản công điện kết luận là tu sinh Làng Mai cuối cùng đã đành phải phân tán. Công điện nói sự cư xử kém cỏi của nhà cầm quyền, đàn áp người tu hành bằng côn đồ làm xấu thêm thành tích nhân quyền của nhà nước Việt Nam.

Bản công điện cuối cùng đề ngày 15 tháng 1, 2010 của tòa đại sứ tổng kết vụ đàn áp tu viện Bát Nhã. Kết luận của bản công điện này là nhà cầm quyền Hà Nội bị thiệt hại uy tín vì vụ đàn áp tu viện Bát Nhã.

Điều đáng để ý là tỉnh hội Phật Giáo Lâm Đồng cũng như Phật tử địa phương muốn giúp đỡ tăng sinh Bát Nhã nhưng lại bị nhà cầm quyền áp lực cấm giúp. Theo lời một nhà sư trong Giáo Hội Phật Giáo Việt Nam tại Lâm Đồng, tỉnh hội này *"đã gửi thỉnh nguyện thư lên chính phủ, Ban Tôn Giáo Chính Phủ và Trung Ương Giáo Hội (Phật Giáo Việt Nam), cũng như các cấp thẩm quyền trong tỉnh Lâm Đồng vào ngày 18 tháng 12, yêu cầu những ai quấy nhiễu, bạo hành các tăng ni sinh Làng Mai ở chùa Phước Huệ vào những ngày 10, 11 và 14 tháng 12 phải bị trừng trị"*.

Vị thượng tọa này nói nhiều tăng sĩ ở Lâm Đồng có thể bỏ Giáo Hội Phật Giáo Việt Nam (do nhà nước điều hành) nếu thỉnh nguyện thư bị làm ngơ.

Công điện:

- "Action request: Lang Mai monks and nuns forcibly evicted by police," 29/9/2009, từ Michael Michalak, Đại Sứ Hoa Kỳ tại Hà Nội. Loại bảo mật: Confidential. http://www.wikileaks.org/cable/2009/09/09HANOI839.html

- "Government to evict Plum Village monks again by the end of the year," 18/12/2009, từ Michael Michalak, Đại Sứ Hoa Kỳ tại Hà Nội. Loại bảo mật: Không bảo mật. http://www.wikileaks.org/cable/2009/12/09HANOI1398.html

- "Bat Nha wrap-up: VN government makes its case while Lang Mai monks seek refuge in Thailand," 15/1/2010, từ Michael Michalak, Đại Sứ Hoa Kỳ tại Hà Nội. Loại bảo mật: Confidential. http://www.wikileaks.org/cable/2010/01/10HANOI5.html

- "As Lang Mai followers hunker down in Lam Dong, another group is evicted in Khanh Hoa," 3/12/2009, từ Ken Fairfax, Tổng Lãnh Sự Hoa Kỳ tại TPHCM. Loại bảo mật: Không bảo mật. http://www.wikileaks.org/cable/2009/12/09HOCHIMINHCITY669.html

Chính quyền gây khó dễ sau Đại Hội Nguyên Thiều

Vũ Quí Hạo Nhiên

[2003] Sau khi hai vị sư đứng đầu Giáo Hội Phật Giáo Việt Nam Thống Nhất là Hòa Thượng Thích Huyền Quang và Hòa Thượng Thích Quảng Độ được phóng thích và không còn bị quản thúc tại gia năm 2003, giáo hội này đã họp đại hội ở Bình Định và ngay sau đó nhà cầm quyền trở mặt, đặt nhiều vị sư trở lại tình trạng quản thúc và tố cáo đại hội này là "bất hợp pháp."

Đoàn ngoại giao Mỹ được báo động về những hành vi đàn áp này qua các nguồn tin hải ngoại, trong đó có Phòng Thông Tin Phật Giáo Quốc Tế ở Paris, và họ theo dõi kỹ tình hình xảy ra với giáo hội, một điều có thể thấy được qua một loạt công điện được gởi ra vào thời gian đó.

Cuộc gặp mặt của Giáo Hội Phật Giáo Việt Nam Thống Nhất - một giáo hội hoạt động từ thập niên 1960 nhưng không được nhà nước Việt Nam hiện thời công nhận - là một đại hội khoáng đại bất thường, quy tụ hết hàng ngũ lãnh đạo. Diễn ra từ ngày 18 tới 10 tháng 9, 2003, đại hội này sau này được biết đến với tên "Đại Hội Nguyên Thiều," vì

"Thich Tue Sy and Thich Thanh Huyen were 'sentenced' to administrative detention under the now-familiar security grounds of 'abusing democracy to cause harm to the State.'"

địa điểm là tu viện Nguyên Thiều, nơi Hòa Thượng Thích Huyền Quang trụ trì.

Ngay từ lúc các vị sư lên đường nhóm họp, chính quyền Việt Nam đã ra sức ngăn chặn, theo lời công điện ngày 1 tháng 10, 2003 của Tòa Tổng Lãnh Sự Mỹ trích lời Hòa Thượng Thích Quảng Độ, khi đó là phó tăng thống giáo hội. Theo hòa thượng, chính quyền *"đã thành công ít nhất là một vụ"* trong việc ngăn chặn các vị cao tăng tới đại hội.

Người không tới đại hội được là Thượng Tọa Thích Hải Tạng, đến từ Huế trong một đoàn 5 nhà sư. Tuy nhiên, nửa đường đến đèo Hải Vân thì người tài xế đòi về, vì *"nhận được điện thoại di động báo rằng vợ đang sinh con."* Những nhà sư này bèn đi nhờ xe khác để vào Bình Định, rồi để anh tài về lại Huế.

"Nhưng Thượng Tọa Thích Hải Tạng không đi xa hơn được" vì *"hai lần công an ngăn chận ông lên xe van đi Bình Đình, rồi sau đó họ áp tải sư lên xe công an về lại chùa của ông và canh giữ luôn ở đó cho tới khi đại hội kết thúc."*

Vây quanh chùa

Ngay cả những người đến được chùa Nguyên Thiều cũng không yên. *"Các viên chức ủy ban tôn giáo địa phương và công an bao vây suốt thời gian diễn ra đại hội."* Khi đại hội diễn ra thì giới chức không đột nhập vào, nhưng Hòa Thượng Thích Quảng Độ nghi ngờ rằng *"những cuộc lục soát chùa trước đại hội chỉ là những âm mưu xấu xa để đặt dụng cụ nghe lén."*

Trước đó, vào ngày 11 tháng 9, nhằm Tết Trung Thu, một phái đoàn Ủy Ban Tôn Giáo TPHCM cũng đến thăm Hòa Thượng Thích Quảng Độ và nhắc khéo rằng giáo hội thống nhất *"vẫn chưa có tính hợp pháp."*

Tuy bị công an bao vây, nhưng tình hình trong chùa Nguyên Thiều được cả hai Hòa Thượng Thích Quảng Độ và Thượng Tọa Thích Tuệ Sỹ tỏ ra lạc quan. Bức công điện nói hai vị này *"tỏ ra lạc quan nhiều hơn so với các thông cáo báo chí gây bấn loạn, do Phòng Thông Tin Phật Giáo Quốc Tế đưa ra, thuật lại các buổi thẩm cung và đe dọa trả đũa rất có hệ thống lớp lang."*

Nhưng đó là thời gian trong đại hội Nguyên Thiều. Còn sau đại hội, thì lại là khác. Những công điện tiếp theo của ngoại giao đoàn cho thấy nhà cầm quyền, bất bình với việc giáo hội nhóm họp đại hội, ra tay phản ứng mạnh mẽ

Từ đại hội về, có chuyện

Nhưng nếu nhà nước để yên cho Giáo Hội Phật Giáo Việt Nam Thống Nhất họp đại hội, thì ngay sau đó thái độ họ đổi khác.

Thật ra, ngay trong đại hội, Hòa Thượng Thích Quảng Độ đã nghi ngờ về động thái của chính quyền. Hòa thượng *"bày tỏ quan ngại rằng chính quyền đã lùi một bước, bỏ đi thái độ cởi mở mà Thủ Tướng Phan Văn Khải đã bộc lộ trong cuộc hội kiến với Hòa Thượng Thích Huyền Quang ở Hà Nội hồi đầu năm."*

Hòa Thượng Thích Quảng Độ. (Hình: GENET/AFP/Getty Images)

Từ đại hội trở về, chuyện này trở nên rõ rệt. Khi các vị sư lên xe đi vào Sài Gòn thì *"công an đã cố ngăn chặn,"* theo một công điện riêng về chuyện này, để ngày 8 tháng 10, 2003, tức là ngay trong ngày sự việc xảy ra.

Trong ngày đó, các nguồn tin của GHPGVNTN cho Tổng Lãnh Sự Emi Lynn Yamauchi biết khi Hòa Thượng Thích Huyền Quang, Hòa Thượng Thích Quảng Độ, và Thượng Tọa Thích Tuệ Sỹ cùng lên một xe van rời tu viện Nguyên Thiều ngày 8 tháng 10, thì *"bị một đám đông công an vây quanh, có người nói là 40, có người nói là 60 người."*

Phía GHPGVNTN cho biết lý do ba vị sư này đi cùng một chuyến xe, là vì *"công an bảo Thích Quảng Độ và Thích Tuệ Sỹ là* giấy đăng ký tạm trú của họ ở Bình Định đã hết hạn và họ nên về TPHCM." Khi đó Hòa Thượng Thích Huyền Quang ngỏ ý muốn đi theo vào để khám bác sĩ.

Tổng Lãnh Sự Yamauchi bèn gọi vào số điện thoại di động của chủ tịch tỉnh vào lúc 3 giờ 30 chiều. Ông này lại cho rằng đám người bu quanh xe không phải công an mà là Phật tử *"muốn Hòa Thượng Thích Huyền Quang ở lại Bình Định để dịch kinh sách và hướng dẫn tu tập cho tăng ni sinh."* Ông cũng khẳng định là những người này *"chỉ muốn ngăn cản Thích Huyền Quang đừng bỏ đi thôi, chứ không cản hai vị sư kia."*

Ông chủ tịch cũng nói là *"khi ông nghe chuyện này thì ông có bảo, 'nếu ông ấy (ý nói Hòa Thượng Thích Huyền Quang) muốn đi thì để cho ông ấy đi.'"* Ông nói với Tổng Lãnh Sự là ba vị sư đã được tiếp tục cuộc hành trình rồi.

Ba vị sư này sau đó xác định với Tổng Lãnh Sự là họ đã được cho đi vào khoảng 4 giờ chiều.

Các sư ở chỗ khác cũng gặp khó khăn. Ở Huế, *"các vị sư họp đại hội và sau đó về lại 6 chùa khác nhau ở Huế đã bị công an gọi lên để 'giáo huấn' trong nhiều ngày qua và chùa của họ bị theo dõi sát."* Một vị sư nói với nhân viên lãnh sự là *"ngay trong lúc ông đang nói chuyện, có hai công an đang ở chùa chờ ông đi theo họ lên đồn 'giáo huấn.'"*

Cũng trong ngày đó, Tổng Lãnh Sự Yamauchi gọi cho Phó Giám Đốc Sở Ngoại Vụ, ông Lê Hưng Quốc. Ông này nói ông không biết gì về vụ này nhưng lập lại là GHPGVNTN là *"một tổ chức bị cấm hoạt động"* và do đó, theo ông, *"đại hội của họ hồi tháng 9 là bất hợp pháp."*

Đồng thời, Phó Đại Sứ ở Hà Nội John Boardman đặt vấn đề với viên Quyền Vụ Trưởng Vụ Châu Mỹ trong Bộ Ngoại Giao Việt Nam, ông "Nguyen Van Que" (có thể công điện viết nhầm – người Quyền Vụ trưởng Vụ Châu Mỹ lúc đó họ Phạm, ông Phạm Văn Quê). Ông Boardman nói với ông Quế là hành động ngăn chặn các vị sư này *"chắc chắn sẽ làm hại thanh danh của chính quyền Việt Nam về mặt nhân quyền và tự do tôn giáo"* và là chuyện *"không được hoan nghênh bất cứ lúc nào - đặc biệt là trong lúc này, khi các lãnh đạo cấp cao của Việt Nam đang ở Hoa Kỳ."* (Bức công điện không nói rõ nhưng vào thời điểm đó một phái đoàn do Bộ Trưởng Kế Hoạch và Đầu Tư Võ Hồng Phúc dẫn đầu đang ở Mỹ.)

Ông Quế cảm ơn ông Boardman báo cho biết vụ này nhưng chối không hay biết gì và nói *"sẽ xem xét."*

Khi chiếc xe van chở ba vị cao tăng được cho phép rời bánh, Tòa Tổng Lãnh Sự tại Sài Gòn có vẻ đã thở phào nhẹ nhõm, như lời Tổng Lãnh Sự Yamauchi viết là *"chắc hẳn trong cuộc gọi điện thoại tới Chủ Tịch Bình Định, ông ấy hiểu là có sự liên kết giữa hình ảnh trước công chúng ,uy tín quốc tế, với việc để cho các nhà sư tiếp tục đi."*

Nhưng sự lạc quan ấy không kéo dài được lâu. Chỉ hai hôm sau, Tòa Tổng Lãnh Sự đã có một công điện khác, đề ngày 10 tháng 10, báo tin giới lãnh đạo GHPGVNTN bị bắt và chính Tòa Tổng Lãnh Sự cũng không biết họ bị mang đi đâu.

Tăng sư bị bắt, Sở Ngoại Vụ nói khác chủ tịch tỉnh

Vì bị ngăn cản ở Bình Định cho tới 4 giờ chiều, nên chiếc xe van chở các vị sư đã không đi thẳng tới Sài Gòn được mà phải dừng chân trong một ngôi chùa ở Khánh Hòa. Sáng sớm ngày 9, khi họ lên xe thì lại bị công an chặn rồi bị bắt.

Hai Hòa Thượng Thích Huyền Quang và Thích Quảng Độ sau đó được thả ra. Thượng Tọa Thích Viên Định, đi chung xe, bị công an bắt lên xe rồi đưa về trụ sở công an quận Bình Thạnh, giữ ở đó từ 6 giờ chiều tới nửa đêm này 9 tháng 10.

Sau đó, công an đưa thượng tọa về chùa Giác Hoa, nhưng chỉ 15 phút sau hai viên công an khác tới bắt ông đi, *"và từ đó nhà chùa không nghe tin tức gì về ông nữa."*

Nhân viên Tổng Lãnh Sự lại đến gặp ông Quế, Phó Giám Đốc Sở Ngoại Vụ TPHCM. (Độc giả có thể thắc mắc tại sao chuyện xảy ra ở Khánh Hòa mà lại hỏi Sở Ngoại Vụ ở TPHCM. Sở Ngoại Vụ TPHCM không trực thuộc chính quyền thành phố mà trực thuộc Bộ Ngoại Giao, hoạt động như một thứ "văn phòng 2" của Bộ Ngoại Giao ở miền Nam, cho nên gặp Sở Ngoại Vụ TPHCM hỏi về sự kiện xảy ra ở Khánh Hòa là đúng.) Lúc này, ông Quế bắt đầu nói khác ông Chủ Tịch tỉnh Bình Định. Ông Quốc nói chiếc xe bị chặn ở Bình Định là do công an chặn, và lý do là *"vi phạm luật giao thông."* *Rồi sau đó công an "tình cờ"* khám phá các vị sư này mang "bí mật quốc gia" nên giữ họ lại để "làm rõ."

Được hỏi những "bí mật quốc gia" này là gì thì ông Quốc lý giải như sau: GHPGVNTN là một nhóm bị cấm hoạt động, và do đó "nếu họ có giấy tờ liên quan tới việc (tái) thành lập GH-PGVNTN" thì điều đó phạm luật.

(Ông Quốc có thể nói về biên bản đại hội Nguyên Thiều, vì trong đại hội đó các vị sư bầu lại nhân sự lãnh đạo GHPGVNTN và Viện Hóa Đạo.)

Ông Quốc, trong một phát biểu có thể là lý do chính mà nhà nước bắt các vị sư, cho rằng khi đó là "thời điểm có nhiều cuộc viếng thăm song phương giữa Hoa Kỳ và Việt Nam" và các nhà sư *"có hành động khiêu khích trước mỗi chuyến thăm quan trọng giữa hai nước."* (Công điện không nói rõ nhưng một trong những "chuyến thăm quan trọng" đó là chuyến đi của Phó Thủ Tướng Vũ Khoan qua Mỹ vào tháng 12.) Ông Quốc đổ thừa cho GH-PGVNTN *"không thích nhà nước và luôn kiếm cớ gây chuyện."*

Viên Phó Tổng Lãnh Sự đặt vấn đề với lối giải thích của ông Quốc. Bà nói rằng thế giới sẽ không tin rằng các vị sư lãnh đạo GHPGVNTN, một ông trên 80, còn một ông trên 70 tuổi, "lại là một mối đe dọa cho an ninh quốc gia chỉ vì họ họp nhau bàn về mối liên hệ tương lai giữa GHPGVNTN và chính quyền Việt Nam."

Bà Phó Tổng Lãnh Sự cũng khuyến cáo Việt Nam *"đừng tách rời việc gia nhập vào thị trường thế giới với thành tích về nhân quyền và tự do tôn giáo."*

Ông Quốc xác nhận Hòa Thượng Thích Huyền Quang đã được về lại chùa ở Bình Định. Ông cũng nói Hòa Thượng Thích Quảng Độ cũng về lại chùa ở Sài Gòn nhưng không chắc. Ông Quốc không biết về những nhà sư khác, nhưng ông cho rằng họ cũng đã được trả về chùa mặc dù có thể "bị gọi lên làm việc." Công điện cho biết nhân viên Tòa Tổng Lãnh Sự ghé qua Thanh Minh Thiền Viện vào sáng ngày 10 thì bị một nhóm đông người, *"có vẻ là công an thường phục"* đuổi đi. Công điện cũng thuật lời viên Tổng Lãnh Sự Pháp nói Sở Ngoại Vụ khuyên ông đừng đến tìm Thích Quảng Độ vì ông *"sẽ bị đuổi đi mà như thế bẽ mặt lắm."*

Bộ Ngoại Giao nói khác Sở Ngoại Vụ

Cùng ngày đó, ở Hà Nội, Phó Đại Sứ Mỹ đi cùng với Quyền Tham Tán Chính Trị tới gặp Trợ Lý Bộ Trưởng Ngoại Giao Nguyễn Đức Hùng, theo một công điện đánh đi từ Tòa Đại Sứ ngày 10 tháng 10.

Họ khuyến cáo ông Hùng là những hành vi của công an là một "tiền lệ không được hoan nghênh" ngay vào lúc việc Đại Sứ đặc trách Tự Do Tôn Giáo của Bộ Ngoại giao, John Hanford, sắp tới Việt Nam. Họ cũng thắc mắc sự khác biệt giữa việc ngăn chặn các sư với việc Thủ Tướng Phan Văn Khải đón tiếp Hòa Thượng Thích Huyền Quang hồi đầu năm.

Ông Hùng trả lời và lại nói khác Sở Ngoại Vụ TPHCM mà nói giống Chủ Tịch tỉnh Bình Định, rằng không phải công an chặn các nhà sư mà là Phật tử địa phương *"không muốn thấy các nhà sư bỏ đi."* Ông Hùng nói cả hai Hòa Tthượng Thích Huyền Quang và Thích Quảng Độ đã về chùa nhà và không bị giới hạn tự do nào cả.

Trong hai công điện sau đó, ngày 14 và 16 tháng 10, tình hình được biết rõ hơn: Tất cả các nhà sư đều bị theo dõi khít khao, bị bắt lên đồn công an, có người vài giờ, có người vài ngày, một số vị bị đưa giấy quản thúc, một số vị khác bị quản thúc nhưng không có lệnh chính thức.

Thượng Tọa Thích Tuệ Sỹ bị lệnh quản thúc hành chánh 2 năm, do Phó Chủ Tịch Ủy Ban Nhân Dân TPHCM Nguyễn Thành Tài ký. Ông phải xin phép nếu muốn đi ra khỏi phường của chùa Già Lam.

Thượng Tọa Thích Nguyên Lý, chùa Từ Hiếu ở Sài Gòn, và Thượng Tọa Thích Thanh Huyền (cũng ở chùa Già Lam như Thích Tuệ Sỹ) cũng bị quản thúc hành chánh tương tự, theo Thích Tuệ Sỹ.

Thượng Tọa Thích Viên Định, chùa Giác Hoa ở quận Bình Thạnh, sau khi bị công an bắt đi vào đêm ngày 9, được đưa về chùa vào ngày 11 lúc 7 giờ tối. *"Các nhà sư bên trong thấy công an quay phim chùa từ một quãng xa trước khi nhà sư về tới."* Không có lệnh quản thúc đối với Thượng Tọa Thích Viên Định, nhưng *"công an quận Bình Thạnh nói mơ hồ rằng ông cần có giấy phép mới được 'du hành' đi chỗ khác."* Họ cũng khuyên Thích Viên Định từ nhiệm chức vụ Phó Viện Trưởng Viện Hóa Đạo.

Hai Hòa Thượng Thích Huyền Quang và Thích Quảng Độ bị đưa về chùa nhà ở Bình Định và ở TPHCM. Không có lệnh chính thức quản thúc hai vị này, nhưng *"trên thực tế họ bị cầm giữ và bị canh gác chặt chẽ ngay tại chùa của họ,"* công điện viết.

Thượng Tọa Thích Tuệ Sỹ cũng kể lại chuyện đại hội và chuyện xảy ra ở Khánh Hòa. Tại đại hội Nguyên Thiều, các vị sư có mặt chính thức quyết định Hòa Thượng Thích Huyền Quang là Đệ Tứ Tăng thống GHPGVNTN. *"Hòa Thượng Thích Quảng Độ bây giờ giữ chức Viện Trưởng Viện Hóa Đạo cùng với Thượng Tọa Thích Tuệ Sỹ làm Phó Viện Trưởng."* Cả ba vị đã từng *"được bầu"* vào chức vụ này trong đại hội GHPGVNTN tại Melbourne, Úc, và quyết định này được công nhận tại đại hội Nguyên Thiều.

Còn ở Khánh Hòa, Thượng Tọa Thích Tuệ Sỹ kể rằng trên xe lúc đó có Hòa Thượng Thích Huyền Quang, Thích Quảng Độ, Thượng Tọa Thích Tuệ Sỹ, Thích Thanh Huyền ,Thích Nguyên Lý, Thích Viên Định, Thích Nguyên Vương (thị giả - tức phụ tá – của Thích Tuệ Sỹ), hai thị giả của Hòa Thượng Thích Huyền Quang, và hai Phật tử thuộc chùa Từ Hiếu. *"Cả nhóm ngụ qua đêm tại chùa Linh Sơn, tỉnh Khánh Hòa và sáng hôm sau bị công an chặn lại ở một nơi gần Nhà Trang."*

Hai vị sư thuộc chùa Già Lam là Thích Tuệ Sỹ và Thích Thanh Huyền bị áp giải về Sài Gòn và đưa vào trụ sở công an huyện Gò Vấp chiều tối ngày 9. *"Chiều 11 tháng 10, sau gần 2 ngày bị thẩm vấn, (Thích Tuệ Sỹ) nói ông và Thượng Tọa Thích Thanh Huyền… bị giải đến một ngôi trường gần chùa Già Lam để gặp khoảng 20 quan chức của quận, gồm chủ tịch ủy ban nhân dân, ủy ban tôn giáo, mặt trận tổ quốc."*

Mục đích phải có đến 20 quan chức, chỉ để *"chủ tịch UBND quận đọc lệnh quản thúc hành chánh, trong đó tố cáo hai nhà sư tổ chức Đại Hội GHPGVNTN ở Mỹ vào năm 1999, trao đổi thư từ với các đại sứ thuộc Liên Âu tại Hà Nội về vấn đề GHPGVNTN, gặp gỡ các đại sứ này khi họ đến Hà Nội thăm viếng Hòa Thượng Thích Huyền Quang vào tháng 4, 2003, và tội tổ chức đại hội 'bất hợp pháp' tại chùa Nguyên Thiều."*

Vì những "tội" trên, hai Thượng Tọa Thích Tuệ Sỹ và Thích Thanh Huyền *"bị 'kết án' quản thúc hành chánh với tội danh nghe đã nhàm tai là 'lạm dụng dân chủ để phá hoại nhà nước.'"* Nhưng Thích Tuệ Sỹ nói với nhân viên Tổng Lãnh Sự, *"Chúng tôi là sư, chúng tôi không sợ gì cả."*

Còn Hòa Thượng Thích Quảng Độ thì vào lúc đó, Thanh Minh Thiền Viện đóng cửa im ỉm, không ai vào được, và điện thoại cũng bị cắt không liên lạc được.

Công điện:

- "UBCV leaders meet despite GVN intererference," 1/10/2003, từ Emi Lynn Yamauchi, Tổng Lãnh Sự Hoa Kỳ tại TPHCM. Loại bảo mật: Không bảo mật. http://www.wikileaks.org/cable/2003/10/03HOCHIMINHCITY942.html

Đệ Tứ Tăng Thống Thích Huyền Quang viên tịch
Tang lễ yên ổn, ngày giỗ có chuyện

Vũ Quí Hạo Nhiên

[2008 - 2009]   Sự viên tịch của vị tăng được nhiều người kính trọng khiến nhà cầm quyền Việt Nam phải buông lỏng sự kềm chế đối với Giáo Hội Phật Giáo Việt Nam Thống Nhất, một giáo hội bị nhà nước cấm. Tang lễ Hòa Thượng Thích Huyền Quang do đó được diễn ra tương đối yên ổn, chỉ bị phá phách chút ít, nhưng tới năm sau, trong ngày giỗ đầu, nhà nước bắt đầu siết lại và gây khó khăn cho người tới dự.

Hòa Thượng Thích Huyền Quang là vị tăng thống (tức người đứng đầu giáo hội) thứ tư của Giáo Hội Phật Giáo Việt Nam Thống Nhất. Giáo hội này chính thức thành lập đầu năm 1964, và hoạt động cho tới sau năm 1981 khi bị

"... some ʼdisguised menʼ snuck into the monastery to steal the wreaths, but were caught and thrown out."

nhà cầm quyền đặt ra ngoài vòng pháp luật vì không chịu sáp nhập vào với Giáo Hội Phật Giáo Việt Nam được nhà nước công nhận. Cá nhân hòa thượng tham gia kháng chiến chống Pháp. Sau khi Giáo Hội Phật Giáo Việt Nam Thống Nhất bị cấm, hòa thượng bị quản chế nhiều lần, kéo dài cho tới ngày viên tịch năm 2008.

Ngay khi Hòa Thượng Thích Huyền Quang viên tịch, vài ngày sau đó tòa lãnh sự Mỹ tại TP. HCM đã thông báo về Washington và tới các tòa đại sứ, lãnh sự khác trong các nước ASEAN. Bức công điện ngày 8 tháng 7, viết, *"Đệ Tứ Tăng Thống Thích Huyền Quang viên tịch ngày 5 tháng 7, 2008 tại tu viện Nguyên Thiều, tỉnh Bình Định... sau nhiều năm bị bệnh tim, phổi, thận."*

Tuy hai giáo hội "Phật Giáo Việt Nam" và "Phật Giáo Việt Nam

Thống Nhất" khác nhau xa về mặt quan hệ với nhà nước, nhưng khi Hòa Thượng Thích Huyền Quang viên tịch thì, *"theo nguồn tin từ GHPGVNTN, các lãnh tụ hai giáo hội PGVN và PGNVTN đều đồng nhất trong việc chia buồn và cầu nguyện"* cho người quá cố. Lý do được giải thích trong công điện để ngày 11 tháng 7 sau đó: Vì với các tăng sĩ của GHPGVN, Hòa Thượng Thích Huyền Quang *"cũng là sư phụ của họ."*

Ngay từ lúc Hòa Thượng Thích Huyền Quang trọng bệnh, đã có hơn 20 tăng ni GHPGVNTN "tổ chức canh thức bên giường bệnh từ cuối tháng 5," trong đó có Hòa Thượng Thích Quảng Độ (sau đó sẽ trở thành vị tăng thống thứ 5). GHPGVNTN cũng dự trù đứng ra chủ trì tang lễ. Công điện của ngoại giao Mỹ không nhắc tới, nhưng trong thời gian này nhiều cơ quan báo chí nhà nước như báo Nhân Dân, báo mạng VietNamNet đăng bài tấn công GHPGVNTN và Hòa Thượng Thích Quảng Độ và tố cáo GHPGVNTN *"thừa cơ mưu toan nhằm gây rối trật tự xã hội"* và *"lợi dụng Hòa Thượng Thích Huyền Quang để lập tổ chức đối lập."*

Công điện cũng trích lời GHPGVNTN cho rằng *"sẽ 'không có khó khăn gì' khi khoảng 30 đến 40 vị thuộc GHPGVNTN từ Huế, Quảng Trị, Tiền Giang và tỉnh Lâm Đồng tham dự"* tang lễ.

Tang lễ yên ổn giữa vòng vây công an

Tang lễ sau đó có diễn ra yên ổn thật. Công điện ngày 11 tháng 7 cho biết: *"Ngoài các vị trưởng lão cao cấp của GHPGVNTN, còn có vị đứng đầu Hội Đồng Chấp Hành của GHPGVN của TP. HCM, Thượng Tọa Thích Trí Quảng, cũng như nhiều vị sư khác trong GH-PGVN từ Hà Nội và TP. HCM cũng đến tham dự lễ."*

Nhân dịp tang lễ, nhà nước có nới tay đối với các vị tăng sư từ các tỉnh thành khác, mặc dù ngay tại tang lễ thì *"khoảng 30-40 công an thường phục đang đứng gần và ngay cả bên trong Tu Viện Nguyên Thiều".* Công điện viết: *"Nhiều nhà sư ở tỉnh, trước đây bị ngăn cấm du hành, cho biết rằng họ đã tìm cách xoay xở đi Bình Định cho kịp dù cuối giờ lễ tang cũng được; và nguồn tiếp xúc GH-PGVNTN cho biết nhà cầm quyền 'đã không làm gì công khai ngăn trở tăng lễ.'"*

Phía bên GHPGVNTN không phải vì vậy mà bớt cẩn thận

(có lẽ vì họ đã đọc những điều nhà nước viết trên Nhân Dân, trên VietNamNet). *"Tỳ kheo Thích Không Tánh của GHPGVNTN cho biết các vị trong GHPGVNTN đã sắp vòng kín vây quanh quan tài để ngăn ngừa các thành phần không phải của GHPGVNTN 'chen lọt vào'."*

Hòa Thượng Thích Quảng Độ bị truyền thông nhà nước Việt Nam đăng bài tấn công khi Hòa Thượng Thích Huyền Quang viên tịch. (Hình: AFP/Getty Images)

Nhà nước cũng buông ra để các tổ chức chống đối và truyền thông hải ngoại gửi vòng hoa viếng. Công điện cho biết *"vòng hoa phúng điếu do đài phát thanh Á Châu Tự Do, cộng đồng Phật Giáo ở Hoa Kỳ và Khối 8406 được trưng bày."*

Tuy nhiên, sau đó thì họ lại định trộm những vòng hoa đó đi. *"Các tăng sĩ GHPGVNTN nói rằng có vài 'người ngụy trang' lên vào tu viện đánh cắp vòng hoa, nhưng đã bị phát giác và đuổi ra ngoài."*

Lễ giỗ nhiều vấn đề

Nếu tang lễ diễn ra tạm yên ổn, thì lễ giỗ lại khác. Tuy không có đụng độ đối đầu trực tiếp tại lễ giỗ, nhưng ở các địa phương, công an tìm cách ngăn chặn các vị trong GHPGVNTN đừng tới lễ giỗ, theo tường trình trong công điện đề ngày 4 tháng 8, 2009.

Tổng thư ký của GHPGVNTN là Thượng Tọa Thích Viên Định cho biết "bị một toán công an địa phương chận lại sau khi ông tới Bịnh Định." Họ mời ông xuống đồn công an để thẩm vấn, và *"dọa trục xuất ông khỏi tỉnh nếu ông từ chối chấp hành lệnh này"*. Thượng tọa vẫn từ chối, nói rằng quá bận bịu với lễ giỗ. Sau đó, Thượng Tọa Thích Viên Định "có mặt dự lễ và trở về TP. HCM vào ngày 26 tháng 7 mà không có biến cố gì," theo xác nhận của Tỳ Kheo Thích Viên Hy.

Bức công điện có cho biết bản tin của trụ sở GHPGVNTN ở Paris cho rằng Thượng Tọa Thích Viên Định bị bắt nhưng tòa tổng lãnh sự nói họ không có thông tin nào như thế.

Một vị lãnh đạo khác của GHPGVNTN cũng gặp khó khăn. *"Thượng Tọa Thích Tâm Liên, trưởng lão Hội Đồng Giáo Phẩm GH-PGVNTN tại tỉnh Bình Định, cũng báo rằng bị chận đường khi đi đến Tu Viện Nguyên Thiều và kể cho tổng lãnh sự nghe, để khỏi bị thêm người khác ngăn chặn, ông đã phải đi đường núi rất hiểm trở để vào tu viện."*

Nhiều Phật tử khác cũng cho hay bị công an tới gặp và *"tìm cách áp lực họ hủy bỏ chuyến đi Bình Định,"* công điện viết. Chuyện này xảy ra ở nhiều nơi: "Quảng Trị, Thừa Thiên-Huế và Đà Nẵng."

Ở Sài Gòn, Hòa Thượng Thích Quảng Độ không đi Bình Định dự lễ giỗ được *"vì sức khỏe quá kém,"* công điện viết.

Tới ngày giỗ, nhà cầm quyền *"không công khai ngăn trở lễ nghi tiến hành,"* công điện cho biết. Nhưng mặt khác, có tới *"khoảng 100 công an thường phục và công an sắc phục đi tuần tra khu vực chung quanh Tu Viện Nguyên Thiều, quay phim và tra xét những người tụ hội."*

Láng giềng cũng bị vạ lây: Vì không đủ chỗ trong Tu Viện Nguyên Thiều, nhiều tăng ni phải tạm trú bên chùa Thập Tháp ở gần bên. *"Khoảng 50 công an địa phương đến lục soát chùa Thập Tháp."*

Công điện:

- "Buddhists mourn passing of UBCV patriarch Thich Huyen Quang," 8/7/2008, từ Kenneth J. Fairfax, Tổng Lãnh Sự Hoa Kỳ tại TPHCM. Loại bảo mật: Không bảo mật. http://wikileaks.org/cable/2008/07/08HOCHIMINHCITY608.html

- "UBCV patriarch's funeral held successfully," 11/7/2008, từ Kenneth J. Fairfax, Tổng Lãnh Sự Hoa Kỳ tại TPHCM. Loại bảo mật: Không bảo mật. http://wikileaks.org/cable/2008/07/08HOCHIMINHCITY625.html

- "UBCV holds memorial service for former patriarch under heavy security," 4/8/2009, từ Kenneth J. Fairfax, Tổng Lãnh Sự Hoa Kỳ tại TPHCM. Loại bảo mật: Không bảo mật. http://wikileaks.org/cable/2009/08/09HOCHIMINHCITY574.html

Chuyện Đại Đức Thích Trí Lực bị an ninh Việt Nam bắt cóc

Hà Tường Cát

[2004] Ba công điện ngoại giao viết trong tháng 3 và tháng 6, 2004, từ Tòa Tổng Lãnh Sự và Tòa Đại Sứ Hoa Kỳ tại Việt Nam, trình bày chi tiết liên quan đến ông Phạm Văn Tưởng, tức Đại Đức Thích Trí Lực.

Công điện cuối tháng 3, 2004, do Tổng Lãnh Sự Emi Lynn Yamauchi viết, mở đầu bằng đoạn tóm lược: *"Phạm Văn Tưởng, nguyên là đại đức Thích Trí Lực, gặp tổng lãnh sự và các viên chức tổng lãnh sự quán trong 2 giờ hôm 30 tháng 3 2004, bốn ngày sau khi ra khỏi nhà tù. Nhà sư trước kia thuộc Giáo Hội Phật Giáo Việt Nam Thống Nhất (GHPGVNTN) xem ra có vẻ mạnh khỏe và tinh thần tốt, nao nức thảo luận về hoạt động trong quá khứ và chương trình tương lai của ông."*

Ông Tưởng trốn qua Cambodia đầu năm 2002, xin tị nạn ở Tòa Đại Sứ Mỹ và đã được Cao Ủy Tị Nạn Liên Hiệp Quốc (UNHCR) cấp chứng chỉ tị nạn. Tháng 7 năm ấy ông bị nhân viên an ninh Việt Nam bắt cóc đem về nước và sau gần 20 tháng giam giữ được đưa ra tòa ngày 12 tháng 3, 2004. Tòa tuyên án 20 tháng tù nhưng trừ thời gian đã bị giữ, được trả tự do nửa tháng sau, ngày 26 tháng 3, 2004.

"Tuong's case attacted international attention since he had been granted refugee status by the UNHCP office in Phnom Penh after fleeing Vietnam in 2001, but was mysteriously arrested at the Vietnam-Cambodian border four months later."

Gặp gỡ người Mỹ

Ông hoàn toàn không sợ hậu quả việc đến thăm tổng lãnh sự vì đã báo trước cho công an địa phương về chuyến thăm viếng. Các viên chức an ninh đã báo cho biết là sẽ có người của chính phủ Hoa Kỳ đến tiếp xúc ông ngay sau khi được phóng thích. Họ cũng nói là Cao Ủy Tị Nạn cũng muốn hỏi chuyện ông về vấn đề tị nạn, tuy nhiên ông chưa nghe gì từ UNHCR. Ông dứt khoát với ý muốn được tái định cư cùng gia đình ở Hoa Kỳ.

Trong cuộc gặp gỡ, được dàn xếp theo chỉ thị của tổng lãnh sự, ông Tưởng, tức Đại Đức Thích Trí Lực, cung cấp thêm những thông tin về phiên tòa ngày 12 tháng 3, để bổ túc những chi tiết đã được chính phủ Việt Nam công bố. Phiên tòa kéo dài hai giờ sau ba lần hoãn kể từ 25 tháng 7, 2003. Ông Tưởng theo kịp với những thay đổi ấy và được cung cấp bản sao tất cả những hồ sơ liên quan đến vụ án. Ông không được thuê luật sư nhưng gia đình được dự phiên xử kín.

Theo đại đức, tất cả những người khác có mặt trong phòng xử đều là viên chức tòa án hoặc công an. Chính quyền Việt Nam không đưa ra nhân chứng hay hồ sơ chứng cứ nhưng hỏi về hoạt động của bị can trong quá khứ ở Việt Nam và Cambodia. Ông từ chối đề nghị được nói lời tự biện. Trước phiên xử các giới chức an ninh đã khuyến cáo ông là họ sẽ tạo điều kiện dễ dãi cho việc tái định cư ở nước ngoài nếu ông Tưởng không nói ra hoàn cảnh bị bắt ở Cambodia và tình trạng giam giữ ở Việt Nam. Ông Tưởng đồng ý và bị kết án 20 tháng tù, có tính thời gian đã bị giữ (19.5 tháng). Do đó ông được tha về ngày 26 Tháng Ba.

Những lời ông Tưởng kể lại về những sự kiện đưa tới việc ông bị cưỡng bách hồi hương tháng 7 năm 2002 phù hợp với tin tức do Văn Phòng Thông Tin Phật Giáo Quốc Tế của GHPGVNTN tại Paris đã phổ biến ở hải ngoại. Lý do ông trốn khỏi Việt Nam là vì chán nản với việc bị công an thường xuyên theo dõi và bị từ chối quyền chọn nơi cư trú sau khi mãn án bản án năm 1997 xử 30 tháng tù với tội danh tham gia vào một chương trình cứu trợ lũ lụt bất hợp pháp của GHPGVNTN do Hòa Thượng Thích Quảng Độ tổ chức. Ngoài án tù, ông Tưởng bị 5 năm quản chế hành chánh sau khi được phóng thích và bị trục xuất khỏi chùa Pháp Vân vào thời gian ấy.

Không được đi tu, ông Tưởng rời khỏi GHPGVNTN, lấy vợ năm 1999 và có một đứa con sinh năm 2002.

Trốn sang Cambodia và quy chế tị nạn

Ông cũng nói có ý định đi tu trở lại năm 2001 nhưng bị công an ngăn trở. Ngay cả sau khi hết thời hạn quản chế hành chánh vào tháng 2, 2002, việc theo dõi và quấy nhiễu vẫn tiếp tục. Thất vọng với tình trạng ấy, ông Tưởng trốn sang Cambodia với Đại Đức Thích Tâm Văn thuộc GHPGVNTN và đến Phnom Penh ngày 19 tháng 4, 2002.

Ngay sau khi đến Cambodia, ông Tưởng và Đại Đức Thích Tâm Văn xin tị nạn ở tòa đại sứ Hoa Kỳ tại Phnom Penh mà theo lời ông Tưởng, hai người đã được nồng nhiệt tiếp nhận. Họ được hướng dẫn cách thức xin hưởng quy chế tị nạn với UNHCR.

Đại diện UNHCR Goran Rosen phỏng vấn ông Tưởng ngày 31 tháng 5, 2002 và cấp một chứng chỉ tị nạn tạm thời ngày 3 tháng 6, 2002. Ông nhận được chứng chỉ tị nạn chính thức (#610) của bà Elizabeth Karten, giám đốc UNHCR ở Cambodia, ngày 28 tháng 6, 2002.

Rosen và Sara Colm, đại diện Human Rights Watch, có mặt khi ông Tưởng nhận chứng chỉ tị nạn. Nhưng ông không được ở trại tị nạn của người Việt Nam, dành riêng cho dân thiểu số từ Tây Nguyên. Thay vào đó, ông được UNHCR trợ cấp $85 một tháng và được cho số điện thoại để có thể gọi khi có chuyện khó khăn.

Trong thời gian ở Cambodia, hầu hết thời gian ông Tưởng dùng để viết thư cho những người ủng hộ GHPGVNTN ở Hoa Kỳ, Australia, Pháp. Thỉnh thoảng họ gởi tiền giúp ông chi dụng và trả tiền bưu phí. Ông Võ Văn Ái thuộc Phòng Thông Tin Phật Giáo là một trong những người cung cấp trợ giúp tài chính. Ông Tưởng cũng gởi thư về Hòa Thượng Thích Quảng Độ và Hòa Thượng Thích Huyền Quang nhưng không chắc là thư đến nơi vì không nhận được hồi âm. (Ông nói rằng tại Phnom Penh không có nhà sư nào thuộc GHPGVNTN.)

Mặc dầu hầu hết những thư gởi đi đều phê phán chính quyền Việt Nam về nhân quyền và tự do tín ngưỡng, ông Tưởng xác định là không bao giờ chủ trương lật đổ chính quyền Việt Nam. Ngày

26 tháng 6, 2002, ông gởi một báo cáo cho Human Rights Watch về những vi phạm nhân quyền đối với tù chính trị tại Việt Nam. Ông nói với các viên chức lãnh sự quán Hoa Kỳ là những thư này không được trình ra trước phiên tòa nhưng tin rằng chính quyền Việt Nam đã biết được những thư ấy. Cho tới thời gian cuối trong tù, các viên chức nhà tù vẫn chỉ thị ông viết lại những tài liệu ấy bằng ký ức càng xác thực càng tốt.

Ít tuần lễ trước khi bị bắt, ông Tưởng nghe đồn là công an Việt Nam ở Phnom Penh đang chú ý đến mình. Thực tế các viên chức Việt Nam đã phỏng vấn Thích Tâm Văn nhiều lần. (Ghi chú: Theo Tưởng, UNHCR mau chóng cho Thích Tâm Văn quy chế tị nạn một ngày sau khi ông Tưởng bị bắt và rồi đã được tái định cư ở Hoa Kỳ.)

Bị an ninh Việt Nam bắt cóc

Ngày 25 tháng 7, 2002 khoảng 7 giờ tối, trong khi ông Tưởng đang đi mua hàng gần nơi cư trú ở Phnom Penh thì một toán an ninh Việt Nam và Cambodia tới bao vây đẩy lên xe (bảng số 2475 và hai chữ Khmer), bị còng tay và đánh.

Ông cho rằng nhiều người trong số này là Việt Nam vì họ nói với ông bằng tiếng Việt. Mặc dầu ông Tưởng phản đối cho rằng mình được đặt dưới sự bảo vệ của UNHCR, công an vẫn tịch thu thẻ tị nạn và chở ông tới một đồn *cảnh sát quốc tế*. Từ đó ông được đưa lên một xe du lịch tới một đồn cảnh sát khác và qua đêm với tay bị còng.

Sáng hôm sau, chiếc xe đầu tiên chở ông đến cửa khẩu Mộc Bài tỉnh Tây Ninh, chờ các viên chức Việt Nam đến bắt giữ đem về nhà tù số 237 đường Nguyễn Văn Cừ, TP. Hồ Chí Minh. Ông Tưởng nói rằng biên bản bắt giữ đầu tiên nói là ông bị bắt ở biên giới, sau đó sửa lại là bị bắt tại tỉnh Tây Ninh *trong lúc trốn khỏi đất nước để chống chính quyền.*

Trong năm tháng đầu ông Tưởng ở trong tù, nhà tù này là nơi giam giữ một số trong 155 bị can vụ án Năm Cam và các tù nhân thường bị nhốt chung trong một phòng. Khu C nơi ông bị giam có 15 phòng đặc biệt 9 mét vuông có lỗ thông gió rất nhỏ và không có ánh sáng bên ngoài lọt vào. Với các cửa khóa, ông Tưởng nói là môi trường này giống như cái lò đậy nắp. Tiếng ồn không ngớt từ đường phố bên ngoài ngay sát bờ tường càng làm cho điều kiện sống nơi đây là không chịu đựng nổi. Tù nhân được ra ngoài nhận đồ ăn đem vào phòng nhưng không được phép nói chuyện với nhau trong ít phút ngắn ngủi ấy.

Ông Tưởng biết là có một số tù nhân danh tiếng khác trong trại giam này, kể cả cháu của Linh Mục Nguyễn Văn Lý và Bác Sĩ Nguyễn Đan Quế.

Mỗi tuần một lần, tù nhân được mua thực phẩm hay nhu yếu phẩm khác bằng tiền gia đình gởi vào. Gia đình ông Tưởng không biết ông bị bắt giam cho tới gần một năm sau, nên không gởi tiền. Khi ông nhận ra rằng mình có khẩu phần nhiều hơn người khác, ông đề nghị được thay thế phần phụ trội đó bằng tiền mặt và ban quản trại chấp thuận cấp cho ông mỗi tháng 90,000 đồng Việt Nam (khoảng 6 dollars).

Trong khi vẫn được các viên chức trại tù đối xử tử tế, ông luôn luôn bị hỏi về các hoạt động ở Cambodia, đặc biệt là bản báo cáo ngày 26 tháng 6 cho Human Rights Watch. Ông chỉ được gặp gia đình một lần trong suốt 20 tháng tù, vào ngày 22 tháng 8, 2003.

Công điện đưa ra nhận xét của Hoa Kỳ về trường hợp của Đại Đức Thích Trí Lực, rằng ông "có thể bị khép tội gián điệp - theo định nghĩa của chính quyền Việt Nam, là cung cấp thông tin cho nước ngoài, đổi lấy tiền."

Và rằng, *"xét qua những sự kiện kể trên, mặc dầu chính quyền Việt Nam không đáp ứng đầy đủ những nguyên tắc căn bản về tự do tín ngưỡng và quy trình xét xử, vẫn có những trường hợp họ 'hành xử đúng' và khác với luật lệ của họ."*

Công điện do Đại Sứ Raymond Burghardt viết hồi trung tuần Tháng Ba còn có cả phần *"Gợi ý trả lời báo chí,"* dành cho giới ngoại giao Hoa Kỳ. Cụ thể, công điện đặt ra các câu hỏi *"giả thiết,"* và câu trả lời gợi ý.

Câu hỏi 1: Phản ứng của quý vị như thế nào với bản án của Phạm Văn Tưởng, cựu tu sĩ thuộc GHPGVNTN?

Trả lời 1: Chúng tôi rất tiếc là tính chất khép kín của hệ thống tư pháp Việt Nam khiến cho khó xác định được những sự kiện trong những trường hợp cá nhân. Điều này tạo ra hoài nghi về tính cách công bằng trong việc xét xử ông Tưởng và cam kết của chính phủ Việt Nam về sự trong sáng cho những vụ án khác. Chúng tôi thúc đẩy chính phủ Việt Nam để cho UNHCR tiếp xúc với ông Tưởng và cho ông được tái định cư như một người tị nạn nếu ông ta mong muốn.

Câu hỏi 2: Quý vị có nhận định gì về vụ ông Tưởng biến mất ở Phnom Penh năm 2002 và việc ông bị bắt sau đó ở biên giới?

Trả lời 2: Chúng tôi xin để các chính phủ Cambodia và Việt Nam cũng như đại diện UNHCR trình bày chi tiết của vụ việc.

Công điện:

- "Former UBCV monk Thich Trí Lực; relieved at his release, eager to resettle," 31/3/2004, từ Emi Lynn Yamauchi, Tổng Lãnh Sự Hoa Kỳ tại TPHCM. Loại bảo mật: Không bảo mật. http://wikileaks.org/cable/2004/03/04HOCHIMINHCI TY336.html

- "Conviction of Pham Van Tuong aka Thich Tri Luc," 15/3/2004, từ Raymond Burghardt, Đại sứ Hoa Kỳ tại Hà Nội. Loại bảo mật: Không bảo mật. http://wikileaks.org/cable/2004/03/04HANOI752.html

- "Former UBCV monk to pursue immigrant visa after resettling in Sweden," 18/6/2004, từ Emi Lynn Yamauchi, Tổng Lãnh Sự Hoa Kỳ tại TPHCM. Loại bảo mật: Không bảo mật. http://wikileaks.org/cable/2004/06/04HOCHIMINHCI TY824.html

Mục Sư Thân Văn Trường vô cớ bị đưa vào nhà thương điên

Vũ Quí Hạo Nhiên

[2005] Năm 2004, Việt Nam đang nằm trong danh sách các nước đáng quan tâm vì giới hạn tự do tôn giáo - thường gọi là danh sách CPC.

Cũng năm đó, Việt Nam vô cớ ép Mục Sư Thân Văn Trường vào bệnh viện tâm thần, gây nên một loạt phản ứng từ đoàn ngoại giao không chỉ của Mỹ mà còn của các nước khác, lan tới thủ đô Washington.

Báo cáo tự do tôn giáo thế giới của Bộ Ngoại Giao Mỹ năm 2006 miêu tả Việt Nam là *"có tiến bộ"* trong lãnh vực này, nhưng đồng thời nêu cụ thể trường hợp Mục Sư Trường như một thí dụ của tự do chưa hoàn toàn. Bản báo cáo cho biết, cuối năm 2005, ngoại trưởng Mỹ tiếp tục xếp Việt Nam vào danh sách CPC.

Mục Sư Thân Văn Trường là một cựu sĩ quan Quân Đội Nhân Dân, một đảng viên gốc Bắc Giang

"Recent developments appear to contradict VM Huong's assurances to the Ambassador."

ở miền Bắc, theo một công điện ngày 12 tháng 5, 2005, ký tên Tổng Lãnh Sự Seth Winnick. Ông vào miền Nam, lập nghiệp ở Đồng Nai, và công tác trong Hội Cựu Chiến Binh. Tại Đồng Nai, ông trở thành tín đồ đạo Chúa. Năm 2000, ông thành mục sư đạo Báp-tít. Từ đó, ông bắt đầu truyền giáo và tổ chức các hội thánh tư gia, tiếng Anh gọi là *"house church"*.

"House church" là chữ dùng để miêu tả tình trạng khi người tín đồ - thường là đạo Tin Lành - phải tổ chức thờ phượng tại gia vì một lý do nào đó - thường là do chính quyền ngăn cản - họ không có được một nhà thờ để thờ phượng.

Mục Sư Trường phục vụ hai hội thánh tư gia như vậy. Công an địa phương sách nhiễu hai hội thánh này, *"tịch thu Kinh Thánh, tài liệu cầu nguyện, và ngăn chặn việc thờ phượng."*

Công an cũng loan tin đồn là Mục Sư Trường đang dạy một thứ *"đạo của Mỹ"* và sẽ bị bắt.

Cũng trong năm 2000, Mục Sư Trường gởi thư cho giới lãnh đạo đảng Cộng Sản, kêu gọi họ *"từ bỏ chủ nghĩa Mác Lê nin và theo lời dạy trong Kinh Thánh."*

Tới năm 2003, khi bản sao những bức thư này được phân phát tại địa phương thì ông Trường bắt đầu gặp khó khăn với chính quyền của tỉnh. Ngày 27 tháng 5, 2003, Mục Sư Trường bị bắt. Ông bị giam giữ qua tới năm sau nhưng không hề có cáo trạng.

Công điện ngày 4 tháng 8 cũng tiết lộ là trước đó, vào tháng 6, Đại sứ Marine gặp Thứ trưởng Bộ Công An Nguyễn Văn Hưởng và nêu vấn đề Mục sư Trường. Ông Hưởng gọi vụ này là một *"quyết định của bên y tế"* và nói chính quyền Việt Nam *"không dùng bệnh viện tâm thần vào mục tiêu an ninh."* Tuy nhiên, công điện đánh giá, *"những điều xảy ra gần đây có vẻ đi ngược lại lời trấn an của Thứ trưởng Hưởng nói với Đại sứ."*

Cải hóa đảng cộng sản? Vào nhà thương điên

Tháng 6, 2004, ông được thả và bị quản thúc tại gia. Cuối tháng, ông về Bắc Giang thăm gia đình thì bị bắt lại. *"Bà vợ mục sư được thông báo là ông đã bị đưa đến một bệnh viện tâm thần để chẩn đoán,"* bức công điện viết.

Tới ngày 30 tháng 9 năm 2004, Bộ Công An tại Đồng Nai và Viện Kiểm Sát của tỉnh ra lệnh giữ Mục Sư Trường vào khu tội phạm của bệnh viện tâm thần tại Biên Hòa. Theo công điện này cho biết, *"Mục Sư Trường nói với vợ ông là công an đánh lừa khiến ông ký giấy tự nhận mình cần chữa trị."*

Bà Nguyễn Thị Kim, vợ Mục Sư Trường, nói ông không bị điên. Nhân viên tòa tổng lãnh sự liên lạc với một mục sư khác, đứng đầu một nhóm 83 hội thánh tại gia với 8,000 tín đồ khắp miền Nam và miền Trung. Vị mục sư này cũng quả quyết Mục Sư Trường không bị điên. Không những vậy, mục sư này đã tới thăm

Mục sư Trường trong bệnh viện. Bác sĩ điều trị nói với mục sư này là Mục Sư Trường không bị tâm thần.

Mục Sư Thân Văn Trường (trái) với Tổng Giám Mục Ngô Quang Kiệt. (Hình: Blog Lương Tâm Công Giáo)

Nhân viên tổng lãnh sự hẹn gặp bác sĩ điều trị. Ông này lúc đầu đồng ý gặp nhưng sau rút lại. Nhân viên tổng lãnh sự bèn gọi điện thoại nói chuyện hơn 1 tiếng đồng hồ. Bác sĩ này nói cấp trên cho ông biết, Mục Sư Trường bị bệnh tâm thần - cụ thể là paranoid schezophrenia và paranoid delusion (tâm thần phân liệt dạng hoang tưởng nghi kỵ), nhưng chính bác sĩ này cũng không được xem hồ sơ bệnh lý, mà chỉ được phép cứ thế mà cho thuốc.

Lý do Mục Sư Trường bị cho vào bệnh viện, theo bác sĩ này, là vì dám viết thư đòi cải hóa giới lãnh đạo đảng. *"Một động thái tôn giáo và nửa chính trị như vậy bị xem là bất thường ở Việt Nam vì một mục sư ở tỉnh không bao giờ lại viết thư cho chính phủ,"* công điện viết.

Vị bác sĩ nói Mục Sư Trường không có dấu hiệu gì của người bị trầm cảm (depression) hay cuồng (mania), cũng như không có bạo lực. Bức thư gửi giới lãnh đạo được miêu tả là *"mạt sát nặng nề chủ nghĩa Mác Lê nin nhưng không hăm dọa gì."*

Nhưng khi hỏi thẳng là Mục Sư Trường có đáng ở trong bệnh

viện tâm thần không, thì vị bác sĩ này *"né không trả lời,"* công điện viết.

Chuyện bé xé ra to

Lúc đầu, vụ này chỉ nằm gọn trong địa phương Đồng Nai. Tham tán chính trị gặp Sở Ngoại Vụ TPHCM vào ngày 9 tháng 3 - trên thực tế là một thứ văn phòng miền Nam của Bộ Ngoại Giao - và yêu cầu giải quyết vụ này. Viên tham tán chính trị giải thích cho phía Việt Nam là *"vụ này gây bất bình vì giống kiểu của Gulag thời Liên Xô."*

Ông cũng cố thuyết phục phía Việt Nam là đừng để cho vụ này bị lớn lên quá đáng - nhất là trong lúc Việt Nam đang trong danh sách CPC. Công điện trích lời ông này:

"Chúng tôi chưa từng nghe tới một vụ như này bao giờ và hy vọng là những điều chúng tôi nghe được không phải là sự thật. Chúng tôi nhấn mạnh là vụ này phải được làm rõ nhanh chóng và toàn diện, nếu không thì vụ này sẽ phá hỏng những thiện cảm mà Việt Nam đang gây dựng được trong vấn đề tự do tôn giáo."

Nếu vụ này là có thật, ngay cả khi chỉ là một trường hợp cá biệt do một quan chức địa phương làm quá trớn, thì, viên tham tán khuyên phía Việt Nam, *"những ai liên quan sẽ cần phải chịu trách nhiệm."*

Sở Ngoại Vụ hứa sẽ làm việc với Đồng Nai. Trong khi đó, phía Mỹ báo cáo về Washington là *"trong khi có thêm chi tiết chúng tôi tạm thời không kết luận, vì đây là lần đầu tiên chúng tôi nghe tới việc (Việt Nam) dùng bệnh viện tâm thần để trừng phạt các nhà hoạt động tôn giáo hay chính trị."*

Tới tháng 5, vẫn chưa có gì mới. Lúc đó, Việt Nam đang chuẩn bị cho chuyến đi của Thủ Tướng Phan Văn Khải qua Washington DC, một chuyến đi quan trọng cho Việt Nam lúc đó. Phó Đại Sứ John S. Boardman có buổi làm việc với Thứ Trưởng Lê Văn Bàng cho chuyến đi này, được kể lại trong công điện ngày 27 tháng 5, 2005. Trong khi làm việc với phía Việt Nam về một bản thông cáo chung, về đoàn đàm phán WTO, và cả về gợi ý của bà Khải muốn gặp Đệ Nhất Phu Nhân Laura Bush, thì ông Boardman nêu vấn đề Mục Sư Thân Văn Trường:

"Phó đại sứ nêu vấn đề vị Mục Sư Báp-tít Thân Văn Trường, mới đây bị đưa vào bệnh viện tâm thần ở Đồng Nai. Thứ Trưởng Bàng nói ông không biết chi tiết vụ này và sẽ điều tra rồi trả lời lại."

Một tháng sau, ông Trường vẫn bị giữ trong bệnh viện. Một công điện để ngày 10 tháng 6 cho biết tòa đại sứ đang chuẩn bị gặp Thứ Trưởng Bộ Công An Nguyễn Văn Hưởng để nêu vụ này lên, và đề nghị là tùy ông Hưởng nói gì, Bộ Ngoại Giao Hoa Kỳ nên *"triệu tập đại sứ Việt Nam hay một nhân vật cao cấp tương xứng"* để làm việc về vụ này.

Không chỉ Mỹ quan tâm, các nước khác cũng lo lắng. Trong cuộc Đối Thoại Nhân Quyền giữa Việt Nam với Thụy Sĩ và Liên Âu, phía Liên Âu cho biết trước là họ quan tâm vụ Mục Sư Thân Văn Trường, nhưng khi hai bên họp, phía Việt Nam không cung cấp thông tin gì. Công điện của Tòa Đại Sứ Mỹ để ngày 24 tháng 6, 2005, tiết lộ: *"Viên chức tòa đại sứ Hòa Lan tỏ vẻ thất vọng là chính phủ Việt Nam không có thông tin gì ... dù Liên Âu đã nhấn mạnh vụ này trước buổi họp."*

Tới tháng 8, lời lẽ của đoàn ngoại giao Mỹ về vụ Mục Sư Thân Văn Trường có vẻ cấp bách hơn. Công điện để ngày 4 tháng 8 gởi về và ghi *"yêu cầu có hành động"* từ Bộ Ngoại Giao ở Washington.

Công điện này cho biết, *"Mục Sư Báp-tít Thân Văn Trường vẫn tiếp tục bị giam trong khu hình sự của bệnh viện Tâm Thần Trung Ương 2 ở Đồng Nai mà không có dấu hiệu gì vụ này được giải quyết."*

Luật sư của Mục Sư Trường là Luật Sư Nguyễn Văn Đài. Luật Sư Đài nói với tòa tổng lãnh sự, bệnh viện Đồng Nai đã xác nhận Mục Sư Trường *"đủ khỏe để có thể điều trị ở nhà"* và đề nghị cho ông xuất viện. Giám đốc bệnh viện nói với Viện Kiểm Sát, Viện Kiểm Sát ra lệnh tiếp tục giữ ông Trường cho tới khi *"hoàn toàn bình phục."*

Trong khi đó, chủ tịch Ủy Ban Nhân Dân tỉnh trả lời tổng lãnh sự là *"Thân Văn Trường là một công dân Việt Nam vi phạm luật Việt Nam. Việc ép buộc điều trị là hoàn toàn theo đúng quy trình của luật pháp."*

Luật Sư Đài bỏ ra một tuần ở Đồng Nai để được gặp Viện Kiểm Sát, nhưng bị từ chối. Ông khuyên vợ Mục Sư Trường nộp đơn khiếu nại, nhưng cho biết *"không có hy vọng nước cờ pháp luật này sẽ thành công."*

Ngày 5 tháng 7, công điện cho biết, có 10 lãnh đạo trong phong trào hội thánh tại gia tới thăm Mục Sư Trường trong bệnh viện. Họ gặp mặt và cầu nguyện với Mục Sư Trường trong 3 tiếng đồng hồ. Tất cả các mục sư này đều tin rằng ông Trường không có dấu hiệu bệnh tâm thần và đồng ý ký thỉnh nguyện thư xin thả ông ra.

"Một đồng nghiệp người Anh nói, vào cuối tháng 6, ông Trường được đặt vào danh sách tù nhân lương tâm được Liên Âu quan tâm đặc biệt," công điện viết.

Tòa Đại Sứ Anh muốn gặp Mục Sư Trường, nhưng phía Việt Nam chưa trả lời.

Chính phủ Đức cũng quan tâm. Người điều tra viên nhân quyền chính phủ Đức tại Hà Nội nói chuyện với Luật Sư Đài về vụ này, và hứa sẽ nêu vấn đề với chính phủ Việt Nam.

Bức công điện này chính thức yêu cầu Bộ Ngoại Giao triệu tập đại sứ Việt Nam, và cung cấp những điều cần nói, trong đó, có điều *"chúng tôi yêu cầu thả Mục Sư Trường vô điều kiện."*

Thả, với điều kiện

Phải tới tháng 9, 2006, Mục Sư Trường mới được tha. Nhưng, trước khi cho ông về nhà, chính quyền ép ông ký một bản văn thú nhận mình có bệnh tâm thần, theo một công điện đề ngày 20 tháng 9, 2005.

"Mục Sư Trường nói, điều kiện họ thả ông ra, là ông phải ký một văn bản do Viện Kiểm Sát Nhân Dân Đồng Nai soạn thảo, mang tựa đề 'Biên bản Thông báo Quyết Định Ngừng Biện pháp Điều trị Bắt buộc.' Văn bản này trong đó nói ông Trường bị bệnh hoang tưởng, được điều trị và tạm thời bình thường, và do đó được đưa về nhà để tiếp tục điều trị."

Ông nói các quan chức không chịu đưa ông bản sao biên bản dù ông nhiều lần yêu cầu. Họ cũng không cho ông *"viết thêm vào biên bản là ông không đồng ý với chẩn đoán."* Họ bảo ông rằng *"ông muốn thì sau này khiếu nại."*

Đây là một văn bản nguy hiểm, và Tổng Lãnh Sự Winnick

cũng nhận biết điều này. *"Ông có nguy cơ bị (bắt lại) nếu trong tương lai ông lại 'không đi đúng đường lối.'"*

Và lý do ông được thả, cũng không phải vì Việt Nam tôn trọng gì quyền làm người của ông, mà, theo Tổng Lãnh Sự Winnick, *"một phái đoàn tỉnh Đồng Nai đang chuẩn bị đi Mỹ vận động đầu tư vào tỉnh nhà."*

Công điện:

- "The human rights case of Vietnamese Pastor Than Van Truong," 12/5/2005, từ Seth Winnick, Tổng lãnh sự Hoa Kỳ tại TPHCM, Loại bảo mật: Không bảo mật. http://wikileaks.org/cable/2005/05/05HOCHIMINHCITY493.html

- "Charge gets Pm visit update from Le Van Bang," 27/5/2005, từ John S. Boardman, Phó Đại sứ Hoa Kỳ tại Hà Nội. Loại bảo mật: Không bảo mật. http://wikileaks.org/cable/2005/05/05HANOI1235.html

- "Getting Pastor Truong out of the asylum," 10/6/2005, từ Michael Marine, Đại sứ Hoa Kỳ tại Hà Nội. Loại bảo mật: Không bảo mật. http://wikileaks.org/cable/2005/06/05HANOI1389.html

- "Another round of human rights dialogues in Hanoi," 24/6/2005, từ John S. Boardman, Phó Đại sứ Hoa Kỳ tại Hà Nội. Loại bảo mật: Không bảo mật. http://wikileaks.org/cable/2005/06/05HANOI1652.html

- "Pastor Truong still in the asylum -- action request," 4/8/2005, từ Kenneth Chern, Phó Tổng lãnh sự Hoa Kỳ tại TP.HCM. Loại bảo mật: Không bảo mật. http://wikileaks.org/cable/2005/08/05HOCHIMINHCITY816.html

- "Pastor Truong released from the asylum with strings attached," 30/8/2005, từ Seth Winnick, Tổng lãnh sự Hoa Kỳ tại TP.HCM. Loại bảo mật: Không bảo mật. http://wikileaks.org/cable/2005/09/05hochiminhcity994.html

Rửa tội Lê Thị Công Nhân, phong mục sư Nguyễn Văn Đài - trong tù!

Hà Giang

[2008] Khoảng cuối Tháng Giêng năm 2008, truyền thông báo chí trong và ngoài nước nhôn nhao đưa tin về một chuyến đi xuyên Việt để thăm các nhà đấu tranh cho dân chủ tự do bị cầm tù ở miền Bắc.

Chuyến đi thăm tù hiếm có này đã làm xôn xao dư luận vì hai lý do: Thứ nhất, ở Việt Nam, thân nhân của các tù nhân, nhất là tù nhân chính trị ít đi được đi thăm, thứ hai, bản thân của người hướng dẫn phái đoàn đi thăm tù, Mục Sư Nguyễn Hồng Quang, thuộc hội thánh Tin Lành, cũng là một nhà bất đồng chính kiến được nhiều người biết đến.

"Pastor Nguyn Hng Quang threatened to join Catholic prayer vigils in Hanoi protesting property rights if not granted access to the prisoners."

Sự kiện hy hữu này đã được giới chức của tòa Đại Sứ Hoa Kỳ tại Việt Nam quan tâm, bỏ công tìm hiểu, và chính đại sứ Hoa Kỳ là ông Michael Michalak, đã gửi bản tường trình từ Hà Nội về cho Bộ Ngoại Giao tại Hoa Thịnh Đốn, trong công điện viết ngày 7 tháng 3, 2008.

Công điện cho biết chuyến đi thăm tù đặc biệt này đã được nhiều cơ quan truyền thông đăng tải, và xác định rằng một nhóm mục sư Tin Lành do mục sư bất đồng chính kiến Nguyễn Hồng Quang, lãnh đạo của Hội Thánh Tin Lành Mennonite, trụ sở tại TPHCM, hướng dẫn, đã được phép vào thăm, và thực sự đến thăm hai tù nhân chính trị và bất đồng chính kiến nổi tiếng là Luật Sư

Nguyễn Văn Đài và Luật Sư Lê Thị Công Nhân vào ngày 31 Tháng Giêng vừa qua.

Một đoạn của công điện viết: *"Tại Việt Nam, thân nhân rất hiếm khi được phép vào thăm tù nhân, nhưng Mục Sư Nguyễn Hồng Quang đã xoay được phép của Bộ Công An (MPS) để đến thăm và làm phép rửa tội cho Nhân, một người theo học giáo lý của Kitô giáo đã từ lâu, và phong chức mục sư cho Đài, một người đã theo đạo Tin Lành trong một thời gian rất dài."*

Luật Sư Nguyễn Văn Đài (phải) và Luật Sư Lê Thị Công Nhân (phía sau, bên trái), trong ngày ra tòa, năm 2007. (Hình: Frank Zellar/AFP/Getty Images)

Cũng theo công điện thì sau khi được nhà chức trách Việt Nam cho phép, vào ngày 31 tháng 1, ngay trước kỳ nghỉ Tết Nguyên Đán, Mục Sư Nguyễn Hồng Quang đã hướng dẫn phái đoàn gồm một số mục sư Tin Lành đến thăm Đài và Nhân tại từng trại giam của họ.

Mục Sư Nguyễn Hồng Quang được công điện mô tả: *"Mục Sư Nguyễn Hồng Quang, là một nhà một bất đồng chính kiến - cả về mặt tôn giáo lẫn chính trị, là một cựu tù nhân, và là thành viên của Khối 8406 - theo đúng quyền hiến định của ông."*

Tả về hai nhân vật nổi tiếng được nhóm mục sư Tin Lành đi thăm trong tù, công điện nhắc đến một *"phiên tòa được báo chí loan tin rộng rãi, trong đó luật sư đấu tranh bảo vệ nhân quyền Nguyễn Văn Đài bị kết án 5 năm, và Luật Sư Lê Thị Công Nhân bị kết án 4 năm vì tội 'tuyên truyền chống nhà nước.'"* Tuy nhiên, bản án của cả hai cùng được giảm một năm sau khi họ kháng án lên tòa phúc thẩm.

Để hiểu rõ diễn tiến của chuyến thăm tù đáng chú ý này, các viên chức thuộc tòa Đại Sứ Hoa Kỳ đã tiếp xúc với cả thân nhân của Luật Sư Lê Thị Công Nhân, lẫn một trong những vị mục sư Tin Lành có mặt trong chuyến đi thăm.

Sự quyết tâm của Mục Sư Nguyễn Hồng Quang và phái đoàn trong việc thực hiện cho bằng được chuyến đi thăm hiếm hoi này, được tả trong đoạn dưới đây của công điện:

"Sau khi yêu cầu vào thăm tù lần đầu bị từ chối, phái đoàn do Mục Sư Nguyễn Hồng Quang hướng dẫn đã kéo nhau đi Hà Nội và đến thăm trụ sở của Bộ Công An (MPS). Tại đó, họ đã thương lượng để xin được phép cho một nhóm gồm 12 mục sư Tin Lành, trong số đó có vài người là dân tộc thiểu số, và 7 người khác tháp tùng đến thăm Luật Sư Đài, trong trại giam ở tỉnh Hà Nam và Nhân, trong nhà tù ở tỉnh Thanh Hóa."

Mục Sư Nguyễn Hồng Quang đã thuyết phục và thương lượng với Bộ Công An thế nào?

Công điện viết: *"Mục Sư Quang tranh luận với lãnh đạo của Bộ Công An rằng 'người ngoại quốc,' ý nói Ủy Ban Tự Do Tôn Giáo Quốc Tế Hoa Kỳ (USCIRF), đã được phép đến thăm các tù nhân. Ông cũng 'đe dọa' là nếu phái đoàn của ông không được cấp giấy phép đi thăm tù thì họ sẽ tham gia các cuộc thắp nến cầu nguyện của tín đồ Công Giáo tại Hà Nội để đòi lại đất đai đã bị xâm phạm bất hợp pháp."*

Cũng theo công điện, thì thân mẫu của Lê Thị Công Nhân là bà Trần Thị Lệ nói với nhân viên của Tòa Đại Sứ Hoa Kỳ rằng, chỉ có 4 trong số đông đảo các mục sư được gặp con gái bà. Bà Lệ cũng cho biết là trước khi bị bắt giam, Luật Sư Lê Thị Công Nhân đã học giáo lý Kitô giáo nhiều năm, và đang chuẩn bị cho bí tích rửa tội thì bị bắt giữ. Trong chuyến viếng thăm này, Nhân đã được phái đoàn chính thức cử hành nghi thức rửa tội. Bà Lệ cho biết vợ của Đài cũng xác nhận rằng chồng mình vừa được phong chức mục sư.

Công điện trích lời vị mục sư đã tháp tùng phái đoàn đi thăm tù, kể rằng tại mỗi nhà tù, họ đã được các quản lý trại giam chào đón *"nồng nhiệt,"* và chuyến viếng thăm nói chung diễn ra suôn sẻ, không có vấn đề. Tuy nhiên, yêu cầu được thăm những tù nhân dân tộc thiểu số khác của phái đoàn đã bị khước từ, không những thế, một số người đi thăm cho biết rằng sau khi trở về nhà, họ đã bị công an thẩm vấn.

Công điện:

- *"MFA: Don't designate Vietnam CPC,"* 13/9/2004, từ Michael Marine, Đại Sứ Hoa Kỳ tại Hà Nội. Loại bảo mật: Không bảo mật. http://wikileaks.org/cable/2004/09/04HANOI2506.html

---

Hội Thánh Tin Lành Mỹ
đụng đầu nhà cầm quyền Sài Gòn

Nam Phương

[2005] Bản công điện gửi về Washington D.C. ngày 8 tháng 9 năm 2005 của Tổng Lãnh Sự Seth Winnick tường trình về hoạt động của Hội Thánh Tin Lành của một mục sư Mỹ hoạt động ở Sài Gòn đụng đầu nhà cầm quyền thành phố này.

Hội Thánh Thông Công Đời Sống Mới (New Life Fellowship Church - NLF) của Mục Sư Eric E. Dooley, theo mô tả của Tổng Lãnh Sự Winnick, phục vụ nhu cầu tôn giáo của giới ngoại kiều tại Sài Gòn là chính. Tuy nhiên, những rắc rối mà hội thánh này gặp phải là do họ vươn hoạt động ra tới cả người Việt Nam bản xứ.

Tổng lãnh sự đứng làm trung gian để nhà cầm quyền cho phép Hội Thánh NFL hoạt động lâu dài tại Việt Nam.

Ngày 29 tháng 8 năm 2005, khi được tin nhà cầm quyền địa phương buộc Hội Thánh NFL hủy bỏ một buổi lễ tổ chức trong hội trường của một khách sạn ngày hôm trước, Tùy Viên Chính Trị đã gặp Mục Sư Eric E. Dooley của Hội

"He was questioned for three hours regarding his stay in Vietnam under a business license, but officials took no further action."

Thánh NFL. Mục sư cho biết hội thánh của ông có từ 500 đến 700 thành viên là ngoại kiều và đã bắt đầu hoạt động tại Sài Gòn từ năm 1997.

Mục Sư Dooley kể lại, công an quận 5 buộc khách sạn Windsor Plaza Hotel chấm dứt hoạt động của Hội Thánh NFL. Trong khi ông lo giải tán tín đồ thì công an đến nhà ông đưa giấy triệu tập thẩm vấn. Ông bị hạch hỏi suốt ba giờ liên quan đến lý do ông ở Việt Nam theo một giấy phép kinh doanh. Công an sau đó không đưa ra quyết định gì khác.

Theo nhận định của Tổng Lãnh Sự trong công điện, chuyện trên có vẻ là hệ quả của sự tổng hợp nhiều yếu tố, bắt đầu từ đầu năm. Cụ thể:

- Hội Thánh NFL đổi địa điểm hành lễ từ quận 1, nơi có nhiều ngoại kiều sống và làm việc, tới quận 5 (gồm cả khu Chợ Lớn cũ).

- Hội Thánh NFL bắt đầu quảng cáo trên báo điện tử Vietnam News nhưng VNN đã ngừng dịch vụ này từ hai tuần trước.

- Hội Thánh NFL bắt đầu thánh lễ bằng tiếng Việt.

Mục Sư Dooley hiểu là hội thánh của ông hoạt động bên ngoài luật lệ của Việt Nam (vì không nằm trong một tổ chức tôn giáo nào được nhà nước công nhận) và phục vụ tín đồ người Việt Nam có thể được coi như khiêu khích nhiều hơn là chỉ phục vụ ngoại kiều. Ông cho hay ông sẵn sàng ngừng các buổi phụng vụ Chúa nếu cần và tìm cách khác có thể hoạt động tôn giáo thường xuyên tại đây.

Tòa tổng lãnh sự đề nghị ông tiếp tục duy trì đối thoại với Ban Tôn Giáo Thành Phố.

Ngày 30 tháng 8 năm 2005, tổng lãnh sự gặp Sở Ngoại Vụ thành phố Sài Gòn nêu vấn đề (liên quan đến NFL) và khuyến khích một giải pháp. Sở Ngoại Vụ hứa sẽ cứu xét. Tùy viên chính trị của tổng lãnh sự quán nêu vấn đề với Trần Ngọc Bảo, phó ban Ban Tôn Giáo thành phố, nhấn mạnh đến tác động tiêu cực của vụ bắt Hội Thánh NFL ngừng thánh lễ phụng vụ Chúa. Làm như vậy sẽ ảnh hưởng đến hình ảnh của thành phố cũng như bầu khí kinh doanh ở đây.

Ông Bảo nêu ra, có một số hội thánh ngoại kiều hoạt động ở đây không có vấn đề gì cả (thí dụ như hội thánh người Hàn Quốc). Ông cho hay sẽ hợp tác với nhà cầm quyền thành phố, gồm cả công an, tìm một giải pháp thân thiện cho vấn đề.

Sau đó cùng ngày, khi nói lại với ông Bảo thì ông này tỏ vẻ hối tiếc về chuyện đã xảy ra cho Hội Thánh NFL ở quận 5. Nhưng ông ta muốn giữ thể diện (cho nhà cầm quyền) khi nói rắc rối xảy ra là tại ban quản lý khách sạn hơn là tại công an.

Ông Bảo đề nghị Mục Sư Dooley tiếp xúc trở lại với khách sạn Windsor Plaza Hotel xem ông có thể được tổ chức phụng vụ Chúa ở đây hay không. Nếu không, ông nên đưa hội thánh trở lại khu vực quận 1.

Trang web của Hội Thánh Thông Công Đời Sống Mới. (Hình: Người Việt)

Ông Bảo nói thêm rằng nếu ông Dooley tiếp tục gặp rắc rối với công an, ông có thể liên lạc với Ban Tôn Giáo. Về lâu về dài, ông đề nghị Hội Thánh NFL nên sát nhập vào với Hội Thánh Tin Lành Việt Nam (miền Nam), một tổ chức Tin Lành được nhà nước công nhận.

Ông Bảo đồng ý tiếp xúc với Mục Sư Dooley để đối thoại.

Tiếp theo cuộc thảo luận này, Mục Sư Dooley đồng ý tiếp xúc với khách sạn ở quận 5, tiếp xúc với Ban Tôn Giáo thành phố và cho tòa tổng lãnh sự biết tin tức cập nhật.

Ngày 6 và 7 tháng 9 năm 2005, tổng lãnh sự cập nhật tin tức với Mục Sư Dooley thì được ông cho biết thành viên của Hội Thánh NFL tổ chức phụng vụ ngày 4 tháng 9, 2005 tại 7 nhà tư nhân. Theo lời ông, hội thánh dự tính tổ chức phụng vụ tại 11 nhà tư nhân vào Chủ Nhật 11 tháng 9, 2005. Ông nói Hội Thánh NFL không có ý định quay lại tổ chức phụng vụ tại quận 1 nhưng có thể tái tổ chức phụng vụ ở khách sạn Windsor Plaza Hotel tại quận 5. Mục Sư Dooley cho biết ông không có ý định tổ chức phụng vụ dưới cái dù của Hội Thánh Tin Lành Việt Nam (miền Nam) dù ông ghi nhận đang có những cuộc tiếp xúc với tổ chức này.

Công điện cho rằng, dường như Mục Sư Dooley không tiếp xúc với Ban Tôn Giáo thành phố kể từ ngày 29 tháng 8. Tuy nhiên, ông lại tiếp xúc với các hãng thông tấn AP, Reuters và tuần báo Time khi mở chiến dịch báo chí, cũng như ông viết thư cho cả Thủ Tướng Phan Văn Khải và Tổng Thống Bush.

Mục Sư Dooley cho tòa tổng lãnh sự biết là các tín đồ người Việt hoặc đã quay trở lại các hội thánh cũ của họ để tránh rắc rối hoặc tổ chức phụng vụ Chúa tại nhà riêng.

Kết luận bản công điện, Tổng Lãnh Sự Winnick nói Hội Thánh NFL từng hoạt động nhiều năm ở Sài Gòn mà chẳng có vấn đề gì. Việc Mục Sư Dooley quyết định vươn tới các tín đồ người Việt Nam trong khi hội thánh của ông không nằm trong số những tổ chức tôn giáo được nhà nước được công nhận, nhiều phần là lý do dẫn đến các rắc rối. Ban Tôn Giáo thành phố có vẻ sốt sắng giúp tái tục hoạt động tôn giáo cho ngoại kiều nhưng không đề nghị thỏa hiệp gì với Hội Thánh NFL.

Công điện:

- "Problems in HCMC expat Protestant church," 8/9/2005, từ Seth Winnick, Tổng Lãnh Sự Hoa Kỳ tại TPHCM. Loại bảo mật: Không bảo mật. http://www.wikileaks.org/cable/2005/09/05HOCHIMINHCITY949.html

Công an tra tấn
chết tín đồ Tin Lành

Hà Giang

[2006] Tin tức liên quan đến việc các tín đồ tin lành tại vùng cao nguyên miền Trung bị chính quyền Việt Nam đàn áp, đã được ông Seth Winnick, Tổng Lãnh Sự Hoa Kỳ tại Sài Gòn, kiểm chứng và gửi về Bộ Ngoại Giao Hoa Kỳ một bản tường trình đầy đủ, qua một công điện viết ngày 17 tháng 8, 2006.

Cụ thể, ông Winnick cho biết, qua *"hai nguồn tin khác nhau của tòa tổng lãnh sự kiểm chứng,"* ông Y Ngo Adrong *"là nạn nhân sự tra tấn của công an."* Ngoài ra, còn có nhiều vụ công an đánh người khác, như trường hợp 8 tín đồ Tin Lành vượt biên bị đánh trong tù và nhiều vụ khác.

Tòa tổng lãnh sự được báo động về trường hợp ông Y Ngo Adrong qua một thông cáo báo

"there was no bruising around the corpse's neck despite police claims that Adrong had hung himself in his cell. Rather, the corpse reportedly had a large bruise around the stomach indicative of beating."

chí của Sáng Hội Người Thượng. Đoạn mở đầu của công điện có tựa đề: *"Công an gia tăng đàn áp, xác định việc người chết ở Tây Nguyên,"* viết:

"Vào ngày 7 tháng 8, tổ chức Montagnard Foundation ban hành một thông cáo báo chí từ Hoa Kỳ, cho biết ông Y Ngo Adrong, một người sắc tộc thiểu số đã bị công an tra tấn cho đến chết khi ông đang bị giam giữ tại huyện Ea H'leo, tỉnh Đak Lak, cao nguyên miền Trung."

Theo thông cáo báo chí của Montagnard Foundation, ông Y

Ngo Adrong bị gọi lên đồn công an Ea HLeo ngày 13 tháng 7, 2006. Ông tới đó lúc 7 giờ 30 sáng thì tới khoảng 11 giờ công an về làng báo cho gia đình biết ông đã treo cổ tự tử ngoài đồn.

Bản thông cáo báo chí cho biết công an tràn về làng, chặn người ở làng bên qua dự đám tang và cấm gia đình xem xét vết thương. Tuy nhiên, theo bản công điện của Tổng Lãnh Sự Mỹ, người có mặt lúc công an đưa xác về đã kịp xác định là không có vết thâm ở cổ mà lại có vết bầm tím lớn ở bụng.

Dẫn chứng một trong hai nguồn tin, ông Winnick viết:

"Nguồn tin thứ nhất, người có mặt ở gia đình nạn nhân khi công an đưa xác về nhà, cho biết không hề thấy có vết thâm tím xung quanh cổ của tử thi, mặc dù cảnh sát nói rằng Adrong đã treo cổ tự tử trong phòng giam. Thay vào đó, một vết bầm tím lớn xung quanh bụng xác chết cho thấy có dấu hiệu nạn nhân đã bị đánh đập. Adrong thiệt mạng sau khi được công an đưa đến bệnh viện."

Cũng theo công điện trên, thì nguồn tin thứ hai của tòa tổng lãnh sự cho biết:

"Hai người khác cùng bị bắt cùng với Adrong đã được trả tự do ngay sau khi ông chết. Adrong là một thành viên của Giáo Hội Tin Lành miền Nam Việt Nam được chính phủ công nhận, và không có dấu hiệu rõ ràng nào cho thấy họ liên kết với các nhóm ly khai."

Công điện của Tổng Lãnh Sự Winnick viết rõ là:

"Kể từ khi sự kiện (ông Adrong bị tra tấn chết) xảy ra, cảnh sát lực lượng cảnh sát an ninh có mặt trong làng đông đảo hơn."

Ngoài việc xác định cái chết của ông Adrong, công điện của ông Winnick còn đơn cử những trường hợp tín đồ Tin Lành tại cao nguyên Trung phần bị đàn áp khác.

Một mục sư thuộc Giáo Hội Tin Lành miền Nam Việt Nam (là giáo hội được nhà nước công nhận) cho biết là có *"tám người dân tộc thiểu số từ huyện Chư Sê đã bị bắt vào đầu tháng 8, trong lúc tìm cách vượt biên giới trốn sang Cambodia."* Theo mục sư này, *"như những người di cư qua biên giới khác, tám người này là những người trẻ, ít học, nghèo khổ, thất vọng với hoàn cảnh, nên tìm cách chạy trốn."*

Vị mục sư này được miêu tả là *"một nguồn tin độc lập và đáng tin cậy ở tỉnh Gia Lai,"* và mục sư này nói: *"Tám người này đã bị giam giữ trong hai tuần qua, và đã bị đánh đập."*

Không dừng ở đó, công điện còn đơn cử những trường hợp bị đàn áp khác, trong đoạn:

"Các nguồn tin khác từ Giáo Hội Tin Lành miền Nam Việt Nam ở tỉnh Đak Lak tường trình rằng 6 thành viên của nhà thờ cũng bị cảnh sát giam giữ hai tuần, và bị đánh đập. Cả sáu người bị thẩm vấn về những liên hệ của họ với đồng bào dân tộc thiểu số tại Hoa Kỳ."

Các thành viên sáng hội Montagnard Foundation tuần hành trước tòa nhà Quốc Hội Mỹ đòi hỏi tự do tôn giáo và chính trị tại Việt Nam.
(Hình: ASSIST News Service)

Ngay cả việc tiền gửi từ ngoại quốc về cho các tín đồ Tin Lành cũng bị công an Việt Nam thẩm vấn. Công điện cho biết:

"Công an cũng tra hỏi về vai trò của những nhóm người bị bắt về việc tạo điều kiện thuận lợi cho việc chuyển tiền từ Hoa Kỳ cho gia đình của dân tộc thiểu số."

Đoạn sau của công điện cho thấy nguồn tin của Tòa Lãnh Sự Hoa Kỳ tại Sài Gòn không chỉ đến từ những nhà lãnh đạo hay tín đồ Tin Lành ở cao nguyên, mà còn đến từ những nhà bất đồng chính kiến:

"Việc cảnh sát đàn áp không chỉ giới hạn ở vùng cao nguyên Trung phần. Một nhà đấu tranh tại TP. HCM cho chúng tôi biết là cảnh sát đã đánh vào cổ và đầu anh khi thẩm vấn về khối bất đồng chính kiến '8406' trước đây không lâu."

Trong phần cuối của công điện, ông Winnick đưa ra lập luận của nhà cầm quyền Hà Nội về việc gia tăng đàn áp các tín đồ Tin Lành:

"Sứ quán Việt Nam nói rằng nguồn tin đáng tin cậy của nhà cầm quyền Hà Nội cho biết Giáo Hội Tin Lành miền Nam Việt Nam đã chỉ đạo cho thành viên của mình ở cao nguyên tổ chức những cuộc biểu tình nhân dịp việc xét cho Việt Nam được hưởng quy chế "PNTR" (quan hệ thương mại bình thường vĩnh viễn) sắp diễn ra tại Quốc Hội, và trước chuyến viếng thăm của tổng thống Hoa Kỳ."

Tuy nhiên, ông Winnick kết luận:

"Hoạt động của những nhà bất đồng chính kiến tại Sài Gòn cũng gặp phải sự đẩy lùi mạnh hơn của cảnh sát. Và dù viện lý do gì đi chăng nữa, thì dường như việc đàn áp những người bị cho là đối nghịch đã gia tăng một cách mạnh mẽ."

Công điện:

- "Police brutality rising, Central Highlands death confirmed, 17/08/2006 từ Winnick, Tổng Lãnh Sự Hoa Kỳ tại TPHCM. Loại bảo mật: Confidential. http://wikileaks.org/cable/2006/08/06HOCHIMINHCITY917.html

Tin Lành ở Thanh Hóa
bị 'quấy nhiễu'

Đỗ Dzũng

[2008] Trong công điện ngoại giao viết ngày 14 tháng 8, 2008, Đại Sứ Hoa Kỳ Michael Michalak cho biết hai giáo đoàn Hội Thánh Tin Lành Phúc Âm Toàn Vẹn (Full Gospel Church) Việt Nam tại Thanh Hóa bị công an và chính quyền địa phương quấy nhiễu liên tục, theo tiết lộ của Wikileaks.

Trong công điện, ông Michalak, qua các liên lạc của Tòa Đại Sứ Mỹ và làm việc với chính quyền địa phương, kể ra ba vụ quấy nhiễu đối với hai giáo đoàn Tin Lành nêu trên.

"District and commune officials... are either ignorant of national level policy and laws, or are willfully disregarding them..."

Mặc dù chưa kiểm chứng được một cách độc lập, công điện cho biết, dựa trên thông tin có được, tòa đại sứ *"tin chắc"* có sự quấy nhiễu, và trong khi chính quyền địa phương hứa sẽ điều tra các vụ này, giới ngoại giao Mỹ tiếp tục yêu cầu giới chức, cấp tỉnh và cấp quốc gia, chú ý hơn tình trạng quấy nhiễu giáo hội.

Hội Thánh Tin Lành Phúc Âm Toàn Vẹn là một giáo phái Tin Lành không liên quan đến Hội Thánh Tin Lành Phúc Âm Việt Nam ở miền Bắc (ECVN). Trong khi Hội Thánh Tin Lành Phúc Âm Toàn Vẹn có trụ sở chính tại Sài Gòn, từng giáo đoàn riêng của họ là thành viên của một hiệp hội quốc gia có 19 nhóm khác nhau.

Các mục sư của giáo đoàn cho biết họ có ghi danh và lập nhà thờ, theo công điện.

Đại sứ Mỹ kể rằng Mục Sư Nguyễn Trung Tôn, người đứng đầu nhà thờ thuộc Hội Thánh Tin Lành Phúc Âm Toàn Vẹn, nói với tùy viên chính trị tòa đại sứ hôm 20 tháng 4, 2008 rằng ông bị công an xã Quảng Yên, huyện Quảng Xương, phạt hành chánh vì để giáo dân tham gia cầu nguyện tại nhà thờ của ông ở làng Yên Cơ.

Một tuần sau, ngày 27 tháng 4, công an cắt ổ khóa nhà thờ, vào bên trong, bắt giáo dân, ra lệnh phạt miệng mỗi người 100,000 đồng và tịch thu sổ hưu trí của một giáo dân.

Ngày hôm sau, công an xã trở lại, ném đá vào nhà ông Tôn, đẩy cửa và vào bên trong tìm ông. Mục Sư Tôn báo cáo rằng công an rất hung dữ và đe dọa cả vợ và mẹ ông.

Vào ngày Chủ Nhật, 4 tháng 5, nghe nói công an địa phương đứng ở ngã tư đường, chặn không cho giáo dân tới cầu nguyện. Chỉ có ba người đến được nhà Mục Sư Tôn, nhưng bị công an dân sự chặn lại, đe dọa và tìm cách tịch thu xe đạp của họ.

Mục Sư Tôn báo cáo, sau khi mọi chuyện trở lại bình thường trong những ngày còn lại của tháng 5, đến ngày 6 tháng 6, công an và chính quyền địa phương lại bao vây nhà thờ của ông, khóa cửa, nhốt giáo dân từ 9 giờ sáng đến 2 giờ chiều. Ba giáo dân rời nhà thờ lúc 2 giờ chiều và bị tấn công cách đó 200 mét. Nghe nói trong những người tấn công có bí thư đoàn xã và một công an địa phương.

Mục Sư Tôn nói rằng mặc dù giáo đoàn nộp đơn ghi danh, ủy ban nhân dân xã từ chối nhận đơn, nói rằng nhà thờ nộp đơn không theo đúng thủ tục. Nhưng khi ông yêu cầu cung cấp giấy tờ hướng dẫn, ủy ban nhân dân lại nói chính quyền huyện và tỉnh chưa cung cấp cho họ.

Mục Sư Tôn nói thêm là nhiều lần trong khi xảy ra các vụ quấy nhiễu trong Tháng Tư, ông có gọi điện thoại cho công an tỉnh, họ hứa sẽ giúp đỡ, nhưng không làm gì cả.

Ông nhớ lại, hồi tháng 12, 2007, công an tỉnh đề nghị ông báo cáo trước cho biết giáo hội dự định làm gì trong dịp lễ Giáng Sinh để minh bạch mọi chuyện.

Tuy nhiên, khi ông nộp báo cáo, ủy ban nhân dân xã lại nói

nhà thờ không có giấy phép tụ tập cử hành lễ Giáng Sinh.

Mục Sư Tôn nói rằng thế là ông không thèm báo chính quyền xã, theo để nghị của công an tỉnh nữa, vì có báo cũng như không.

Một giáo đoàn khác của Hội Thánh Tin Lành Phúc Âm Toàn

Mục Sư Nguyễn Trung Tôn (phải), thuộc Hội Thánh Tin Lành Phúc Âm
Toàn Vẹn Việt Nam, Thanh Hóa, và chị Hồ Thị Bích Khương.
(Hình: vietnoiket.net)

Vẹn Việt Nam ở Thanh Hóa bị quấy nhiễu vào Tháng Bảy.

"Mục Sư Nguyễn Đức Dũng, thuộc xã Quảng Linh, huyện Quảng Xương, nói với chúng tôi hôm 11 tháng 7 là công an và chính quyền địa phương ngăn chặn một buổi lễ rửa tội và trực tiếp lăng mạ ông," bản công điện viết. "Ông còn bị phó công an xã đấm vào mặt. Ngày hôm sau, công an xã đe dọa giáo dân nhằm ngăn cản họ tham gia hoạt động nhà thờ."

Mục Sư Dũng nói thêm rằng ông đã ghi danh cho nhà thờ từ năm 2007, nhưng vẫn còn chờ đợi chấp thuận, theo bản công điện.

Sau khi nghe những báo cáo này, tòa đại sứ gởi một lá thư đến chính quyền tỉnh vào ngày 16 tháng 7, yêu cầu mở cuộc điều tra toàn bộ sự việc và trừng phạt bất cứ viên chức nào vi phạm pháp luật liên quan đến thực hành tín ngưỡng.

Ngày 21 tháng 7, Mục Sư Nguyễn Trung Tôn cho biết công an tỉnh Thanh Hóa có gọi cho ông, hứa rằng sẽ xuống huyện Quảng Xương để điều tra sự việc.

Trong khi đó, Mục Sư Tôn lại cho biết có hai vụ quấy nhiễu khác.

- Sáng 20 tháng 7, 2008, trưởng công an địa phương và một số dân phòng làng Yên Phụ, xã Quảng Yên, đến nhà một giáo dân trong giáo hội, ông Nguyễn Văn Thinh, la mắng ông và ba giáo dân khác, trong khi họ sắp đi đến nhà thờ dự lễ. Sau đó, Mục Sư Tôn và đứa con trai 14 tuổi của ông đến nhà ông Thinh thì bị dân phòng địa phương tấn công, theo lệnh của trưởng công an địa phương. Nửa giờ sau, một giáo dân tàn tật, ông Đỗ Quang Hoa, đến nhà ông Thinh, cũng bị tấn công luôn.

- Sáng 29 tháng 7, 2008, hai người bạn của Mục Sư Tôn đến nhà ông. Ba mươi phút sau, công an và dân phòng địa phương đến, bao vây nhà ông cho đến tối hôm đó.

Sau khi biết biết chính quyền tỉnh sẽ không cung cấp thông tin liên quan đến các vụ quấy nhiễu, tòa đại sứ gởi một lá thư đến Ban Tôn Giáo Chính Phủ, chính thức yêu cầu điều tra tình trạng tại huyện Quảng Xương, tỉnh Thanh Hóa, bản công điện cho biết.

Đại Sứ Michael Michalak nhận định, theo bản công điện, những vụ quấy nhiễu nêu trên là *"một bước thụt lùi đầy thất vọng,"* nhất là khi chính quyền tỉnh Thanh Hóa có vẻ như hành động theo đúng chính sách của chính quyền Việt Nam trong việc áp dụng khuôn mẫu pháp lý đối với tôn giáo.

Các vụ quấy nhiễu tôn giáo ở cấp địa phương, ngay sau khi chính quyền tỉnh xác nhận áp dụng đầy đủ luật lệ liên quan đến hoạt động tôn giáo tại Thanh Hóa, cho thấy một sự không đồng nhất giữa các cấp trong hệ thống chính quyền tại Việt Nam, ông Michalak viết tiếp.

Rồi ông nhận xét: *"Chính quyền xã và huyện ở khu vực này của tỉnh Thanh Hóa không nắm rõ hoặc cố tình coi thường chính sách và luật lệ quốc gia, và biết rằng họ sẽ không bị trừng phạt."*

Tòa Đại Sứ Mỹ vẫn tiếp tục yêu cầu Ban Tôn Giáo và giới chức chính quyền cao cấp Việt Nam gia tăng sự chú ý của họ và áp dụng đầy đủ quyền hoạt động tôn giáo theo quy định của luật lệ, ông Michalak kết thúc bản công điện.

Công điện:

- "Harassment of Protestants in Vietnam's Thanh Hoa Province," 14/8/2008, từ Michael Michalak, Đại Sứ Hoa Kỳ tại Hà Nội. Loại: bảo mật. http://www.wikile-aks.org/cable/2008/08/08HANOI944.html

Tin Lành, Công Giáo Đà Nẵng không gặp khó khăn với chính quyền

Hà Tường Cát

[2004] Trong chuyến đi Đà Nẵng từ ngày 30 tháng 9 đến 1 tháng 10 năm 2004, các viên chức Tổng Lãnh Sự Hoa Kỳ tại Sài Gòn đã gặp các nhà lãnh đạo Công Giáo và Tin Lành. Mặc dầu vẫn còn than thở là "chưa có đầy đủ tự do tín ngưỡng," họ nói là tình thế ngày một dễ dãi hơn.

Chuyến đi này được phúc trình qua một công điện từ Tổng Lãnh Sự Hoa Kỳ tại Sài Gòn gởi về Bộ Ngoại Giao đề ngày 5 tháng 10 năm 2004.

Công điện dẫn lời Mục Sư Nguyễn Thế Bình, trưởng chi hội Đà Nẵng của Giáo Hội Phúc Âm miền Nam Việt Nam (SECV) nói rằng, *"Cộng đồng Tin Lành được nhà nước công nhận tại Đà Nẵng có mối quan hệ tích cực với chính quyền địa phương. SECV Đà Nẵng không bị những hạn chế tự do hội họp và hành đạo. Cộng đồng 10,000 thành viên thường xuyên tụ họp không có biến cố gì ở 11 giáo đường được nhà nước thừa nhận."*

"The message from the the Christian Community in Danang was the most positive we have heard in southern Vietnam thus far."

Mục Sư Bình còn cho biết thêm là hồi tháng 8 vừa qua, chi hội địa phương đã tổ chức 3 ngày hội nghị toàn vùng, thu hút 4,000 tín hữu trong đó có cả những người dân tộc. Theo lời mục sư, SECV không phải xin phép chính quyền để tổ chức hội nghị mà chỉ cần đơn giản "đăng ký" sinh hoạt này với ủy ban nhân dân và ủy ban tôn giáo địa phương. Đại cương, Giáo Hội Tin Lành Đà Nẵng thông báo cho nhà chức trách đại phương chương trình sinh hoạt dự định mỗi năm một lần.

Mục Sư Bình nói là đã có một số chuyển động gần đây về vấn đề mà ông quan tâm hơn hết, đó là sự thiếu các mục sư được nhà nước chấp nhận ở Đà Nẵng. Hiện nay chỉ có 8 mục sư cho 11 giáo đường. Theo ông, đã có một thỏa thuận chưa được thi hành, theo đó nhà nước cho phép các chi hội SECV được huấn luyện mục sư ngay tại tỉnh, thay vì phải đưa về khóa đào tạo mục sư ở thành phố HCM. (Trong thực tế các "mục sư học viên" này đã làm việc không chính thức ở các cộng đồng địa phương.) Ông cho biết Đà Nẵng sẽ được nhận 10 trong số 600 mục sư huấn luyện theo chương trình của Ban Lãnh Đạo SECV toàn quốc.

Mặt khác, Trần Ngọc Dư của hội đồng SECV toàn quốc ở thành phố HCM đã xác nhận là hồi tháng 8 SECV đã đưa đề nghị lên nhà nước yêu cầu chấp nhận những khóa huấn luyện tại chức cho 600 ứng viên mục sư hiện nay đang làm việc không chính thức ở 34 tỉnh mà SECV có sinh hoạt. Thời gian mỗi khóa học có thể là 3 tháng. Ông Dư cho hay Đà Nẵng có thể được nhận 15 chỗ như thế, tỉnh Gia Lai ở Tây nguyên được 30 mục sư huấn luyện tại chức. SECV dự kiến nhà nước Việt Nam sẽ trả lời đề nghị của họ khoảng cuối năm 2004.

Mục Sư Bình nói ông gặp ủy ban tôn giáo địa phương ít nhất một lần mỗi quý. Ông mô tả ủy ban là dễ tiếp cận và những cuộc họp thoải mái cởi mở. Tuy nhiên ủy ban chưa trình bày cho SECV về quy định mới, theo ông nghĩ vì chính quyền địa phương chưa nhận được chỉ thị bổ túc từ Hà Nội. Ông không chờ đợi quy định mới này sẽ đưa đến những biến đổi đáng kể cho điều mà ông gọi là quan hệ thuận lợi với nhà nước. Tuy vậy ông lo ngại rằng nếu không có chỉ thị thống nhất, nhà cầm quyền địa phương ở những nơi khác có thể tiếp tục giải thích luật lệ thực hành tôn giáo của chính quyền như họ muốn và kéo dài những vấn đề ở những nơi hiện nay vẫn có vấn đề.

Cũng còn vấn đề chính quyền địa phương từ chối giải quyết thỏa đáng việc sở hữu tài sản giáo hội. Mục Sư Bình cho biết có một số bất động sản ở Đà Nẵng bị nhà nước sung công sau 1975.

Những cuộc thương lượng về bồi thường không có kết quả.

Mục Sư Bình cho hay có một số nhỏ - "ít trăm" - người ở Đà Nẵng cho đến nay hoạt động dưới cây dù của giáo hội không được công nhận là "Vietnam Evangelical Fellowship" (VEF). Ông nói, những tín hữu này tụ tập thành nhóm lớn mỗi Chủ Nhật không có biến cố gì hoặc bị công an làm phiền. Ông cho biết thêm là hai giáo hội địa phương chi nhánh VEF gần đây đã xin nhà nước công nhận.

Công Giáo được cải thiện

Tham tán chính trị Tổng Lãnh Sự Hoa Kỳ cũng gặp Linh Mục Trần Quốc Việt, một đại diện cao cấp của giáo phận Công Giáo Quảng Nam-Đà Nẵng. Linh mục trình bày là tình hình 600,000 giáo dân hiện nay đã được cải thiện rất nhiều so với một thập kỷ trước. Con số 70 linh mục của giáo phận đủ để làm công tác mục vụ. Các khu vực thành phố đặc biệt không gặp sự gay gắt gì, vì chính quyền địa phương đã quen với việc giáo hữu tập họp đông đảo.

Linh Mục Việt nói rằng, hãy còn có vấn đề ở vùng nông thôn, nhất là với công an và đặc biệt ở những vùng giáo hội đang mở rộng đến các tín hữu mới. Nhưng ông nói rằng, ngay ở những nơi ấy cũng đã có một vài tiến bộ. Ông thuật lại một biến cố trong đó các viên chức an ninh địa phương tại một vùng dân tộc (thiểu số) tại tỉnh Quảng Nam tìm cách ngăn cản hoạt động của giáo hội. Tuy nhiên sau hai năm đối thoại và khuyến dụ, ông đã có thể tranh thủ được sự ưng thuận của họ. Điểm then chốt là, ông nói, công an được bảo đảm rằng hoạt động của giáo hội không nhằm kích động những tâm lý chống Hà Nội cho người dân sơn cước.

Linh Mục Việt cho biết, quy định mới về tôn giáo sẽ chỉ đem lại ít điều để Việt Nam trở thành một quốc gia "thực sự" có tự do tín ngưỡng, theo định nghĩa của ông là như quy chế trước 1975 Giáo Hội Công Giáo hoàn toàn không chịu sự kiểm soát của nhà nước.

Vẫn theo lời Linh Mục Việt, *"Giáo phận Quảng Nam-Đà Nẵng cũng rất bất mãn với cách nhà nước bồi thường rẻ mạt cho những tài sản bị tịch thu năm 1975. Theo ông, các giáo phận khác, đặc biệt* là thành phố HCM, đã đạt tiến bộ hơn trong việc thu hồi hoặc bồi thường hợp lý cho các tài sản bị chiếm hữu."

Cuối cùng, công điện kết luận, *"Thông điệp của cộng đồng Thiên Chúa Giáo Đà Nẵng được nhà nước công nhận là tích cực nhất được ghi nhận ở miền Nam Việt Nam cho đến nay. Sự phân biệt giữa Đà Nẵng và các tỉnh khác dường như do ở mối quan hệ tốt của cá nhân và tổ chức giữa những người Tin Lành và giáo hội Công Giáo với chính quyền địa phương."*

Giáo hội Tin Lành SECV có gốc rễ từ Đà Nẵng. Nhà thờ đầu tiên được thành lập tại đây năm 1911 và các nhà lãnh đạo đại diện SCEV đã làm việc với nhà cầm quyền Đà Nẵng từ trên 30 năm. Cũng như vậy Giáo Hội Công Giáo cũng đã xây dựng được mối quan hệ thân thuộc. Quan trọng không kém là các giới lãnh đạo giáo hội ở Đà Nẵng có vẻ đã đi theo một cách tiếp cận lâu dài để tạo dựng sự tin cậy với các viên chức nhà nước ở địa phương. Quan niệm của họ là bằng cách chứng tỏ một vài sự trung thành với nhà nước - hành động trong hệ thống và làm dịu nỗi hoang tưởng của các viên chức địa phương rằng họ sẽ dùng tôn giáo để làm suy yếu quyền lực của đảng cộng sản - thì đổi lại họ sẽ có được sự hợp tác và một số quyền lợi.

Công điện:

■ "Religious issues in Danang," 5/10/2004, từ Seth Winnick, Tổng Lãnh Sự Hoa Kỳ tại TPHCM. Loại bảo mật: Không bảo mật. http://wikileaks.org/cable/2004/10/04HOCHIMINHCITY.html

Tin Lành Tây Nguyên
nhiều hệ phái

Kẻ hài lòng, người không

Đông Bàn

[2004]   Tình hình đạo Tin Lành tại Gia Lai và Đắc Lắc có tiến bộ trong ba tháng qua. Nhận định này đến từ giới chức chính quyền địa phương và cả giới lãnh đạo Tin Lành, nhân dịp gặp gỡ các phái đoàn Hoa Kỳ đến thăm hồi đầu Tháng Giêng.

Công điện ngày 28 tháng 1, 2004, do Tổng Lãnh Sự Hoa Kỳ tại thành phố Hồ Chí Minh, Emi Lynn Yamauchi, kể về chuyến đi của phái đoàn hỗn hợp Hoa Kỳ đến Tây Nguyên, tìm hiểu tình hình đạo Tin Lành.

Công điện viết, số lượng ghi danh cho các nhà thờ Tin Lành mới trong các tỉnh này gia tăng, thêm nhiều mục sư được thụ phong, và không có sự việc đáng tiếc nào xảy ra trong giai đoạn lễ Noel.

"The religious situation for Protestants in Gia Lai and Dak Lak provinces has seen some real improvements in the last three months, according to both government officials and Protestant leaders who met with two USG delegations in early January."

Trong khi một số khó khăn vẫn còn tồn tại, chẳng hạn tiến trình ghi danh xin hoạt động bị cản trở bởi hệ thống hành chánh cồng kềnh, nói chung tình hình là tích cực nhất, kể từ vụ bạo loạn của người thiểu số hồi năm 2001.

Phái đoàn Hoa Kỳ nhấn mạnh với phía Việt Nam về nhu cầu của Washington là được thấy tự do tôn giáo ở Việt Nam. Phái đoàn cũng đề cập đến tầm quan trọng của việc nhân viên Hoa Kỳ được trực tiếp theo dõi các vụ cáo buộc bạo lực.

Sau một hồi từ chối gặp phái đoàn Hoa Kỳ, giới chức chính quyền Gia Lai và Đắc Lắc cũng đã đồng ý gặp, vì bị phía Quốc Hội và Bộ Ngoại Giao tại Hà Nội yêu cầu. Một lịch làm việc được vạch ra cho phái đoàn Hoa Kỳ trong thời gian họ lưu lại Việt Nam.

Các thành viên của Ủy Ban Chuẩn Chi Ngoại Giao thuộc Thượng Viện Hoa Kỳ, gồm Paul Grove và Mark Lippert, đến Hà Nội, Tây Nguyên và thành phố Hồ Chí Minh từ ngày 7 đến 10 tháng 1.

Cùng thời gian này, Tiến Sĩ Scott Flipse, chuyên viên phân tích tại Ủy Hội Tự Do Tôn Giáo Quốc Tế Hoa Kỳ (USCIRF) cũng đến thăm các khu vực này, cộng thêm Huế, để tìm hiểu thêm về thực tế tại đây. Tiến Sĩ Flipse nhập với đoàn của ông George Phillips (văn phòng Dân Biểu Chris Smith), bà Hannah Royal (văn phòng Thượng Nghị Sĩ Sam Brownback), đến Việt Nam trong một chuyến đi do một NGO Hoa Kỳ tài trợ.

Ông Grove gặp giới chức chính quyền và tôn giáo Gia Lai vào ngày 9 tháng 1. Chương trình gặp gỡ bao gồm cả Ủy Ban Nhân Dân, Ủy Ban Sắc Tộc Thiểu Số và Tôn Giáo tại Gia Lai, cùng Hội Thánh Tin Lành Phúc Âm Việt Nam. Phía Hoa Kỳ cũng đi thăm một làng người thiểu số tại Gia Rai.

Vì lịch làm việc này, phía quan chức địa phương đã trách phía Hoa Kỳ là tại sao lại gặp Hội Thánh Tin Lành. Sau đó, giới chức địa phương đích thân ngăn chặn không cho phía Hoa Kỳ đi thăm làng thiểu số.

Ông Grove nói với phía Việt Nam trong tất cả các lần gặp gỡ, rằng Quốc Hội Hoa Kỳ quan tâm đến tự do tôn giáo tại Việt Nam, và rằng Hoa Kỳ xem chuyện được xem xét trực tiếp các cáo buộc lạm dụng bạo lực là điều quan trọng.

Bằng giọng triết lý, phía Việt Nam, đại diện bởi ông Chủ Tịch Nguyễn Vỹ Hà, so sánh quyền tự do ngôn luận với hình ảnh một phụ nữ khỏa thân, một hình ảnh đẹp đẽ có thể được người này thích, nhưng có thể dẫn đến những điều xấu khác. Theo quan điểm của ông Hà, chính phủ có trách nhiệm bảo đảm rằng, quyền tự do ngôn luận không trở thành nguy hiểm.

Phía Hội Thánh Phúc Âm xác nhận có thêm ba nhà thờ được cho phép ghi danh hoạt động, và thủ tục giấy tờ đang được tiến hành. Ba nhà thờ này là Plei Betel, Plei Breng và Plei Athat, phục vụ tổng cộng 6,500 tín hữu tại 22 làng tại địa phương.

Phía lãnh đạo Hội Thánh Phúc Âm nói rằng tại Gia Lai, trong giai đoạn Noel, không có chuyện gì đáng tiếc xảy ra.

Nhà thờ Tin Lành ở Gia Lai. (Hình: Báo Lao Động)

Cho dầu đa số các hệ phái Tin Lành, có và không có ghi danh, đều được hoạt động, Hội Thánh Phúc Âm lại từ chối bình luận về việc có một số nhóm gặp khó khăn đặc biệt với chính quyền sở tại.

Phía Hoa Kỳ đưa ra đề nghị giúp đỡ, đại diện Hội Thánh Phúc Âm nói rằng vấn đề lớn nhất của họ là thiếu nhà thờ. Ở Gia Lai không hề có nhà thờ nào đúng nghĩa cả. Trong khi chính quyền đã trả lại cơ sở vật chất mà họ tịch thâu trước đây cho các tôn giáo khác, họ chưa trả bất cứ tài sản nào của Tin Lành lại cho người Tin Lành. Họ cũng không phân phối đất đai cho các nhóm này.

Trong lần gặp gỡ khác, không chính thức, với đại diện Hoa Kỳ, một thành viên lãnh đạo của Hội Thánh Phúc Âm bày tỏ sự hài lòng với hoàn cảnh hiện tại. Ông ta nói hiện tại tốt hơn quá khứ rất nhiều, và lý do chủ yếu là vì (trong quá khứ) nó không thể tệ hơn nữa.

Giai đoạn khó khăn nhất là từ 1979 đến 1999, đến năm 2000 thì mọi chuyện khá hơn lên. Đại diện Hội Thánh Phúc Âm lý giải, có lẽ vì áp lực quốc tế và vì Việt Nam muốn tham gia vào cộng đồng thế giới. Nhân vật này yêu cầu phải phối hợp hơn nữa hai yếu tố: áp lực quốc tế (đặc biệt là đại diện Hoa Kỳ đến thăm thường xuyên hơn) và sự chia sẻ luật tôn giáo của các quốc gia khác với Việt Nam (để chính quyền Hà Nội biết họ đang sai chỗ nào).

Đại diện Hội Thánh Phúc Âm nói với phía Hoa Kỳ rằng sự áp dụng chính sách tôn giáo một cách không công bằng, không đồng đều, là vấn đề lớn nhất hiện nay.

Trong khi chính quyền đối xử khá tốt với các hệ phái có ghi danh so với những hệ phái sinh hoạt tại gia, đa số các hệ phái không ghi danh vẫn được sự cho phép "ngầm" từ chính quyền địa phương, để tiếp tục hoạt động.

Và sự thật là, hiện vẫn còn khó khăn trong việc xin đất để xây nhà thờ. Vì lý do ấy, tín hữu cứ chần chừ không đóng góp tài chánh, vì họ tin rằng chính quyền rồi sẽ trả lại các tài sản từng bị sung công (Ở Gia Lai, trước 1975, có đến 38 nhà thờ).

Mặc dầu bị đóng cửa nhà thờ, đại diện Hội Thánh Phúc Âm nói đùa rằng hiện giờ họ không đóng nữa, vì... chẳng còn gì để đóng.

Các đại diện này ghi nhận, chính quyền Gia Lai ngày càng khôn khéo hơn so với chính quyền Đắc Lắc. Gia Lai dựa trên phương pháp chiêu dụ, thuyết phục, để các giáo đoàn tự giải tán. Một vài nhà thờ tại gia bị cưỡng ép đóng cửa, nhưng đa số sau đó quay trở lại hoạt động, ngay tại vị trí cũ.

Đại diện này cũng nói chính quyền có vẻ nhẹ tay với những tín đồ mà họ tin là thật sự theo đạo, và mạnh tay với người mà họ cho là lợi dụng tôn giáo chống chính quyền.

Đại diện Hội Thánh Phúc Âm nói có hai thế lực tại Tây Nguyên hoạt động chống lại chính quyền Việt Nam. Một là những người "ly khai", hoạt động thuần túy chính trị, có tên là Dega; và hai là nhóm dùng tôn giáo để hoạt động với mục đích ly khai.

Những người Tin Lành thật sự có thể cảm thông với chủ nghĩa dân tộc Dega cũng như ý muốn bảo toàn văn hóa của họ.

Nhưng cũng những tín hữu Tin Lành này sẽ không bao giờ ủng hộ phương pháp bạo lực để đạt được mục đích.

Đại diện Hội Thánh Phúc Âm xem vụ nổi loạn năm 2001 như là "mâu thuẫn sắc tộc," chứ không phải tôn giáo, mặc dầu hai yếu tố này chắc chắn có liên hệ với nhau, với quan điểm là người dân tộc Kinh từ miền Bắc tràn xuống, chiếm lấy phúc lợi từ đất đai của người thiểu số.

Ngày 12 tháng 1, đại diện Hoa Kỳ chính thức gặp giới chức Đắc Lắc, gồm Ủy Ban Nhân Dân, Ủy Ban Sắc Tộc Thiểu Số và Tôn Giáo, Mặt Trận Tổ Quốc, và đại diện Hội Thánh Phúc Âm.

Chủ Tịch Ủy Ban Nhân Dân Đắc Lắc, Nguyễn Văn Lạng, nói rằng ông ta thất vọng vì Hoa Kỳ không hiểu được thực tế tình hình nhân quyền, tôn giáo tại Việt Nam, bất kể những tiến bộ trên nhiều mặt khác của quan hệ song phương.

Phía Hoa Kỳ trình bày quan ngại thông qua những báo cáo liên tục về số nhà thờ bị cấm hoạt động, về hành động cưỡng ép bỏ đạo, và về những tài liệu của chính phủ bị tiết lộ ra ngoài cho thấy kế hoạch loại Tin Lành ra khỏi sinh hoạt tôn giáo. Phía Hoa Kỳ cũng yêu cầu ông Chủ Tịch Ủy Ban Nhân Dân cho biết quan điểm của ông ta đối với luận điểm của chính quyền Việt Nam, là mọi vi phạm nhân quyền, tôn giáo đều từ địa phương mà ra. Phía Hoa Kỳ cũng nói với phía Việt Nam rằng họ đang đề cập đến tiêu chuẩn quốc tế, những tiêu chuẩn mà phía Việt Nam tự nguyện tán thành. Phía Hoa Kỳ cũng nói họ hy vọng rằng vấn đề tôn giáo sẽ không là trở ngại với sự tiến triển của các mối quan hệ song phương.

Ông Chủ Tịch Lạng nói rằng người Tin Lành ở Đắc Lắc bây giờ hạnh phúc hơn ngày xưa, cho dầu họ vẫn phải đối mặt với những vấn đề do quan chức địa phương không hiểu thấu đối với chính sách nhà nước. Ngoài những chuyến viếng thăm định kỳ của giới chức địa phương, Noel vừa qua, Thủ Tướng Nguyễn Tấn Dũng đã đến thăm các sắc tộc thiểu số.

Ông chủ tịch cũng tranh cãi về số nhà thờ bị đóng cửa, do phía Hoa Kỳ đưa ra. Ông này nói 200 ngàn người Tin Lành tại đây có hàng trăm nhà thờ. Chưa hết, ông ta nói, có khoảng 7 ngàn người Tin Lành trong năm 1975, vậy thì làm sao có hàng trăm nhà thờ bị đóng cửa? Ông ta thừa nhận chỉ có 2 nhà thờ tại Ban Mê Thuột bị tịch thu ngay sau chiến tranh vì chứa vũ khí và tài liệu của FULRO.

Về phía Ủy Ban Tôn Giáo, ông chủ tịch Ủy Ban thừa nhận giới hữu trách đã đóng cửa hàng trăm nơi có người Tin Lành tụ tập bất hợp pháp để cầu nguyện. Và, trong khi chính phủ vẫn gặp khó khăn với phong trào Dega, chính quyền không có chính sách ngăn cản tín ngưỡng phi chính trị và ôn hòa.

Ông chủ tịch Ủy Ban Tôn Giáo nói rằng người Tin Lành tại đây còn nghèo, và vì vậy họ không thể mua đất đai để xây dựng nhà thờ. Ông ta nói Đắc Lắc đã cấp đất cho một nhà thờ mới tại Phước An, và hy vọng các hệ phái khác cũng sẽ được tương tự. Ông ta cũng cho biết, hiện giờ, Hội Thánh Phúc Âm đã phủ nhận mọi quan hệ với phong trào Dega. Tỉnh này, vẫn theo ông chủ tịch, sẽ đẩy mạnh tiến trình ghi danh để sinh hoạt tôn giáo.

Đại diện Hội Thánh Phúc Âm và một số mục sư, trong những cuộc gặp riêng sau đó, tái xác nhận với phái đoàn Hoa Kỳ về những gì họ được nghe từ chính quyền.

Về việc đóng cửa hàng loạt nhà thờ Tin Lành, Hội Thánh Phúc Âm nói họ cho rằng lý do đơn giản là vì người dân dọn đi nơi khác, hoặc là không đủ mục sư. Họ cũng thừa nhận, trên thực tế, có một số giáo đoàn liên quan đến Dega.

Nhiều nhà thờ đã được mở cửa lại từ sau biến cố 2001, mặc dầu các nhà thờ này không ghi danh hoạt động. Thành viên quản trị Hội Thánh Phúc Âm cũng thừa nhận, bằng cách đếm số nhà thờ đang hoạt động trong tỉnh, có thể có đến hàng ngàn nhà thờ, tùy theo định nghĩa thế nào là nhà thờ; một số làng có đến vài ba nhà thờ.

Một mục sư của Hội Thánh nêu thắc mắc về các báo cáo có người bị đánh đập và bị ép bỏ đạo. Mục sư này nói rằng nhiều người vi phạm luật và vào tù vì những lý do không phải tôn giáo. Tương tự, ông ta cho rằng nhiều người phàn nàn về nhiều chuyện, và hiện tượng này là không công bằng (mặc dầu ông ta không biết có bất cứ cá nhân nào bị kỳ thị trong giáo dục, công ăn việc làm, hoặc dịch vụ y tế, chỉ vì người ấy theo đạo Tin Lành).

Vào phút chót, một đại diện của Ủy Ban Đối Ngoại thuộc

Quốc Hội Việt Nam yêu cầu được đi chung với phái đoàn Hoa Kỳ trong địa phận Tây Nguyên, rồi lưu lại Đắc Lắc để đón phái đoàn thứ nhì, thực hiện nốt phần còn lại của chuyến đi tìm hiểu thực tế. Đại diện này khuyến khích phía Mỹ, trong tương lai, làm việc trực tiếp với văn phòng của ông ta. Tuy nhiên, sau đó, ông ta lại đe dọa phản đối chính thức sau khi bị yêu cầu không tham dự các cuộc gặp riêng giữa Hoa Kỳ với lãnh đạo tôn giáo và giáo đoàn. Điều độc đáo là, Đắc Lắc và Gia Lai lại tỏ ra hợp tác trong chuyến đi này, miễn là họ phải được báo trước. Không như đại diện Quốc Hội Việt Nam, quan chức cấp tỉnh không phản đối khi phái đoàn đưa ra yêu cầu tương tự: được gặp riêng đại diện tôn giáo.

Công điện:

- "Grove survey religion in Vietnam: Protestants in the Central High-lands," 28/1/2004, từ Emi Lynn Yamauchi, Tổng Lãnh Sự Hoa Kỳ tại TPHCM. Loại bảo mật: Không bảo mật. http://wikileaks.org/cable/2004/01/04HOCHIMINHCITY84.html

Phía sau vụ tự thiêu
trước cửa tòa Tổng Lãnh Sự Mỹ

Vũ Quí Hạo Nhiên

[2005] Tiết lộ trong các công điện ngoại giao quanh vụ người dự tính tự thiêu trước cửa tòa Tổng Lãnh Sự Mỹ ở Sài Gòn cho thấy sự bất đồng giữa đoàn ngoại giao Mỹ và giới lãnh đạo Phật Giáo Hòa Hảo Thuần Túy tại Việt Nam.

Vụ tự thiêu xảy ra năm 2005, và nhiều báo chí hải ngoại đã đưa tin, theo tin của thông tấn xã AP, hoặc theo tin của Giáo Hội PGHH Thuần Túy Việt Nam.

Trong một công điện đánh đi trong ngày vụ tự thiêu hụt xảy ra, 19 tháng 8, 2005, Tổng Lãnh Sự Seth Winnick kể lại sự việc:

"Vào khoảng 9 giờ sáng địa phương, 19 tháng 8, một người đàn ông không rõ danh tánh, mặc đồ bình thường, ngã gục ở gần cổng vào Tổng Lãnh Sự Quán Hoa Kỳ tại TP.HCM.

"Both Liem and Duc asked if the 'international community' had planned to do anything to help given the 'intolerable pressure' on the Hoa Hao."

"Lính gác địa phương tại tòa Tổng Lãnh Sự chạy đến giúp đỡ, thì thấy quần áo người này tẩm đầy xăng hay một thứ nhiên liệu tương tự. Ông này cũng cầm một chai nhiên liệu nữa. Một tay ông cầm cái bật lửa, tay kia ông có một bức thư. Lính gác giựt bật lửa ra khỏi tay ông này để bảo đảm an toàn cho ông."

Sau đó, theo bức công điện, công an thành phố đã bắt ông này và mang đi đâu không biết.

Tổng Lãnh Sự Winnick cho rằng nhân vật này có liên quan tới Phật Giáo Hòa Hảo vì ngay sau đó ông nhận được điện thoại từ cụ

Lê Quang Liêm, một lãnh tụ Hòa Hảo ở Sài Gòn. Cụ Liêm báo cho ông Winnick biết có "tin từ miền Tây" nói rằng sẽ có vụ tự thiêu ở trước tòa Tổng Lãnh Sự và hỏi thăm có gì xảy ra không.

Trong công điện gởi về, Tổng Lãnh Sự Winnick báo với Washington rằng: *"Trong tất cả những lần gặp gỡ với cả cụ Liêm lẫn ông (Trương Văn) Đức, chúng tôi đều nhấn mạnh rằng tự thiêu là hình thức đấu tranh không chấp nhận được, bất kể nỗi oan tới thế nào."*

Trong một công điện theo sau đó trong cùng ngày, Tổng Lãnh Sự Winnick báo về cho Washington là cả cụ Liêm lẫn ông Đức liên tiếp gọi vào tòa tổng lãnh sự vào lúc 3 giờ chiều, hai cuộc gọi chỉ cách nhau vài phút.

Cả hai đều loan tin có tới 9 đạo hữu Hòa Hảo từ miền Tây đang lên Sài Gòn để lần lượt tự thiêu phản đối. Hai người hỏi *"cộng đồng quốc tế"* có định làm gì để giúp giảm *"áp lực không chịu nổi"* đối với Hòa Hảo.

Phía ngoại giao Mỹ từ chối không trả lời, mà chỉ nhấn mạnh là Mỹ không chấp nhận giải pháp tự thiêu và khuyến khích bên Hòa Hảo tránh các hành động dẫn đến chết người. Sau đó Mỹ báo cho Sở Ngoại Vụ tại Sài Gòn và cho Bộ Công An để biết là có tới 8 tín đồ Hòa Hảo nữa sắp sửa tự thiêu.

Khi sự việc xảy ra, thông tấn xã AP đưa tin và đài RFA trích dẫn, *"Bà Julie Chung, phát ngôn viên của Đại Sứ Quán Hoa Kỳ nói rằng nhân viên an ninh đã ngăn chận không cho người một người đàn ông Việt Nam nổi lửa tự thiêu ngày trước của Tòa Tổng Lãnh Sự Hoa Kỳ tại thành phố Hồ Chí Minh."*

Tuy nhiên, công điện được tiết lộ cho thấy AP và RFA khi đó đã không chuyển hết lời của bà Julie Chung. Trong công điện, Tổng Lãnh Sự Winnick đề nghị lời phát ngôn cho bà Chung, *"nếu được hỏi,"* và lời phát ngôn đó bao gồm cả sự bất đồng ý kiến với bên Hòa Hảo. Lời phát ngôn đầy đủ có thêm đoạn sau:

"Hoa Kỳ kiên quyết bác bỏ hình thức tự thiêu và tất cả các hành động bạo lực cực đoan bất kể nỗi oan là thế nào. Chúng tôi thúc giục tất cả mọi người liên quan tránh các hành động dẫn đến chết người."

Trong một bản tin 4 ngày sau đó, ký tên ông Nguyễn Văn Cội,

Phát Ngôn Viên Giáo Hội PGHH Thuần Túy Việt Nam và Hải Ngoại, người tự thiêu được cho biết là ông Lê Văn Dương, *"khoảng chừng 54 tuổi ở huyện Châu Thành, tỉnh Tiền Giang."*

Cổng Tổng Lãnh Sự Quán Hoa Kỳ tại Sài Gòn, nơi xảy ra vụ tự thiêu hụt.
(Hình tư liệu)

Lý do tự thiêu được cho biết là để *"đòi lại nhà đất đã bị cán bộ nhà nước chiếm đoạt."*

Trong khi phía Hòa Hảo nhận ông Dương là tín đồ của mình, bên công an lại thoái thác. Tổng Lãnh Sự Winnick cho biết, *"người liên lạc bên Bộ Công An muốn giảm thiểu yếu tố Hòa Hảo, mà nói với sĩ quan an ninh tòa đại sứ là người đàn ông bị bắt không thuộc giáo phái nào và bị bệnh tâm thần."*

Bốn ngày sau, ông này được thả, theo công điện đề ngày 23 tháng 8, 2005. Tổng Lãnh Sự Winnick khi báo việc này về Washington có nói thêm:

"Việc nhà chức trách TPHCM thả ông này - một người mà chính họ công nhận là tâm thần không ổn - sau 4 ngày giam giữ đối chọi rất khác với trường hợp Mục sư Tin Lành Báp-tít Thân Văn Trường, vẫn tiếp tục bị giữ trong bệnh viện tâm thần ở Đồng Nai. Trong vụ

Mục Sư Trường, cảnh sát và nhân viên bệnh viện đã nói với chúng tôi rằng ông không hề gây nguy hiểm cho ông, cho gia đình, hay cho cộng đồng."

Công điện:

- "Attempted self-immolation in front of ConGen HCMC," 19/8/2005, từ Seth Winnick, Tổng Lãnh Sự Hoa Kỳ tại TP.HCM. Loại bảo mật: Không bảo mật. http://wikileaks.org/cable/2005/08/05HOCHIMINHCITY872.html

- "Hoa Hao attempted self-immolation follow-up," 19/8/2005, từ Seth Winnick, Tổng Lãnh Sự Hoa Kỳ tại TP.HCM. Loại bảo mật: Không bảo mật. http://wikileaks.org/cable/2005/08/05HOCHIMINHCITY878.html

- "HCMC police release attempted self-immolation perpetrator," 23/8/2005, từ Seth Winnick, Tổng Lãnh Sự Hoa Kỳ tại TP.HCM. Loại bảo mật: Không bảo mật. http://wikileaks.org/cable/2005/08/05HOCHIMINHCITY886.html

Công an quấy phá chùa Hòa Hảo, tu sĩ dọa tự thiêu

Vũ Quí Hạo Nhiên

[2001-2005] Công an xông vào ngăn cản một buổi lễ Phật Giáo Hòa Hảo, cấm treo cờ Hòa Hảo, cấm treo chân dung Đức Huỳnh Phú Sổ, khiến cho người tu sĩ leo lên cây dọa tự thiêu và làm cho ngoại giao đoàn Mỹ quan tâm đặc biệt, theo tiết lộ của một loạt công điện năm 2001 và nhắc lại trong nhiều năm sau đó.

Ngôi chùa Hòa Hảo bị công an đột nhập tọa lạc tại Chợ Mới, An Giang, và người dọa tự thiêu là tu sĩ Võ Văn Thanh Liêm. Bức công điện không nêu, nhưng ngôi chùa này mang tên Quang Minh Tự. *"Nhiều chục tín đồ Hòa Hảo đến đây thờ phượng hàng ngày,"* công điện ngày 8 tháng 11 viết.

Công điện này được gởi từ Hà Nội về Washington D.C., và cũng

"The young man, now angry and using vulgar language, denied he was a police officer and said & he represented the community... and the community did not want any Americans in the vicinity."

được gởi thêm cho tòa đại sứ Mỹ tại Geneva, Thụy Sĩ, nơi có trụ sở nhiều cơ quan Liên Hiệp Quốc.

Ngày 6 tháng 11, 2001, tin tức từ một tổ chức Hòa Hảo tại Mỹ cho biết tu sĩ tại đây đang hăm dọa tự thiêu, và viên tham tán chính trị tòa đại sứ bèn điện thoại khắp nơi để tìm hiểu. Họ liên lạc được với hai cư sĩ Hòa Hảo từng bị chính quyền bắt giữ, là cụ Lê Quang Liêm và cụ Trần Hữu Duyên. Hai cụ cho tòa đại sứ và tòa tổng lãnh sự biết chi tiết.

Bị cấm treo cờ Hòa Hảo, chân dung Huỳnh Giáo Chủ

Ngôi chùa Quang Minh Tự cũng là nhà ở của ông Võ Văn Thanh Liêm, được gọi là Năm Liêm. *"Vào ngày 1 tháng 11, Năm Liêm tổ chức một buổi tụng kinh trong nhà. Khác với những lần trước, lần này ông trưng cờ Hòa Hảo và treo chân dung vị sáng lập Hòa Hảo trong chùa."*

Tuy là lễ trong chùa, nhưng ngay lập tức công an bên ngoài biết. *"Công an tới chùa ra lệnh cho Năm Liêm tháo cờ và hình."* Ông từ chối. Công an ra lệnh cho mọi người phải giải tán về nhà.

Buổi chiều, công an trở lại, đột nhập vào chùa với mục đích tháo cờ, tháo hình. Tu sĩ Năm Liêm không buông tay để yên cho công an tung hoành. Bản công điện viết:

"Trong lúc công an ở trong chùa, Năm Liêm khóa cửa chùa, nhốt họ bên trong. Phá cửa nhiều lần không nổi, công an phải bắn vỡ khóa mới ra ngoài được."

Trong nhiều ngày sau đó, công an đứng canh bên trong chùa và không cho ai vô. Tranh cãi với công an không được, tới ngày 6 tháng 11, tu sĩ Năm Liêm leo lên cây sau chùa, *"mang theo một can xăng 5 lít và một con dao, dọa sẽ tự vẫn nếu công an không bỏ đi."* Tin tức cho biết ông đã cầm dao cắt đùi mình.

Tới lúc viết công điện 8 tháng 11, ông Liêm đã ở trên cây 3 ngày và công an vẫn vây ở dưới. Điều này khiến cho người Mỹ hơi yên tâm là *"một dấu hiệu khả quan cho thấy hai bên đều không có hành động gì hấp tấp."*

Tới chiều sau đó, tu sĩ Năm Liêm chịu leo xuống, theo công điện 9 tháng 11. Ông Liêm vẫn ở tại chùa, và 30 công an cùng 50-70 viên chức địa phương cũng lảng vảng trong khu đất đó.

Một tuần sau, trong công điện để ngày 16 tháng 11, tòa tổng lãnh sự tại TP. HCM cho biết thêm là tu sĩ Năm Liêm vẫn còn ở trong chùa, được cha mẹ chăm sóc, cùng một số tín đồ Hòa Hảo mà được công an cho phép vô trong. Cụ Trần Hữu Duyên cho rằng lúc tu sĩ Năm Liêm leo lên cây là lúc chính quyền địa phương đưa giấy quản thúc hành chánh về tội nhốt công an trong chùa.

Tu sĩ nhiều lần bị tù

Ông Năm Liêm không xa lạ với đoàn ngoại giao Mỹ. Năm 1996, ông dựng cổng trên lối đi vô chùa, rồi bị chính quyền địa phương bắt tháo gỡ vì xây không có giấy phép. Ông từ chối, rồi khi công an tới bắt thì ông leo lên cây, "cũng cái cây đó," công điện ngày 8 tháng 11 cho biết.

Chùa Quang Minh Tự, nơi tu sĩ Võ Văn Thanh Liêm trụ trì.
(Hình: www.ukdautranh.com)

Lần đó, ông ngồi trên cây trong 4 ngày. *"Nhân chứng khi đó nói phải huy động hàng trăm công an để ngăn chặn hàng ngàn người hiếu kỳ không vào khu vực này."*

Khi ông leo xuống thì bị tuyên án tù 2 năm với tội danh *"ngăn cản người thừa hành công vụ."* Năm 1999, tham tán chính trị tòa đại sứ Mỹ có ghé thăm ông Liêm trong nửa ngày. Ông được miêu tả là *"rất tin vào tâm linh và nói chuyện vô cùng hấp dẫn."* Ông cho viên tham tán xem vết thẹo trên đầu gối, và nói, trong tù ông tự cắn đầu gối để chứng minh với cán bộ là ông không sợ đau đớn.

Chính quyền địa phương có vẻ sợ ảnh hưởng của tu sĩ Võ Văn Thanh Liêm. Năm sau, 2002, khi viên tham tán chính trị trở lại An Giang thăm ông Liêm, thì viên chức địa phương vây quanh chùa không cho vô trong. Một bức công điện đề ngày 19 tháng 7, 2002 miêu tả quang cảnh:

"Khi tham tán chính trị tới đường lót gạch dẫn tới chùa của Năm Liêm hôm 24 tháng 6, ba người thanh niên đứng ra chặn đường. Nhiều người khác, dường như trong cùng nhóm, đứng trên bãi cỏ quán trà bên cạnh. Một trong những thanh niên này vùng vằng nói tham tán chính trị đi chỗ khác. Anh này nói người dân địa phương không muốn tiếp người Mỹ và 'không muốn người Mỹ quấy phá tu sĩ trong chùa.'"

Khi viên tham tán chính trị bảo ông đã tới thăm và được đón tiếp niềm nở 3 năm trước, còn nếu chính quyền địa phương cấm không cho vào, hay quản thúc ông Năm Liêm tại gia, thì ông sẵn sàng đi chỗ khác.

Lúc đó, *"người thanh niên này nổi giận và bắt đầu chửi tục, chối không phải công an và nói vị tu sĩ không bị giới hạn gì cả. Anh la lên rằng anh đại diện cho cộng đồng và cộng đồng không muốn người Mỹ tới gần đây."*

Nhiều người khác cũng bắt đầu bu quanh. Viên tham tán nhận ra nhiều tín đồ Hòa Hảo vì tóc búi tó và mặc đồ nâu hay xám. Những tín đồ này *"đứng nghe chăm chú, rồi một vài người trong số họ bắt đầu cãi nhau với những thanh niên đứng chặn đường."*

Ngại có xô xát xảy ra, viên tham tán bỏ đi. Sáu tiếng sau quành lại, *"cũng nhóm thanh niên này vẫn còn chờ ở đó."*

Tới năm 2005, ông Liêm lại bị bắt. Khi Dân Biểu Christopher Smith tới Việt Nam, gặp cụ Trần Hữu Duyên, cụ cho biết khi tu sĩ Năm Liêm tưới xăng vào mộ t viên chức chính quyền địa phương thì ông bị bắt và bị tuyên án 6 năm rưỡi tù.

Công điện:

- "Hoa Hao monk threatening immolation," 8/11/2001, từ Robert C. Porter, Phó Đại sứ Hoa Kỳ tại Hà Nội. Loại bảo mật: Không bảo mật. http://wikileaks.org/cable/2001/11/01HANOI2924.html

- "Hoa Hao monk comes down from the tree," 9/11/2001, từ Emi Lynn Yamauchi, Tổng lãnh sự Hoa Kỳ tại TP.HCM. Loại bảo mật: Không bảo mật. http://wikileaks.org/cable/2001/11/01HOCHIMINHCITY1266.html

- "Update on Hoa Hao monk who climbed the tree," 16/11/2001, từ Emi Lynn Yamauchi, Tổng lãnh sự Hoa Kỳ tại TP.HCM. Loại bảo mật: Không bảo mật. http://wikileaks.org/cable/2001/11/01HOCHIMINHCITY1304.html

- "Dissident Hoa Hao monks under heavy police surveillance ," 19/7/2002, từ Emi Lynn Yamauchi, Tổng lãnh sự Hoa Kỳ tại TP.HCM. Loại bảo mật: Không bảo mật. http://wikileaks.org/cable/2002/07/02HOCHIMINHCITY719.html

- "Visit of congressman Christopher Smith to Ho Chi Minh city," 15/12/2005, từ Seth Winnick, Tổng lãnh sự Hoa Kỳ tại TP.HCM. Loại bảo mật: Không bảo mật. http://wikileaks.org/cable/2005/12/05HOCHIMINHCITY1293.html

Hòa Hảo có thêm tự do nhưng vẫn bị đàn áp

Cụ Lê Quang Liêm bị mất ảnh hưởng

Vũ Quí Hạo Nhiên

[2010] Tình hình Phật Giáo Hòa Hảo tại Việt Nam được giới ngoại giao Mỹ xem là có tiến bộ, nhưng công an và an ninh vẫn còn tiếp tục đàn áp những người không gia nhập giáo hội được nhà nước công nhận, và đồng thời ảnh hưởng của cụ Lê Quang Liêm đang bị giảm dần trong số người này.

Đó là một số nhận xét thấy được trong công điện mang tựa đề "Đạo Hòa Hảo ngày nay," để ngày 24 tháng 2, 2010, do Tổng Lãnh Sự Kenneth Fairfax ký tên.

Lý do có bức công điện này là tin tức về một cuộc biểu tình của tín đồ Hòa Hảo bị đàn áp, khi họ

"Though some Hoa Hao followers have distanced themselves from Liem, unrecognized members continue to report surveillance and harassment by security forces..."

phản đối việc giấy gói đồ, giấy rác có in lem luốc hình Đức Huỳnh Giáo Chủ.

Nghe tin về vụ đàn áp biểu tình ngày 19 tháng 2, 2010, này, nhân viên lãnh sự liên lạc với *"nguồn đáng tin cậy - kể cả một tín đồ trong một giáo hội Hòa Hảo không được nhà nước công nhận."*

Nhân vật này xác nhận là có một cuộc biểu tình như thế, nhưng thay vì hàng trăm hay hàng ngàn như tin trên Internet, người này nói số người biểu tình là *"khoảng 40 tới 50 người thuộc Giáo Hội Phật Giáo Hòa Hảo Thuần Túy,"* và họ được miêu tả là những người *"vẫn trung thành với"* cụ Lê Quang Liêm.

Sự việc bắt đầu khi nhà in Công Ty In Ấn An Giang nhận in chân dung Đức Huỳnh Giáo Chủ. Đơn đặt hàng là của giáo hội Hòa Hảo được nhà nước công nhận.

Tuy nhiên, in xong thì bị chê xấu, nên khách không nhận. Nhà in bèn đem bán làm giấy vụn, và nguồn của những tờ giấy lộn in lem luốc hình Đức Huỳnh Giáo Chủ là đến từ đó.

Người kể lại cho tòa tổng lãnh sự là một cựu thành viên trong nhóm của cụ Liêm nhưng sau này đã tách ra vì phản đối việc cụ Liêm ủng hộ việc đấu tranh bằng phương pháp tự thiêu. Theo người này, cuộc biểu tình không bị đàn áp, ngoài trường hợp một người chụp ảnh bị ngăn chặn, dẫn đến điều mà công điện gọi là *"xô xát nhẹ."*

Ban giám đốc nhà in có chính thức xin lỗi giáo hội Hòa Hảo (được nhà nước công nhận), nhưng phía cụ Liêm không chấp nhận lời xin lỗi này. Người nhân chứng cho rằng cụ Liêm *"phóng đại chi tiết của sự việc rồi đăng lên Internet để vận động sự ủng hộ cho phe mình."*

Ảnh hưởng của cụ Liêm

Và đó là một trong những đề tài chính của công điện. Tuy khởi đầu với vụ biểu tình ở An Giang, nhưng đề tài của công điện là về tình hình Hòa Hảo nói chung, trong đó có vấn đề tầm ảnh hưởng của cụ Liêm.

Theo công điện này, từ sau khi Giáo Hội Phật Giáo Hòa Hảo bắt đầu được nhà nước chính thức công nhận năm 1999, *"số tín đồ trên một triệu người ngày càng được tự do thờ phượng hơn."* Một thành viên ban trị sự giáo hội này kể với nhân viên tổng lãnh sự là ngày lễ Đản Sanh Đức Huỳnh Giáo Chủ năm 2010, có từ 50,000 tới 70,000 tín đồ hành hương về An Hòa Tự, An Giang.

"Chính quyền không còn cấm trưng bày chân dung Đức Huỳnh Giáo Chủ và ban trị sự đã đặt in từ Công Ty In Ấn An Giang trong 5 năm qua mà không có vấn đề gì. Giáo hội cũng in lại một số, nhưng không phải tất cả, kinh sấm giảng của Hòa Hảo."

Người này giải thích những sách không được in lại là những

cuốn có nội dung *"không phù hợp,"* về y học truyền thống và về chủ trương chính trị trước đây.

Giáo hội này cũng *"không có ý định đòi lại"* tài sản của giáo hội bị nhà nước tịch thu sau năm 1975, bức công điện cho biết.

Trong khi đó, phản đối việc thành lập giáo hội được nhà nước hậu thuẫn, nhiều tín đồ không gia nhập mà tham gia vào Giáo Hội Phật Giáo Hòa Hảo Thuần Túy do cụ Lê Quang Liêm lãnh đạo.

"Hòa Hảo Thuần Túy vận động việc tự thiêu như một phương thức đấu tranh chống chính quyền Việt Nam," bức công điện cho biết. Năm 2005, hai tín đồ Hòa Hảo Thuần Túy tự thiêu trong cuộc xô xát với công an, và *"chính cụ Liêm cũng đe dọa sẽ tự thiêu trước cổng tòa tổng lãnh sự."*

Tuy nhiên, theo công điện này, tới năm 2007 cụ Liêm bắt đầu rút lui khỏi vị trí lãnh đạo. Tòa tổng lãnh sự bắt đầu bớt nhận được tin tức từ phía cụ Liêm.

"Một số người liên lạc với tòa tổng lãnh sự trong Hòa Hảo đoán rằng cụ Liêm đang muốn thương thuyết với chính quyền Việt Nam và đã yêu cầu trả lại trụ sở cũ của ông thời trước 1975, hoặc bồi hoàn tiền 30 triệu đồng Việt Nam (tương đương $1,500 đô la Mỹ)."

Những người này cho rằng *"động thái của cụ Liêm làm ông mất uy tín đối với tín đồ, và nhiều người tách ra và lập một nhóm mới mang tên Phật Giáo Hòa Hảo Truyền Thống. Nhóm này khước từ bạo lực và phương pháp tự thiêu,"* công điện viết. (Một số tên tuổi trong Khối Tín Đồ Phật Giáo Hòa Hảo Truyền Thống quen thuộc với độc giả hải ngoại là Nguyễn Văn Lía, Trần Hoài Ân,...)

Trong hai lần tới Việt Nam năm 2007 và 2009, Ủy Ban Tự Do Tôn Giáo Quốc Tế (USCIRF) có gặp nhóm Hòa Hảo Truyền Thống, công điện cho biết.

Vẫn còn đàn áp

Nhưng tới tháng 1, 2010, cụ Liêm ra thông báo cho biết cụ vẫn kiên quyết tranh đấu cho tự do tôn giáo, và tiếp tục kêu gọi sẵn sàng hy sinh mạng sống cho đạo.

Nhưng, bản công điện nhắc, ngay cả những người tách ra khỏi ảnh hưởng của cụ Liêm vẫn tiếp tục bị công an đàn áp và sách nhiễu, *"nhất là trong những dịp lễ."*

Trong dịp Đản Sanh Đức Huỳnh Giáo Chủ năm 2010, *"một lực lượng 100 cán bộ và công an tới bao vây chùa Hòa Hảo Thuần Túy và ngăn chặn tín đồ vào hành lễ. Lãnh tụ Hòa Hảo cũng cho biết họ bị công an cảnh cáo cấm ra khỏi nhà."*

"Một tín đồ ở Vĩnh Long nói bà bị công an thẩm vấn mỗi lần bà muốn cử hành lễ nghi tôn giáo, và bàn thờ và cờ Hòa Hảo bà dựng trong nhà bị phá sập hồi tháng 12, 2009."

Ngay cả lễ nghi riêng trong nhà cũng gặp khó khăn. *"Một tín đồ khác ở Đồng Tháp nói công an ngăn chặn không cho khách tới dự lễ giỗ đầu của thân mẫu ông ta vào tháng 11, 2009, và ông thấy bực tức quá ông nghĩ tới chuyện tự thiêu,"* bức công điện viết.

Công điện:

■ "The Hoa Hao today," 24/2/2010, từ Kenneth Fairfax, Tổng lãnh sự Hoa Kỳ tại TPHCM. Loại bảo mật: Không bảo mật. http://wikileaks.org/cable/2010/02/10HOCHIMINHCITY56.html

Cao Đài chia rẽ, nhóm thuận nhà nước, nhóm không

Triệu Phong

[2007] Sự phân chia giữa các giáo phái Cao Đài, nhất là giữa những nhóm được nhà nước công nhận với những nhóm khác, được miêu tả trong một công điện đề ngày 14 tháng 12, 2007, do Tổng Lãnh Sự Kenneth Fairfax gửi từ Tổng Lãnh Sự Mỹ ở Sài Gòn.

Công điện này là tường trình về cuộc gặp gỡ giữa Ủy Ban Tự Do Tôn Giáo Quốc Tế (USCIRF) của Mỹ với Thánh Thất Sài Gòn.

Ủy Ban USCIRF là một cơ quan độc lập thành lập theo luật liên bang Mỹ, với mục đích theo dõi tình hình tự do tôn giáo trên thế giới. Đối với người Việt Nam, Ủy Ban USCIRF được quan tâm nhiều vì họ là cố vấn cho Bộ Ngoại Giao trong việc lập danh sách CPC - danh sách các nước thiếu tự do tôn giáo và cần quan tâm đặc biệt.

Thánh Thất Sài Gòn nơi Ủy Ban USCIRF gặp gỡ, là thánh thất có ghi tên với ủy ban tôn giáo, và được chính quyền công nhận.

"While Cao Dai leaders got along fine with all other religious leaders present, they were very cool to each other, even complaining to the CG about rival sects."

Tại đây, họ gặp Giáo Sư (công điện gọi là "bishop") Thượng Minh Thanh, một người tên Thượng Bé Thanh mà công điện gọi là "bishop and deputy director," và một người nữa tên Lê Quang Tân, được miêu tả là "archivist." Bản công điện không ghi rõ công việc của Giáo Sư Thượng Minh Thanh lúc đó, nhưng hiện nay ông là trưởng ban Đại Diện Hội Thánh Cao Đài Tòa Thánh Tây Ninh tại Sài Gòn.

Bên trong Thánh Thất Cao Đài Tây Ninh.
(Hình: Hoang Dinh Nam/AFP/Getty Images)

("Giáo Sư" không phải nghĩa là giáo sư đại học hay giáo sư trung học, mà "Giáo Sư" là một chức sắc trong Hội Thánh Cao Đài. Thượng Minh Thanh cũng không phải tên thật mà là tên trong đạo của ông, và tên ông là Minh.)

Họ chẳng phải người của Cao Đài chúng tôi

Sự phân chia giữa nhóm này và các nhóm khác lộ ra khi US-CIRF hỏi về 8 tín đồ Cao Đài bị bắt. Công điện không nói rõ, nhưng đây là nhóm 8 người biểu tình tại cuộc họp thượng đỉnh ASEAN ở Phnom Penh năm 2004 và bị bắt, bị đưa về Việt Nam thụ án.

Vụ án này nổi tiếng thời đó, và được nhắc đến trong các báo cáo nhân quyền của Bộ Ngoại Giao Hoa Kỳ trong một thời gian dài. Tám người này bị kết án từ 3 tới 18 năm, và tới năm 2007 thì 3 người được ân xá.

Tuy nhiên, mặc dù các tín đồ Cao Đài này được nhiều người biết đến, thì ông Thượng Minh Thanh bác bỏ. Theo công điện viết, "Ông Minh nói ông không biết nhiều về hoạt động của những người này và không xem việc làm của họ là đại diện cho Cao Đài."

USCIRF hỏi tiếp về một tín đồ Cao Đài viết thư than phiền cán bộ nhà nước xen vào đám tang của một lãnh đạo Cao Đài, "một lần nữa ông Thượng Minh Thanh nói cá nhân gửi lá thư đó không đại diện cho Cao Đài, và chức sắc đáng nghi vấn đó không phải là thành viên chính thức trong hàng giáo phẩm Cao Đài."

Thánh Thất Cao Đài TPHCM cũng không hề nêu vấn đề đòi hỏi giúp đỡ từ một thánh thất Cao Đài ở Bình Dương, chỉ trích về việc đòi triệt hạ thánh thất để thực thi dự án phát triển kinh tế của nhà nước. Theo đại diện Cao Đài tỉnh Bình Dương, chính quyền địa phương đề nghị bồi thường bằng tiền và đất để xây lại thánh thất mới, nhưng đất đền bù lại quá nhỏ (miếng đất mới rộng 62 mét vuông, so với miếng cũ rộng 2,000 mét vuông). Dù các cư dân khác cũng được đền bù tương tự, đại diện Cao Đài tỉnh Bình Dương nói vụ này là "sự trấn áp bắt nguồn từ chính sách đàn áp tôn giáo của chính quyền."

Được nhà nước công nhận, nên Thánh Thất Cao Đài TPHCM hoạt động tương đối thoải mái và họ nói lên điều này khi được USCIRF hỏi.

Ông Thượng Minh Thanh thêm rằng, "chính quyền sẵn sàng chấp thuận sự để cử các chức sắc lãnh đạo của Hội Thánh Cao Đài, đáng kể là ông từng được bổ nhiệm đứng đầu Hội Thánh Cao Đài ở TP HCM vào năm 2004." Thêm vào đó, Ủy Ban Tôn Giáo Nhà Nước "từng mở 12 khóa huấn luyện về tiến trình ghi danh để được sự công thuận theo khuôn khổ luật mới."

Tuy nhiên, ông nói tín đồ Cao Đài cũng không quan tâm mấy việc ghi danh này mà chỉ khi nào cần thì làm việc với Ủy ban Tôn giáo Nhà nước để "xin phép tổ chức những phiên họp hoặc buổi lễ lớn." Một trong những thí dụ này, ông Minh nói, là vừa được giấy phép của Ủy ban Tôn giáo Nhà nước để "tổ chức đại hội Cao Đài toàn quốc, dự trù có đến 3,000 đại biểu đại diện 23 tỉnh đến tham dự. Vào Tháng Tám 2008, họ dự trù mở một buổi lễ lớn và trù liệu có sự tham dự của 650,000 tín đồ."

Bản công điện nhắc lại về sự phân chia giữa các giáo phái Cao Đài. Tổng Lãnh Sự Fairfax kể:

"Tại buổi tiếp tân cho USCIRF do Tổng Lãnh Sự Quán đãi, sự kình địch giữa các nhóm Cao Đài lộ ra rất rõ. Trong khi các lãnh tụ Cao Đài giao thiệp rất thoải mái với các lãnh tụ tôn giáo khác, họ thờ ơ với nhau và thậm chí còn than phiền với tổng lãnh sự về các nhóm kia."

Công điện:

■ "USCIRF in HCMC: Meeting the Cao Dai," 14/12/2007, từ Kenneth Fairfax, Tổng Lãnh Sự Hoa Kỳ tại TPHCM. Loại bảo mật: Không bảo mật. http://wikileaks.org/cable/2007/12/07HOCHIMINHCITY1231.html

Ngoại giao Mỹ 'hăm' Việt Nam về tự do tôn giáo

Đỗ Dzũng

[2003] Trong một lần viếng thăm Sài Gòn, Phụ Tá Ngoại Trưởng Mỹ Arthur Gene Dewey hăm giới chức Việt Nam là tình trạng tự do tôn giáo tại Tây Nguyên chưa xứng đáng, nhất là vụ bắt bớ một số tín hữu Tin Lành tại Quận 11 mà ông nghe được trước khi trở về Hoa Kỳ.

Đó là nội dung công điện ngoại giao do tổng lãnh sự Hoa Kỳ tại Sài Gòn, bà Emi Lynn Yamauchi, chuẩn bị ngày 23 tháng 8, 2003, trước khi gởi về Washington, DC, vừa được trang web Wikileaks tiết lộ.

Theo bản công điện, ông Arthur Gene Dewey, đặc trách dân số, tị nạn và di dân tại Bộ Ngoại Giao Hoa Kỳ, phàn nàn về tự do tôn giáo trong các cuộc họp với nhiều giới chức chính quyền Việt Nam tại Sài Gòn ngày 19 tháng 8, 2003, ba ngày sau khi ông đi thăm vùng Tây Nguyên.

> "...[B]alancing religious freedom with security/stability concerns requires a 'step-by-step' approach."

Phía Việt Nam có mặt trong buổi họp với ông bao gồm đại diện Ủy Ban Tôn Giáo, Sở Ngoại Vụ và Ủy Ban Nhân Dân Thành Phố.

Trong các cuộc họp với ba cơ quan này, ông Dewey đều mô tả thiếu tự do tôn giáo làm con người trở thành dân tị nạn. Ngoài ra, ông cũng nói với phía Việt Nam là *ông trở về Hoa Kỳ với một quan điểm lẫn lộn về khả năng người dân thực hành tự do tôn giáo tại Việt Nam.*

Tuy nhiên, mặc dù vị phụ tá ngoại trưởng Mỹ có khen ngợi điều mà ông gọi là những cố gắng tích cực của chính quyền tỉnh

Lâm Đồng cho ghi danh những giáo hội Tin Lành mới, *"tình hình tại những nơi khác lại không được tích cực như vậy."*

Ông có nhắc tới vụ chính quyền Việt Nam thừa nhận giáo hội Southern Evangelical Church of Vietnam (SECV) và nói việc cho phép giáo hội này mở trường dạy giáo lý hồi Tháng Hai là một bước tích cực khác.

Trong những buổi họp này, ông Arthur Gene Dewey nêu chuyện xô xát trong vụ không thừa nhận một giáo hội "bất hợp pháp" tại Quận 11 trước đó một ngày.

Ông Dewey nói rất khó để ông hiểu làm thế nào mà Việt Nam có thể tự cho là có tự do tôn giáo khi công an hành động *"một cách tàn bạo như vậy."*

Nhà ngoại giao Mỹ nói với giới chức Việt Nam là ông hy vọng trở lại Washington, DC, với cảm nhận là tình hình tại Sài Gòn nói chung là tích cực, nhưng không biết phải giải thích như thế nào sự việc xảy ra tại Quận 11.

Ông Dewey nhắc nhở ông Nguyễn Ngọc Sang, chủ tịch Ủy Ban Tôn Giáo Thành Phố, rằng *"cả thế giới đang theo dõi (sự việc),"* và hy vọng giới chức địa phương hiểu hậu quả suy nghĩ của cộng đồng quốc tế về hành động của họ.

Phụ Tá Ngoại Trưởng Dewey kêu gọi ông Sang vận động thả ngay hai mục sư nghe nói mới bị bắt và giải thích sự việc này với ông, trước khi ông rời Việt Nam tối hôm đó.

Chủ tịch Ủy Ban Tôn Giáo Thành Phố nói rằng ông rất tiếc chưa nghe bất cứ gì về chuyện này, nhưng hứa sẽ điều tra. Ông Sang cũng nói giới chức quận đôi khi báo cáo sự việc với thành phố khá chậm, và nói sẽ lấy làm tiếc nếu chuyện bắt hai mục sư thật sự xảy ra.

"Trong suốt buổi nói chuyện, ông Sang nhắc lại vụ hai mục sư Tin Lành nhiều lần, mặc dù ông Dewey không đòi hỏi, và có vẻ thực sự quan tâm đến sự việc," bản công điện viết.

Ông Dewey mô tả ông Sang tự cho mình là một người có theo đạo với sự hiểu biết nhu cầu tinh thần của con người. Ông Sang tự hào khi nói với ông Dewey là ông có bàn thờ trong nhà, nhưng không bao giờ cho biết ông theo đạo nào.

Cũng trong buổi nói chuyện, ông Sang nhất quyết rằng một số tín đồ vi phạm luật pháp vì lợi dụng tự do tôn giáo để theo đuổi mục tiêu chính trị. Tuy nhiên, ông cũng thừa nhận là công an địa phương có khi hành động quá tay bởi vì họ không hoàn toàn hiểu chính sách của chính phủ, theo lời kể của ông Dewey. Ông Sang có đề cập chuyện hai người dân mới đây bị phạt vì vi phạm chính sách tôn giáo của chính phủ, mặc dù không đưa ra chi tiết.

Ông Arthur Gene Dewey, phụ tá ngoại trưởng Hoa Kỳ, đặc trách dân số, tị nạn và di dân, từ năm 2002 đến năm 2005. (Hình: US Department of State)

Rồi ông Sang nói với nhà ngoại giao Mỹ là ông vừa tổ chức tám buổi huấn luyện cho giới chức địa phương để họ hiểu như thế nào là thực hành tôn giáo. Những buổi huấn luyện này có sự hiện diện của tu sĩ Tin Lành và Công Giáo.

Nhưng ông Dewey lại nhận xét trong công điện: *"Tuy nhiên, ông Sang là một người không nhất quán, nhất là khi ông nói về tình trạng của các giáo hội không được thừa nhận."*

Những giáo hội này, theo ông Dewey, nói chung là được để yên cho hoạt động, *"nếu họ không làm gì ảnh hưởng tới sự đoàn kết dân tộc."*

"Tuy nhiên, tình trạng 'bất hợp pháp' của họ cũng có nghĩa là họ có thể bị đóng cửa hoặc bị tịch thu tài sản bất cứ lúc nào. Có nghĩa

là 'tự do tôn giáo' của họ chỉ kéo dài cho tới khi họ vượt qua một lằn ranh giới hạn nào đó," ông Dewey nhận xét.

Theo ông Dewey, ông Sang nói rằng Ủy Ban Tôn Giáo còn đang chờ sự đồng ý của Hà Nội để thừa nhận thêm một số giáo hội liên hệ với SECV, nhưng bảo đảm là những người này, trong khi đó, vẫn được hoạt động tôn giáo của họ. Ông Sang nói rằng ủy ban không phản đối việc SEVC in Kinh Thánh, và chỉ chú trọng đến *"những cuốn sách kích động sự bất ổn định."*

Ông Sang cũng đưa ra một số thống kê về hoạt động tôn giáo tại Sài Gòn như có 2 triệu tín đồ, trong đó có 1 triệu người theo đạo Phật, 500,000 người theo Công Giáo và số còn lại theo đạo Hòa Hảo, Cao Đài, Hồi Giáo, Ấn Độ Giáo và Bahai. Ông Sang cũng nói Việt Nam cổ vũ sự phát triển tôn giáo và nói thêm là lịch sử chiến tranh của Việt Nam làm cho chính quyền coi trọng tự do và đoàn kết dân tộc.

Nhà ngoại giao Mỹ đồng ý là có sự khác biệt giữa tín đồ và người làm chính trị, nhưng nhấn mạnh nhu cầu giảm thiểu giữa chính sách của chính quyền trung ương cho phép người dân thực hành tín ngưỡng và sự không đồng nhất trong việc thi hành chính sách này của chính quyền địa phương.

Ông Dewey cũng nhắc lại một cách rõ ràng là chính phủ Mỹ ủng hộ mạnh mẽ sự toàn vẹn lãnh thổ của Việt Nam, nhưng sự đa dạng tôn giáo là điểm mà Hoa Kỳ luôn coi trọng.

Theo bản công điện, những cuộc họp khác của ông Dewey đều tập trung những điểm tương tự như cuộc họp với ông Sang, trong đó, phía Việt Nam luôn đề cập sự tiến triển của tự do tôn giáo bằng cách nêu ra con số tín đồ gia tăng.

"Tất cả mọi người đều nói chung một 'câu thần chú' là tự do tôn giáo được tôn trọng, nhưng không phải với người có ý đồ chính trị," bản công điện trích lời ông Dewey nói.

Ông Lê Quốc Hùng, giám đốc Sở Ngoại Vụ Thành Phố, còn đưa ra một *"mốt mới"* bằng cách so sánh sự ổn định để hấp dẫn đầu tư ngoại quốc với sự kiện là tôn giáo thường liên hệ với các lực lượng xâm lăng từ bên ngoài vào Việt Nam, ông Dewey được trích lời nói.

"Cũng giống như tất cả giới chức chính phủ Việt Nam, ông Hùng nhấn mạnh rằng có sự tiến bộ rõ rệt trong những năm qua, nhưng cân bằng tự do tôn giáo với an ninh và ổn định phải được làm 'từng bước một,'" ông Dewey nhận xét, theo công điện ngoại giao.

Công điện:
- "A/S Dewey presses Ho Chi Minh City leadership on religious freedom," 24/8/2003, từ Emi Lynn Yamauchi, Tổng Lãnh Sự Hoa Kỳ tại TPHCM. Loại bảo mật: không bảo mật. http://wikileaks.org/cable/2003/08/03HOCHIMINHCI TY770.html

Pháp Lệnh Tôn Giáo Việt Nam buổi sơ khai

Hà Giang

[2005] Vào Tháng Chín năm 2004, Bộ Ngoại Giao Hoa Kỳ liệt kê Việt Nam vào danh sách CPC, viết tắt của những chữ Countries of Particular Concern tức "Danh Sách Các Quốc Gia Đáng Quan Tâm" (vì vi phạm tự do tôn giáo). Sự kiện này đã thúc đẩy chính quyền Việt Nam có những động thái được họ giải thích là nới rộng tự do tôn giáo, nhằm mục đích thuyết phục Hoa Kỳ bỏ Việt Nam ra khỏi danh sách này.

Theo luật "International Religious Freedom Act of 1998," Hoa Kỳ sẽ bỏ một quốc gia vào danh sách CPC khi quốc gia này bị cho là "tham gia vào hoặc dung nạp những vi phạm nghiêm trọng tự do tôn giáo tại nước mình trong vòng 12 tháng trước đó."

Một nước bị liệt kê vào danh sách CPC sẽ chịu một ít thiệt hại về mặt viện trợ từ Hoa Kỳ. Tuy nhiên thiệt hại lớn hơn nằm ở phương diện đối ngoại và dư luận quốc tế.

"The Decree ultimately, however, it does not weaken significantly government control over religious life in Vietnam"

Đầu năm 2005, lãnh đạo Việt Nam cử một số viên chức cao cấp đến gặp ông William Inboden, đặc trách hoạch định chính sách, phòng Tự Do Tôn Giáo Quốc Tế, thuộc Tòa Đại Sứ Hoa Kỳ tại Hà Nội để trình bày về bộ Luật Tôn Giáo vừa được ban hành vào Tháng Sáu năm 2004, mà Việt Nam lập luận là *sẽ giảm thiểu nhiều giới hạn* về tự do tôn giáo.

Sau đó các viên chức Tòa Đại Sứ Hoa Kỳ tại Hà Nội bắt đầu giao tiếp với mọi bên liên quan để tìm hiểu và phân tích Luật Tôn Giáo của Việt Nam.

Cả buổi gặp gỡ đầu tiên và kết quả việc tìm hiểu của đại diện Bộ Ngoại Giao Hoa Kỳ tại Việt Nam được tường trình và gửi về Hoa Thịnh Đốn trong 3 công điện khác nhau.

Giới chức Việt Nam ra sức vận động

Trong công điện viết ngày 25 tháng 2, 2005, Đại Sứ Michael Marine tường trình buổi gặp gỡ ngày hôm trước, 24 tháng 2, 2005, giữa ông William Inboden và các viên chức Việt Nam, theo lời kể của ông Inboden.

Theo công điện, trong buổi họp mặt, ông Nguyễn Thanh Xuân, giám đốc Ban Tin Lành của Ủy Ban Tôn Giáo Chính Phủ Việt Nam nói với ông Inboden rằng Pháp Lệnh Tôn Giáo Việt Nam, vừa được thông qua Tháng Sáu năm trước, là tài liệu pháp lý cao nhất bao trùm sự quản lý tôn giáo trong nước. Ông Xuân giải thích là pháp lệnh có những quy định rõ ràng về thủ tục và điều kiện mà một tổ chức tôn giáo phải có để được chính phủ công nhận, điều kiện thoải mái hơn cho việc di chuyển các tu sĩ, cũng như giảm thiểu sự giới hạn về quan hệ ngoại giao của các nhóm tôn giáo cũng như việc nới lỏng quy luật về các hoạt động từ thiện.

Giải thích về những vấn đề liên quan đến các tín đồ tin lành ở vùng Tây Nguyên, công điện trích lời ông Xuân:

"Ở vùng Tây Nguyên số người theo đạo Tin Lành trong những năm gần đây ngày càng đông đảo. Điều này tự nó không phải là một vấn đề. Vấn đề nằm ở chỗ nhiều nhóm ly khai bắt đầu hoạt động dưới chiêu bài tôn giáo."

Thêm vào đó, công điện cũng cho biết giờ đây các tôn giáo có thể có những sinh hoạt tôn giáo tại tư gia, mà không phải xây nhà thờ, miễn là những tổ chức này chứng minh được là họ không dính dáng gì đến các nhóm ly khai.

Trong khi đó, ông Nguyễn Đức Hùng, trợ lý Bộ Trưởng Ngoại Giao kiêm Tổng Giám Đốc Đặc Trách (tương quan với) Hoa Kỳ mở đầu buổi họp với ông Inboden bằng cách giải thích những khó khăn của một quốc gia *"nhỏ bé trong vùng"* bên cạnh một Trung Quốc đang trỗi dậy, cũng như *"mong muốn được sống (hòa bình) với Trung Quốc đồng thời giữ mối quan hệ tốt với Hoa Kỳ."*

Công điện cho biết ông Hùng nhắc đến mối bang giao ngày càng tốt lên giữa Hoa Kỳ và Việt nam, rồi bảo rằng *"Việt Nam muốn giữ đà tiến này,"* ám chỉ rằng Hoa Kỳ nên xét đến vấn đề tự do tôn giáo trong một tầm nhìn bao quát hơn, và lại *"tình hình tại Việt Nam rất khác những nhận định ở Hoa Thịnh Đốn."*

Giáo dân cầu nguyện trước Tòa Khâm Sứ Hà Nội
trong vụ đòi lại đất cho giáo hội. (Hình: Aude GENET/AFP/Getty Images)

Đoạn cuối của công điện thuật lại lời nài nỉ của ông Hùng, theo lời kể của Inboden mà Đại Sứ Michael Marine viết:

"Bị liệt kê vào danh sách CPC làm tổn thương dân tộc tôi. Chính phủ Việt Nam đang chuẩn bị có những cuộc thảo luận ngoại giao về vấn đề CPC, và kêu gọi Đặc Sứ Hanford hãy bỏ Việt Nam ra ngoài danh sách CPC."

Phân tích sơ khởi của Hoa Kỳ

Chưa đầy hai tuần lễ sau, vào ngày 10 tháng 3, 2005, Tổng Lãnh Sự Seth Winnick, Tòa Lãnh Sự Hoa Kỳ tại TPHCM gửi cho Hoa Thịnh Đốn bản tường trình về những nhận định và phân tích sơ khởi về Pháp Lệnh Tôn Giáo Việt Nam.

Một cách tổng quát, công điện nhận định rằng Pháp Lệnh Tôn Giáo mang đến một số tiến bộ đáng kể, quan trọng nhất là việc thiết lập các thủ tục rõ ràng để các nhóm tôn giáo hiện không được công nhận biết phải làm gì để hợp pháp hóa hoạt động của họ. Pháp Lệnh Tôn Giáo có vẻ cũng nới rộng sự kiểm soát của chính quyền trong việc bổ nhiệm nhân sự trong các giáo hội.

Tuy nhiên, dù có nới rộng hơn xưa, Pháp Lệnh Tôn Giáo "vẫn duy trì sự kiểm soát chặt chẽ của chính phủ trên các sinh hoạt tôn giáo."

Công điện viết:

"Pháp Lệnh Tôn Giáo không đề cập gì đến việc trả lại tài sản của các giáo hội, và để cho các chính quyền địa phương tự có những quyết định quan trọng về việc kiểm soát tôn giáo, trong khi những chính quyền này thường có thái độ hà khắc hơn với tự do tôn giáo so với những gì chính quyền trung ương có vẻ đưa ra."

Và kết luận:

"Việc thực hiện Pháp Lệnh Tôn Giáo tạo ra một khuôn khổ pháp lý tích cực hơn, khách quan và minh bạch để cho các nhóm tôn giáo ở ViệtNam dễ dàng hoạt động. Trên giấy tờ (nguyên tắc) Pháp Lệnh Tôn Giáo cho các nhóm tôn giáo hoạt động tại gia một cơ hội để hợp pháp hóa hoạt động của mình, Pháp Lệnh Tôn Giáo cũng phản ánh sự tham vấn liên tục của Chính Phủ Việt Nam với các nhà lãnh đạo tôn giáo ở Việt Nam. Tuy nhiên, nói cho cùng, pháp lệnh này không làm suy yếu đáng kể sự kiểm soát của chính quyền trên đời sống tôn giáo ở Việt Nam."

Phản ứng của các tôn giáo

Khoảng một tháng sau, công điện thứ ba, cũng do Tổng Lãnh Sự Seth Winnick, gửi về Hoa Thịnh Đốn ngày 8 tháng 4, 2005 cho biết chính phủ Việt Nam đã bắt đầu giải thích Pháp Lệnh Tôn Giáo cho các giới liên quan, và tường trình phản ứng của một số lãnh đạo tôn giáo.

Công điện cho biết Ủy Ban Tôn Giáo Chính Phủ vừa tổ chức một hội nghị tại thành phố Hồ Chí Minh vào ngày 1 tháng 4 để giới thiệu với các lãnh đạo tôn giáo về Pháp Lệnh Tôn Giáo. Hơn 150 đại diện của 6 tôn giáo được công nhận của Việt Nam từ các tỉnh phía Nam và miền Trung đã kéo về để tham dự. Một buổi hội thảo tương tự được tổ chức ở Hà Nội vào ngày 8 tháng 4.

Về phản ứng của Giáo Hội Tin Lành miền Nam Việt Nam, công điện viết:

"Mặc dù Giáo Hội Tin Lành miền Nam Việt Nam hoan nghênh sáng kiến tổ chức các hội nghị của Chính Phủ Việt Nam, họ đã thất vọng với nội dung của hội thảo, và không hiểu rõ thêm về Pháp Lệnh Tôn Giáo cũng như toàn bộ khuôn khổ pháp lý mới về tôn giáo sẽ được áp dụng như thế nào. Buổi hội thảo kéo dài chỉ 3 tiếng đồng hồ, và phần lớn thời giờ được dùng để giới thiệu những người có mặt và thủ tục giấy tờ."

Về phía giáo hội Phật Giáo Hòa Hảo, công điện cho biết lãnh đạo Hòa Hảo kiêm nhà bất đồng chính kiến Lê Quang Liêm nói với tòa đại sứ Hoa Kỳ rằng giáo phái của ông đã được phép tổ chức một buổi lễ ở tỉnh Đồng Tháp thuộc đồng bằng sông Cửu Long, ngày 3 tháng 4 với khoảng 1,000 tín hữu tham gia.

Trong khi đó, vẫn theo công điện, Giáo Hội Phật Giáo Việt Nam Thống Nhất (GHPGVNTN) có những xung đột mới với các chính quyền địa phương.

Công điện kết luận:

"Không giống như các tổ chức tôn giáo khác ở miền Nam Việt Nam, GHPGVNTN không nhút nhát trong việc pha trộn chính trị với tôn giáo. Hòa Thượng Thích Quảng Độ tuyên bố thẳng thừng rằng GHPGVNTN có quan điểm đối lập với một chính quyền độc đảng đang cai trị và sẽ rao giảng việc đòi hỏi dân chủ và thay đổi chính thể tại Việt Nam. Vì thế, sự sợ hãi và thái độ thù địch của chính quyền Việt Nam đối với GHPGVNTN không có gì ngạc nhiên. Chúng tôi sẽ tiếp tục làm việc chặt chẽ với các tổ chức tôn giáo được và không được công nhận, cũng như với chính quyền Việt Nam để yêu cầu họ cho phép tất cả những nhà đấu tranh được hoạt động, kể cả các thành viên của GHPGVNTN, và ủng hộ cho sự thay đổi chính trị một cách hòa bình tại Việt Nam."

Công điện:

- "Officer engages GVN officials on religious issues," 25/2/2005m, từ Michael Marine, Đại Sứ Hoa Kỳ tại Hà Nội. Loại bảo mật: Không bảo mật. http://wikileaks.org/cable/2005/02/05HANOI465.html

- "Initial analysis of GVN's implementing decree on religion," 10/3/2005, từ Seth Winnick, Tổng Lãnh Sự Hoa Kỳ tại TPHCM. Loại bảo mật: Không bảo mật. http://wikileaks.org/cable/2005/03/05HOCHIMINHCITY238.html

- "GVN begins consultations on decree on religion: Frictions with UBCV fester," 8/4/2005, từ Seth Winnick, Tổng Lãnh Sự Hoa Kỳ tại TPHCM. Loại bảo mật: Không bảo mật. http://wikileaks.org/cable/2005/04/05HOCHIMINHCITY364.html

Hà Nội làm theo hướng dẫn của Mỹ để thoát CPC

Đông Bàn

[2010] Sự vụng về, nhất là sự sử dụng bạo lực quá đáng, của chính quyền Việt Nam trong sự kiện Tu Viện Bát Nhã tại Lâm Đồng và giáo xứ Đồng Chiêm khiến nhiều người quan ngại. Dư luận cho rằng đây sẽ là chỉ dấu của hành động đàn áp hơn nữa để chuẩn bị cho cuộc chạy đua dành quyền lực tại Đại Hội Đảng lần thứ 11.

Công điện ngày 20 tháng 1, 2010, từ Đại Sứ Hoa Kỳ tại Hà Nội, chỉ bàn về tiến bộ của tự do tôn giáo cũng như các ảnh hưởng tiêu cực của sự kiện Bát Nhã và Đồng Chiêm.

Tuy nhiên, những vụ vừa nêu đa phần là "tranh chấp đất đai," do đó không đáp ứng được yêu cầu của Luật Tự Do Tôn Giáo Quốc Tế 1998, và vì vậy không nên được sử dụng khiến làm chệch hướng quan tâm của chúng ta [Hoa Kỳ] khỏi mục tiêu chính là thúc đẩy sự mở rộng tự do tôn giáo mà Việt Nam đang thực hiện kể từ sau khi rút tên Hà Nội ra khỏi danh sách CPC năm 2006.

"Vietnam's poor handling of the situations at the Plum Village Community at the Bat Nha Pagoda and the Dong Chiem Catholic parish last week - particularly the excessive use of violence - is troublesome and indicative of a larger GVN crackdown on human rights in the run-up to the January 2011 Party Congress."

Những thành tựu mà Việt Nam đạt được trong thời gian qua bao gồm sự gia tăng thừa nhận và chấp nhận cho đăng ký hoạt động đối với nhiều tôn giáo mới. Đó là chưa kể sự áp dụng một khung luật pháp mới cho tự do tôn giáo, cùng các chương trình huấn luyện ở cấp địa phương lẫn trung ương.

Các cộng đồng Công Giáo và Tin Lành, kể cả khu vực phía Bắc và Tây Bắc, tiếp tục phát triển. Các tôn giáo khác, như Hồi Giáo, Baha'i, Cao Đài, cũng phát triển tương tự.

Ở diện rộng, sự đàn áp tôn giáo từng tồn tại trước khi Việt Nam bị đưa vào danh sách CPC năm 2004, nay không còn nữa.

Đại Sứ Hoa Kỳ tại Hà Nội gợi ý Bộ Ngoại Giao Hoa Kỳ không đưa Việt Nam vào danh sách CPC, thay vào đó, nên tận dụng các cơ hội gặp gỡ cao cấp để ép Việt Nam tiếp tục mở rộng tự do tôn giáo.

Trước khi bị đưa vào danh sách CPC (Quốc Gia Cần Được Quan Tâm Đặc Biệt Về Tự Do Tôn Giáo) năm 2004, chuyện đàn áp một số tôn giáo và tín hữu xảy ra thường xuyên, có hệ thống và ở khắp nơi. Sự can thiệp của chính quyền vào các sinh hoạt tín ngưỡng trở thành một thứ tiêu chuẩn. Chính phủ Mỹ có trong tay một danh sách 45 người Việt bị bỏ tù vì niềm tin tôn giáo. Trong số này có tín hữu Phật Giáo, Công Giáo, Tin Lành, Hòa Hảo, Cao Đài.

Chưa hết, hàng ngàn người thiểu số ở Tây Nguyên cũng bị ngăn cản sinh hoạt tôn giáo và bị ép phải bỏ đạo.

Chính phủ Việt Nam thậm chí hạn chế số lượng chủng sinh và không cho các tân linh mục được làm lễ thụ phong. Sự ngăn cản này khiến số chủng sinh và tân linh mục không đáp ứng đủ "tỷ lệ cần thay thế" của Công Giáo. Ngăn cản sinh hoạt tôn giáo, Việt Nam ngăn cản cả sự tham gia của Công Giáo vào các hoạt động xã hội, chẳng hạn hoạt động giúp phòng chống HIV/AIDS. Giáo Hội từng yêu cầu được tạo thêm giáo xứ, bổ nhiệm thêm giám mục, nhưng đều không thể thực hiện.

Khá hơn từ 2006

Sau khi bị đưa vào danh sách CPC năm 2004, giới chức hữu trách Hoa Kỳ, bao gồm cả Tòa Đại Sứ tại Hà Nội, bắt đầu tạo ra "lộ trình" để giúp Việt Nam thoát khỏi danh sách này.

Năm 2004 và 2005, chính phủ Việt Nam đưa ra đề xuất thay

đổi lớn đối với chính sách tự do tôn giáo. Đề xuất này được thực hiện bởi một khung luật pháp mới đối với tôn giáo, trong đó cấm việc ép phải bỏ đạo, cho phép công dân quyền tự do tôn giáo và tín ngưỡng cũng như quyền tự do theo đạo, đồng thời cấm mọi hình thức vi phạm những quyền này.

Vụ đàn áp tu viện Bát Nhã làm hoen ố bộ mặt nhà cầm quyền về tự do tôn giáo.
(Hình: Langmai.org)

Chính quyền Hà Nội đã cho tổ chức nhiều buổi huấn luyện để bảo đảm thực hiện đúng chính sách mới ở mọi cấp hành chánh.

Tại miền Bắc và Tây Bắc, Phật Giáo, Công Giáo, Tin Lành và chính quyền sở tại cho biết số tín hữu cùng các hoạt động tôn giáo gia tăng. Chẳng hạn, gần một ngàn nơi và địa điểm thờ phượng của Giáo Hội Tin Lành Phúc Âm Miền Nam, phối hợp cùng các tổ chức tôn giáo khác ở Tây Nguyên, đã được ghi danh. Trong số này có tỉnh Gia Lai, với 75 ngàn tín đồ được ghi danh hợp pháp.

Khung luật mới cho phép huấn luyện hàng trăm tân giáo sĩ cho đạo Tin Lành và Công Giáo, trong đó có 71 mục sư theo phái Phúc Âm tại Tây Nguyên. Năm mươi bảy linh mục được thụ phong công khai tại Hà Nội. Các linh mục khác, trong đó có 9 vị tại Đắc Lắc, được thụ phong trên toàn quốc. Một trung tâm huấn luyện của Tin Lành theo hệ phái Phúc Âm cũng được khai trương tại Sài

Gòn; một nhà dòng mới của Công Giáo cũng được mở năm 2006.

Mặc dầu sự áp dụng khung luật mới không được đồng đều khắp nơi, tự do tôn giáo được cải thiện nhanh. Từ năm 2006, chính phủ Việt Nam ban hành sự thừa nhận trên toàn quốc thêm một số hệ phái, chẳng hạn Cơ Đốc Phục Lâm (Seventh Day Adventists), Hội Thánh Báp Tít (Grace Baptist Church), Hồi Giáo Bani (Bani Muslim Sect), Giáo Đoàn Báp Tít Việt Nam (Vietnam Baptist Convention (Southern Baptist)), Baha'i, Giáo Hội Tin Lành Mennonite Việt Nam (Vietnam Mennonite Church), Hội Thánh Ngũ Tuần (Assemblies of God), United World Mission Church, Pure Land Buddhist Home Practice Association, Hội Thánh Tin Lành Trưởng Lão Việt Nam (Vietnam Presbyterian Church), Hội Thánh Tin Lành Việt Nam (Vietnam Christian Fellowship), Threefold Enlightened Truth Path, the Threefold Southern Tradition, Mysterious Fragrance from Precious Mountains, và the Four Gratitudes.

Ngoài ra, chính quyền Sài Gòn cũng cho 91 nhà thờ Tin Lành ghi danh, phục vụ hơn 7 ngàn tín hữu từ nhiều hệ phái khác nhau, từng được thành lập từ trước (và cả sau) 1975.

Mặc dầu tranh chấp đất đai vẫn còn, Giáo Hội Công Giáo Việt Nam nói rằng quyền tập hợp và hoạt động tín ngưỡng đã khá hơn, các ngăn cản đối với việc bổ nhiệm linh mục đã bớt đi.

Trong chuyến thăm năm 2007 của Ủy Hội Tự Do Tôn Giáo Quốc Tế Hoa Kỳ, một linh mục Công Giáo nói với các thành viên Ủy Hội là trong quá khứ, Giáo Hội phải chờ sự cho phép rõ ràng của chính phủ mới được bổ nhiệm linh mục. Còn bây giờ, Giáo Hội chỉ cần đệ trình danh sách, và chính phủ có 30 ngày để ra quyết định. Linh mục này nói, có một lần, chính phủ không đồng ý sự bổ nhiệm (và là lần duy nhất), và bởi vì quyết định ấy đến sau thời hạn 30 ngày, Giáo Hội vẫn cứ tiếp tục bổ nhiệm mà không bị rầy rà.

Năm 2008, chính phủ thừa nhận thêm một nhà dòng, đồng thời không còn hạn chế số chủng sinh vào học.

Tháng 4, 2008, quan chức chính phủ trả lại nhà thờ La Vang, một trong những nơi hành hương quan trọng của giáo dân Việt Nam.

Chính phủ cũng giảm bớt luật lệ khắc khe đối với việc Giáo Hội trợ giúp các hoạt động chống HIV/AIDS cũng như các hoạt động xã hội khác. Tháng 12, 2009, Chủ Tịch Nước Nguyễn Minh Triết diện kiến Giáo Hoàng Benedict XVI tại Vatican. Phía Vatican cho đây là "sự kiện quan trọng trong tiến trình quan hệ song phương với Việt Nam."

Từ năm 2006, Vatican và Việt Nam liên tục đi thăm lẫn nhau, trong đó có chuyến đi năm 2007 của Thủ Tướng Nguyễn Tấn Dũng.

Hoen ố từ vụ Làng Mai

Những hoạt động đáng khuyến khích của Việt Nam trong thời gian qua đã bị hoen ố bởi hành động bạo lực đối với Công Giáo tại Đồng Chiêm cũng như vụ trục xuất gần 400 tăng, ni của Thiền Sư Nhất Hạnh tại tu viện Bát Nhã và sau đó là chùa Phước Huệ, Lâm Đồng.

Những vụ trục xuất này, đi kèm hành động bạo lực, được tiến hành sau nhiều tháng đe dọa và tấn công. Phía Việt Nam rất chậm chạp trong việc thừa nhận tổn thất gây ra từ tranh chấp ở Làng Mai/Bát Nhã, và chính quyền lặp đi lặp lại rằng vụ này là tranh chấp có tính nội bộ Phật Giáo. Trong khi tự do tôn giáo đang diễn tiến tốt tại Việt Nam, các nhóm tôn giáo ngày càng yêu cầu chính phủ cho phép quyền tự do hơn nữa trong việc thực thi tín ngưỡng, bao gồm cả các hoạt động liên quan đến từ thiện cũng như giải pháp cho các tranh chấp đất đai kéo dài đã lâu.

Chính quyền Cộng Sản Việt Nam sẽ tạo ngay đường ranh giới ở bất cứ nơi nào có sự trộn lẫn giữa tôn giáo với chính trị. Điều này giải thích tại sao Hà Nội rất mạnh tay với những lãnh đạo bất đồng chính kiến, chẳng hạn với Linh Mục Nguyễn Văn Lý, người đồng sáng lập Khối 8406, cũng như với Giáo Hội Phật Giáo Việt Nam Thống Nhất và Tin Lành "Dega" ở Tây Nguyên. Thêm vào đó, điều cần quan tâm là các hệ phái Tin Lành vùng Tây Bắc vẫn bị chậm trong việc cho phép ghi danh hoạt động; và người H'mong vẫn còn chờ quyết định cho phép chuyển ngữ Thánh Kinh sang ngôn ngữ của họ. Một số vụ xách nhiễu và ép bỏ đạo vẫn lác đác xảy ra tại các vùng sâu, vùng xa.

Chính quyền Hà Nội hiện vẫn chịu áp lực cho cách giải quyết vụng về trong các vụ Bát Nhã và Đồng Chiêm. Trong khi chúng ta đã thấy những cuộc biểu tình lớn của người Công Giáo tại Hà Nội (hồi năm ngoái) và Quảng Bình (tháng 7, 2009), những vấn đề sử dụng đất vẫn tồn tại, và phức tạp. Cho đến khi chính phủ thiết lập được một tiến trình minh bạch, công bằng để xét xử các vụ tranh chấp đất đai, các tranh chấp kiểu này, giữa chính phủ và tôn giáo, sẽ vẫn tiếp tục.

Tuy nhiên, đa số các sự kiện đều có nguồn gốc từ tranh chấp đất đai, chứ không phải đàn áp tôn giáo. Thêm vào đó, họ chưa đi đến cái "ngưỡng" được thiết lập bởi Luật Tự Do Tôn Giáo Quốc Tế 1998. Ngoài ra, bất chấp những tồn tại vừa nêu, không có dấu hiệu cho thấy Hà Nội vi phạm những cam kết thừa nhận và cho phép các nhóm tôn giáo hoạt động. Đây cũng là điều kiện cốt yếu để gỡ bỏ CPC trong năm 2006.

Công điện:

- "Vietnam religious freedom update - the case against CPC re-designation," 20/1/2010, từ Michael Michalak, Đại Sứ Hoa Kỳ tại Hà Nội. Loại bảo mật: Confidential. http://wikileaks.org/cable/2010/01/10HANOI7.html

Hà Nội ngày càng quan tâm CPC

Thả tù, nới tôn giáo,
hy vọng thoát khỏi danh sách

Đông Bàn

[2004] Hà Nội yêu cầu Hoa Kỳ đừng đưa Việt Nam vào danh sách CPC (Danh Sách Các Quốc Gia Cần Được Quan Tâm Đặc Biệt Về Tự Do Tôn Giáo), và để đạt được điều này, họ thực hiện một loạt hành động *"nới lỏng"* đối với một số tôn giáo, ngay trước khi Hoa Kỳ chuẩn bị đưa ra quyết định liên quan. Công điện ngày 13 tháng 9, 2004, do đại sứ Hoa Kỳ tại Hà Nội, Michael Marine, viết, đã chứng tỏ điều ấy.

Công điện có đoạn: *"Chính quyền Việt Nam xem việc thả 9 tù nhân nhân ngày Đại Xá, cộng với việc thừa nhận 25 nhà thờ Tin Lành theo phái Phúc Âm ở Cao Nguyên Trung Phần, cộng với việc xem xét thêm việc thừa nhận 5 nhà thờ nữa trước cuối năm, cộng thêm việc đối xử tốt với ông Frank Jannuzi, nhân*

"The Hanoi Archbishop has long complained of stress and insomnia, but contacts close to Kiet insist that his primary reason for offering to resign is that he does not want to be seen as an obstacle to the normalization of relations between Hanoi and the Vatican."

viên Ủy Ban Ngoại Giao Thượng Viện Hoa Kỳ, khi nhân vật này đến thăm Cao Nguyên Trung Phần, là 'nỗ lực lớn,' nhằm làm nhẹ tiến trình đưa Việt Nam vào danh sách CPC."

Chính quyền Việt Nam cũng cảnh báo thêm, đưa Việt Nam vào danh sách các quốc gia cần quan tâm đặc biệt về tự do tôn giáo sẽ tạo *"thất vọng lớn"* cho lãnh đạo Hà Nội, *"gây đau đớn trầm trọng"* cho người dân Việt Nam, và *"tạo ra vấn đề"* trong mối quan hệ song phương Washington-Hà Nội.

Ông Nguyễn Đức Hùng, phụ tá Bộ Trưởng Ngoại Giao, kiêm vụ trưởng Vụ Châu Mỹ, nói chuyện với đại diện ngoại giao Hoa Kỳ tại Việt Nam, về *"tiến bộ của Việt Nam đối với vấn đề tự do tôn giáo."* Ông Hùng viện dẫn chuyến thăm Cao Nguyên Trung Phần của ông Frank Jannuzi, và cho rằng chuyến thăm ấy cho thấy *"nỗ lực của chính quyền địa phương trong việc đáp ứng thời khóa biểu của Jannuzi."*

Tín hữu tụ họp tại nhà thờ Thái Hà hôm 12 tháng 11, 2011, cầu nguyện để "nhà cầm quyền biết tôn trọng sự thật," sớm trao trả tài sản đã "mượn" để giáo xứ sử dụng vào việc phụng thờ Chúa. (Hình: CongDoanVinh.com)

Ông Hùng nói thêm, nhân ngày đại xá, Việt Nam thả thêm 9 tù nhân [tôn giáo] trong danh sách do Đặc Sứ Handford trao cho Hà Nội. Ngoài ra, ông Hùng cũng nhấn mạnh là chính quyền địa phương tại khu vực Cao Nguyên Trung Phần đã thừa nhận quyền tự do tín ngưỡng cho 25 chi nhánh Tin Lành Phúc Âm, và còn 5 chi nhánh nữa đang chờ được thừa nhận.

Cuộc nói chuyện của đại diện ngoại giao Hà Nội với phía ngoại giao Hoa Kỳ cho thấy Việt Nam theo dõi sát tiến trình xét duyệt đưa vào danh sách CPC. Cụ thể, ông Hùng nói ông biết quyết định sẽ được đưa ra vào "*Thứ Tư hoặc Thứ Năm,*" và nếu Việt Nam bị vào CPC, bất kể những "*thiện chí*" đã làm, thì điều ấy "*tạo thất vọng lớn cho lãnh đạo Việt Nam.*"

Phía Hoa Kỳ đáp lời, mối quan hệ Mỹ-Việt Nam rộng hơn rất nhiều so với một vấn đề đơn lẻ, là tự do tôn giáo. Tuy nhiên, vẫn theo công điện, "*Việt Nam có thể đạt được lợi thế hơn nếu cho phép thêm nhiều nhóm, kể cả các phái đoàn chính thức và các tổ chức tôn giáo, đến tìm hiểu. Điều này bao gồm cả việc cho phép các cơ quan phi chính phủ và cơ quan phát triển đến tìm hiểu trực tiếp tại khu vực Cao Nguyên Trung Phần.*"

Ông Hùng trả lời, cá nhân ông hoàn toàn hiểu, là trong khi các quan điểm chính trị nội bộ của Hoa Kỳ ảnh hưởng lên các quyết định chính thức liên quan đến vấn đề nhân quyền và tự do tôn giáo, Hoa Kỳ cũng "*cần hiểu rằng các vấn đề này quan hệ chặt chẽ với sự phát triển xã hội và tôn giáo, và vì vậy [các vấn đề này] được giải quyết ở tốc độ chậm hơn chu trình chính trị của Mỹ.*"

Ông Hùng lý luận: "*Tập trung vào vấn đề tự do tôn giáo theo cách thức như thế này có thể khiến nâng cao một chuyện phụ lên thành chuyện chính và bỏ qua việc xem xét đến sự khác biệt văn hóa.*"

"*Một giải pháp sẽ cần phải được đối thoại, và cách tiếp cận cần được đặt trên nền tảng tôn trọng lẫn nhau, chứ không phải áp đặt quan điểm của một phía.*" Ông Hùng nói tiếp, theo lời kể của công điện. "*Hoa Kỳ cần quan tâm hơn đến tâm lý của người Châu Á. Mối quan hệ là đa diện, nhưng người Việt Nam có thể sẵn sàng dẹp bỏ hết mọi chuyện nếu mối quan tâm của họ không được tôn trọng.*"

Công điện kết thúc bằng lời nhận định của Đại Sứ Marine, rằng Hoa Kỳ "*hoan nghênh cách thức họ đối đãi ông Jannuzi cũng như những tin tức liên quan đến 5 chi nhánh Tin Lành tại Cao Nguyên Trung Phần,*" tuy nhiên, tin tức liên quan đến việc ân xá thì "*ít ấn tượng hơn,*" vì đây chỉ là một sự "*tái sắp xếp các quyết định ân xá trước đây hơn là lời đáp trả trực tiếp với yêu cầu của Đặc Sứ Hanford.*"

Vẫn theo nhận định của Đại Sứ Marine, trong những ngày đầu trở lại giao hảo với Hoa Kỳ, Việt Nam hình như quan tâm hơn đến các quyết định liên quan đến danh sách CPC. Tuy nhiên, những diễn tiến gần đây có thể đã thay đổi phương trình này. Đã có những quan ngại, rằng các nhóm bảo thủ và dân tộc trong Đảng Cộng Sản Việt Nam sẽ sử dụng yếu tố CPC như *"bằng chứng"* cho thấy Washington nỗ lực thúc đẩy mạnh sự thay đổi chính trị tại Việt Nam bằng cách hỗ trợ các giá trị và tôn giáo *"ngoại nhập."*

Công điện:

- "MFA: Don't designate Vietnam CPC," 13/9/2004, từ Michael Marine, Đại Sứ Hoa Kỳ tại Hà Nội. Loại bảo mật: Không bảo mật. http://wikileaks.org/cable/2004/09/04HANOI2506.html

Việt Nam đòi Mỹ 'khách quan' đánh giá tự do tôn giáo

Đỗ Dzũng

[2009] Trong cuộc gặp gỡ giữa một số quan chức Việt Nam và đại diện Ủy Ban Tự Do Tôn Giáo Quốc Tế Hoa Kỳ (USCIRF), Hà Nội đòi Washington nên *"khách quan"* hơn khi đánh giá tự do tôn giáo tại quốc gia Đông Nam Á này và đòi so sánh tình trạng nhân quyền của Mỹ tại các trại tù binh bên ngoài Hoa Kỳ.

Ngoài ra, phái đoàn của ủy ban tôn giáo Mỹ cũng đi thăm Hà Nội và Sài Gòn, gặp một số giới chức tôn giáo, thăm Linh Mục Nguyễn Văn Lý và Luật Sư Nguyễn Văn Đài đang bị giam trong nhà tù Ba Sao, tỉnh Hà Nam.

> "...[I]t was important to look at the picture of religious freedom in its totality and not merely focus on outlying problems."

Trong công điện viết ngày 26 tháng 6, 2009, Đại Sứ Mỹ Michael Michalak tường thuật phái đoàn USCIRF thăm Việt Nam từ ngày 11 đến ngày 22 tháng 5, 2009 để đánh giá tình hình tự do tôn giáo tại Việt Nam. Phái đoàn bao gồm Phó Chủ Tịch Michael Cromartie, Ủy Viên Talal Eid và ba nhân viên ủy ban.

Gặp chính quyền trung ương

Theo bản công điện, trong buổi họp tại Hà Nội, phái đoàn USCIRF gặp ông Phạm Gia Khiêm (Phó Thủ Tướng kiêm Bộ Trưởng Ngoại Giao), ông Nguyễn Thanh Xuân (Phó Trưởng Ban Tôn Giáo Chính Phủ), ông Hoàng Thế Liên (Thứ Trưởng Bộ Tư Pháp), ông Nguyễn Mạnh Hùng (Phó Trưởng Ban Dân Vận Trung

Ương Đảng) và ông Nguyễn Văn Son (Chủ Nhiệm Ủy Ban Đối Ngoại Quốc Hội).

Tại Sài Gòn, phái đoàn gặp ông Lê Thanh Hải (Bí Thư Thành Ủy) và ông Lê Hoàng Quân (Chủ Tịch Ủy Ban Nhân Dân).

"Hầu hết viên chức nêu trên đều nhấn mạnh nhu cầu khách quan trong việc đánh giá tự do tôn giáo tại Việt Nam," bản công điện viết. *"Và họ phàn nàn là USCIRF vừa đưa một bản báo cáo hàng năm chỉ trích nặng nề Việt Nam, và đề nghị đưa Việt Nam trở lại danh sách Các Quốc Gia Cần Quan Tâm Đặc Biệt (CPC), chỉ 10 ngày trước khi thăm Việt Nam."*

"Phó Thủ Tướng Phạm Gia Khiêm nói rằng một điều quan trọng là nên nhìn vào toàn cảnh bức tranh khi đánh giá tự do tôn giáo chứ không nên tập trung vào một số sự việc." Bản công điện cho biết.

"Nếu chỉ tập trung vào vi phạm nhân quyền tại Mỹ, như ở trại tù Abu Ghraib, trại tù Guantanamo, và Giáo Hội FLDS (Fundamentalist Church of Jusus Christ of Latter-Day Saints) ở Texas, người ta sẽ nghĩ rằng có vấn đề lớn tại Hoa Kỳ," bản công điện trích lời ông Khiêm nói.

Cũng theo bản công điện, tất cả giới chức Việt Nam đều nhấn mạnh sự đa dạng tôn giáo ở Việt Nam, nói rằng *"rất khó để kiếm được một quốc gia nào trong khu vực có niềm tin tôn giáo khác nhau rất nhiều, bao gồm những tôn giáo lớn như Cao Đài và Hòa Hảo."*

Đại Sứ Michael Michalak trích lời ông Xuân nói Việt Nam công nhận 31 tổ chức tôn giáo khác nhau, bao gồm chín giáo phái Tin Lành. Thêm vào đó, trong ba năm qua, chính quyền địa phương cho ghi danh 1,165 địa điểm hành đạo cho nhiều giáo phái tại Tây Nguyên, đại diện cho 85% giáo phái hoạt động tại khu vực.

"Ông hứa 15% còn lại sẽ được ghi danh," bản công điện viết.

Theo nhà ngoại giao Mỹ, hầu hết giới chức Việt Nam nói giống nhau về đạo Tin Lành tại vùng cao nguyên Tây Bắc, giải thích rằng tôn giáo này đại diện một *"sự va chạm văn hóa"* vì sự phát triển quá nhanh của người thiểu số Hmong và sự khác biệt trong cách hành đạo của tổ tiên họ.

Cả ông Xuân và ông Hùng đều nhấn mạnh sự ghi danh các tổ

chức tôn giáo tại vùng này và cho biết tín đồ Tin Lành gia tăng từ 300,000 người năm 1975 lên tới gần 2 triệu người ngày nay, bản công điện cho biết.

Hồng Y Phạm Minh Mẫn cho rằng "áp lực quốc tế đối với chính quyền Việt Nam có thể giúp được rất nhiều, nhưng phải được thực hiện đúng cách."
(Hình: Hoàng Đình Nam/AFP/Getty Images)

Phía Việt Nam cũng nhấn mạnh sự kiện ba ủy viên USCIRF, bao gồm vị chủ tịch, quyết định không đến thăm Việt Nam vào phút chót, theo đại sứ Hoa Kỳ. Cả ông Khiêm. ông Xuân và ông Liên nói rằng Việt Nam sẵn sàng hợp tác và đối thoại về cải tiến luật về tôn giáo và dự trù xác định một số trường hợp lạm dụng.

Gặp lãnh đạo tôn giáo

Tại Hà Nội, theo bản công điện, phái đoàn USCIRF gặp Mục Sư Nguyễn Hữu Mạc (Giáo Hội Evangelical Church of Vietnam), Hòa Thượng Thích Thanh Tứ (Giáo Hội Phật Giáo Việt Nam), Tổng Giám Mục Ngô Quang Kiệt (Tổng Giáo Phận Công Giáo Hà Nội) và Mục Sư Nguyễn Trung Tôn (Giáo Hội Full Gospel Church tỉnh Thanh Hóa).

Phái đoàn cũng đến giáo xứ Thái Hà, gặp một số linh mục và tám giáo dân bị tù năm trước vì phá hoại tài sản và làm mất trật tự an ninh công cộng liên quan đến các buổi thắp nến cầu nguyện năm 2008 tại Hà Nội, bản công điện viết.

Bản công điện viết tiếp: *"Mỗi lãnh đạo tôn giáo nói về khuynh hướng tiến triển tự do tôn giáo tại Việt Nam nhiều năm qua. Tổng Giám Mục Kiệt nhấn mạnh ước muốn của giáo hội trong việc gia tăng hoạt động thiện nguyện, ví dụ như lập trường học và bệnh viện."*

Mục Sư Mạc nói rằng giáo hội của ông hy vọng các chi nhánh tại cao nguyên Tây Bắc được nhanh chóng ghi danh hoạt động, theo đại sứ Mỹ.

"Mục sư nói rằng Ban Tôn Giáo Chính Phủ hứa với ông rằng 200 giáo đoàn nữa sẽ được ghi danh năm sau, với mục tiêu ghi danh hết toàn bộ vào năm 2011," bản công điện viết.

Theo bản công điện, *"Mục Sư Tôn cảm ơn tòa đại sứ Mỹ can thiệp cho giáo hội của ông tại Thanh Hóa và nói rằng trong khi vẫn chưa quên những khó khăn với chính quyền trước đó, tình hình hiện tại của ông khá hơn rất nhiều."*

Tại Sài Gòn, USCIRF tổ chức hai buổi họp, một với các giáo phái Protestant được nhà nước công nhận và một với các giáo phái chưa được công nhận. Các giáo phái được thừa nhận là Southern Baptist, Mennonite, Seventh-day Adventist, Presbyterian và Vietnam Baptist (Southern Grace). Các giáo phái chưa được công nhận có Assembly of God, United Baptist, United Gospel Outreach và United Presbyterian, theo bản công điện.

Các nhà lãnh đạo tôn giáo tham dự buổi họp thừa nhận chính quyền (Việt Nam) chú ý nhiều hơn đến vấn đề tự do tôn giáo. Các giáo hội được công nhận nói rằng tình trạng của từng giáo đoàn khả quan hơn sau khi được thừa nhận khắp Việt Nam, bản công điện cho biết.

"Tuy nhiên, các mục sư tham dự cả hai buổi họp nói rằng luật tôn giáo chưa được áp dụng đồng đều khắp Việt Nam, và thời gian để một giáo hội ghi danh kéo dài rất lâu," đại sứ Mỹ viết.

Phái đoàn cũng gặp Hồng Y Phạm Minh Mẫn (Tổng Giáo Phận Công Giáo TP HCM), lãnh đạo Giáo Hội Phật Giáo Hòa Hảo không được thừa nhận, lãnh đạo SECV (Southern Evangelical Church of Vietnam) tại Sài Gòn, Hòa Thượng Thích Quảng Độ (Giáo Hội Phật Giáo Việt Nam Thống Nhất), Mục Sư Nguyễn Hồng Quang (Giáo Hội Mennonite không được thừa nhận) và một số đại diện tôn giáo khác.

Hồng Y Mẫn nhắc lại chuyện tổng giáo phận bắt đầu đối thoại với chính quyền để đòi lại các tài sản của giáo hội ở Sài Gòn. Vị chủ chăn Công Giáo Sài Gòn cũng nói giáo hội sắp được giấy phép để điều hành một trung tâm chữa bệnh HIV/AIDS, đại sứ Mỹ cho biết.

Bản công điện trích lời Hồng Y Mẫn nói: *"Áp lực quốc tế đối với chính quyền Việt Nam có thể giúp được rất nhiều, nhưng phải được thực hiện đúng cách. Chỉ trích chính quyền trực tiếp không có ích lợi."*

Lãnh đạo SECV nói giáo hội của họ tiếp tục tăng trưởng trên vùng Tây Nguyên, nhưng họ vẫn còn bị chính quyền tịch thu 200 tài sản sau năm 1975, và muốn đòi lại, bản công điện viết.

Giáo Hội Phật Giáo Hòa Hảo không được thừa nhận phàn nàn họ vẫn còn gặp nhiều khó khăn và không thể tổ chức *"ngày thọ nạn"* của Đức Huỳnh Giáo Chủ, người sáng lập đạo, theo bản công điện, và nhân viên an ninh Bộ Công An tìm cách ngăn cản đạo Hòa Hảo cũng như ngăn cản Mục Sư Quang gặp USCIRF.

"Mục Sư Quang nói rằng giáo hội của ông bị coi là 'chống chính quyền' và gặp nhiều khó khăn nhất," Đại Sứ Michael Michalak viết. *"Ông nói sự ngược đãi tín đồ Tin Lành giảm trong những năm qua nhờ áp lực quốc tế."*

Hòa Thượng Thích Quảng Độ nói chủ yếu về các vấn đề chính trị liên quan đến vụ khai thác bauxite ở Tây Nguyên và sự phục tùng của Việt Nam đối với Trung Quốc trong việc tuyên bố chủ quyền lãnh thổ, theo Đại Sứ Michael Michalak.

Gặp tù nhân chính trị

Cũng theo bản công điện, tại Hà Nội, phái đoàn USCIRF gặp các nhà bất đồng chính kiến Phạm Hồng Sơn, Nguyễn Khắc Toàn, Lê Quốc Quân và vợ của Luật Sư Nguyễn Văn Đài, người bị giam giữ trong tù. Tại Sài Gòn, phái đoàn gặp Bác Sĩ Nguyễn Đan Quế, mẹ của Luật Sư Lê Thị Công Nhân đang bị tù. Họ cũng muốn gặp Kỹ Sư Đỗ Nam Hải và Luật Sư Lê Trần Luật, nhưng không được vì cả hai đều bị an ninh gọi lên thẩm vấn.

"Các nhà bất đồng chính kiến nêu trên đồng lòng nói rằng tự do

*chính trị giảm nhiều trong hai hoặc ba năm qua và kêu gọi chính
quyền tôn trọng Bản Tuyên Ngôn Quốc Tế Nhân Quyền và quyền tự
do ngôn luận,"* đại sứ Mỹ viết.

Trước đó, theo bản công điện viết ngày 2 tháng 6, 2009, Đại Sứ
Michael Michalak cho biết hai đại diện của USCIRF cũng đến nhà
tù Ba Sao ở tỉnh Hà Nam thăm hai nhà bất đồng chính kiến nổi
tiếng, Luật Sư Nguyễn Văn Đài và Linh Mục Nguyễn Văn Lý, ngày
13 tháng 5, 2009. Số nhân viên còn lại, cùng với tham tán chính trị
tòa đại sứ, đến thăm hai tỉnh Sơn La và Điện Biên trong bốn ngày.

Bản công điện viết rằng, trong cuộc gặp kéo dài 25 phút, Luật
Sư Nguyễn Văn Đài xác định ông khỏe mạnh, tập thể dục ngày ba
lần, có nhiều thời gian đọc Kinh Thánh, và vẫn không nhận tội.
Phái đoàn có đưa cho luật sư một sách Thánh ca, do vợ ông nhờ
chuyển.

Vào cuối buổi gặp gỡ, đại sứ Mỹ viết, giám đốc trại giam bác
bỏ tuyên bố vô tội của Luật Sư Đài và cười lớn khi nghe luật sư này
nói chính quyền Việt Nam vi phạm pháp luật khi bỏ tù ông.

*"Giám đốc trại giam nói rằng Đài không đủ tiêu chuẩn ân xá
sớm theo luật chính quyền Việt Nam vì ông không nhận tội và vì thế
chưa 'cải tạo' được,"* bản công điện viết.

Trong cuộc gặp gỡ với USCIRF, Linh Mục Nguyễn Văn Lý,
thành viên Khối 8406, nói liên tục trong gần một giờ đồng hồ, đại
sứ Mỹ viết. Linh Mục Lý cảm ơn Tổng Thống Barack Obama và
Ngoại Trưởng Hillary Clinton và cho biết đây là lần thứ năm bị
giam và lần thứ ba trở lại nhà tù Ba Sao nên coi như *"chỗ này là
nhà"* và khi trở lại đã cúi xuống hôn đất nhà tù.

Giám đốc trại giam cho biết Linh Mục Lý là một người *"quá
khích,"* không cố gắng cải tạo, và bị nhốt biệt lập với các tù nhân
khác, bản công điện viết.

Linh mục cho phái đoàn biết, ông bị nhốt trong căn phòng 16
thước vuông, có khoảng trống trước phòng, và trồng 100 cây hoa
để đóng góp vào cuộc chiến chống hâm nóng trái đất. Đại sứ Mỹ
mô tả linh mục nói với một giọng khôi hài.

Linh Mục Lý kể rằng mỗi ngày ông đều cầu nguyện để có thể

trở thành một *"tiên tri tốt hơn"* vì không phải lo lắng về các vấn đề khác và chỉ sống một mình, đại sứ Mỹ tường thuật.

"Cha Lý nói ông cầu nguyện cho mọi người, bao gồm chính quyền Việt Nam và các nhà lãnh đạo thế giới, cả tốt lẫn xấu," Đại Sứ Michael Michalak viết.

Đại sứ Hoa Kỳ kể tiếp rằng Linh Mục Lý nói mặc dù được người nhà thăm một giờ mỗi tháng, nhưng vì đường sá xa xôi và tốn kém, chỉ có cháu gái và cháu trai thay phiên nhau đi thăm hai tháng một lần.

Trong tù, Linh Mục Lý được giữ một cuốn Kinh Thánh, được đọc báo nhà nước như Nhân Dân và Pháp Luật và được xem truyền hình nhiều giờ mỗi ngày, đại sứ Mỹ kể.

Phái đoàn USCIRF sau đó tặng linh mục một cuốn Tân Ước, bằng tiếng Anh và tiếng Việt, theo bản công điện. Linh mục một lần nữa cảm ơn Hoa Kỳ và nói ông biết Việt Nam và Vatican họp với nhau và quyết định không phản đối quan hệ này.

"Tôi chỉ là một linh mục nhỏ bé," đại sứ Mỹ thuật lời Linh Mục Lý nói. *"Tôi quyết định làm một 'tù nhân tốt' bằng cách chấp nhận mặc quần áo tù và tuân theo quy định của nhà giam."*

Bản công điện viết rằng, vào cuối cuộc gặp gỡ, tự nhiên Linh Mục Nguyễn Văn Lý chỉ trích chính quyền Việt Nam nhiều hơn, nói rằng nhân quyền không hiện hữu tại đất nước này.

"Linh mục nói luật Việt Nam không đạt tiêu chuẩn quốc tế, đặc biệt đối với Công Ước Quốc Tế Về Quyền Tù Nhân và Tuyên Ngôn Nhân Quyền Liên Hiệp Quốc," bản công điện viết. *"Linh mục nhất định cho rằng mình là một tù nhân lương tâm và không đồng ý với hệ thống chính trị Việt Nam hai vấn đề: không có tự do báo chí và không có đảng chính trị độc lập."*

Mặc dù dự trù có 25 phút, cuộc gặp kéo dài 50 phút, bản công điện cho biết. Khi nhân viên nhà giam cho biết hết giờ, Linh Mục Lý yêu cầu phái đoàn đặt thêm câu hỏi. Cuộc nói chuyện tiếp tục thêm tám phút. Sau khi chia tay và bước vào trong được vài phút, Linh Mục Lý trở lại nói rằng muốn nói với phái đoàn thêm một chuyện nữa.

"Linh mục khuyến khích chính phủ Hoa Kỳ ủng hộ chính phủ Việt Nam trong vụ kiện Washington rải chất độc màu da cam trong cuộc chiến Việt Nam và nói rằng đây là một việc thiện cần làm," Đại Sứ Michael Michalak viết.

Công điện:

- "USCIRF meets imprisoned dissidents Father Nguyen Van Ly and Nguyen Van Dai," 2/6/2009, từ Michael Michalak, Đại Sứ Hoa Kỳ tại Hà Nội. Loại bảo mật: không bảo mật. http://wikileaks.org/cable/2009/06/09HANOI500.html

- "USCIRF visits Vietnam again," 26/6/2009, từ Michael Michalak, Đại Sứ Hoa Kỳ tại Hà Nội. Loại bảo mật: bảo mật: Nhạy cảm. http://wikileaks.org/cable/2009/06/09HANOI595.html

Võ Văn Kiệt, theo đánh giá của Hoa Kỳ

'Không thể dẹp tham nhũng nếu không đổi mới chính trị'

Hà Giang

[2004 - 2009] Trong những lãnh đạo cao cấp của đảng CSVN, có lẽ cố Thủ Tướng Võ Văn Kiệt, một lãnh đạo người miền Nam, là nhân vật gây nhiều chú ý nhất cho giới ngoại giao Hoa Kỳ.

Trong khoảng thời gian từ năm 2004 đến 2009, có ít nhất là 4 công điện của nhân viên Tòa Đại Sứ hay Tòa Lãnh Sự Hoa Kỳ tại Việt Nam viết riêng về ông, chưa kể đến những công điện khác nhắc đến ông.

Trong công điện gửi về Bộ Ngoại Giao Hoa Kỳ ngày 4 tháng 11, 2004, Tổng Lãnh Sự Seth Winnick từ Tòa Lãnh Sự Hoa Kỳ tại TPHCM nhắc đến cố Thủ Tướng Võ Văn Kiệt như một "cha đẻ của chính sách cải cách kinh tế Việt Nam" và tường trình cho bộ ngoại giao Hoa Kỳ một

"While nobody is yet able to replace Kiet in the driver's seat, many intellectuals still believe the vehicle of reform is ultimately heading in the direction he had desired"

cách khái quát về quan điểm của ông Kiệt về mối bang giao giữa Hoa Kỳ-Việt Nam; WTO (Tổ Chức Thương Mại Thế Giới) và cải cách kinh tế tại Việt Nam.

Qua công điện này, Tổng Lãnh Sự Seth Winnick kể rằng trong buổi thảo luận kéo dài 2 tiếng đồng hồ giữa ông và các viên chức chính trị Hoa Kỳ vào ngày 30 tháng 10, cố Thủ Tướng Võ Văn Kiệt đã hăng say "khẳng định quyết tâm của chính phủ và đảng CSVN trong việc "cải cách sâu rộng" nền kinh tế Việt Nam, cũng như "cải thiện đáng kể" mối quan hệ với Hoa Kỳ.

Công điện viết: *"Đôi khi phát biểu giống như một giám đốc ngân hàng đầu tư hơn là cựu thành viên Bộ Chính Trị và cố vấn không chính thức của Chính Phủ và Đảng CSVN, ông Kiệt cho biết Chính Phủ Việt Nam hiện nay hiểu rằng cần phải đẩy mạnh hơn khu vực kinh tế tư nhân (non-state sector), tạo chất xúc tác cho tinh thần làm chủ doanh nghiệp, và thu hút đầu tư nước ngoài."*

Để đạt được những mục đích trên, vẫn theo công điện, ông Kiệt khẳng định:

"Chính phủ Việt Nam đang sẵn sàng có những biện pháp đơn giản hóa bộ máy hành chánh cồng kềnh, và giảm thiểu tham nhũng. Chính phủ Việt Nam cũng sẽ kiên quyết trong việc dẹp hết các doanh nghiệp nhà nước, và chỉ giữ lại vài ngành có tính cách chiến lược để tạo ra một sân chơi bình đẳng, trong đó doanh nghiệp nhà nước và các công ty tư nhân cạnh tranh một cách công bằng về mọi phương diện như tín dụng, thị phần, và sự sống còn."

Về quan điểm của phe bảo thủ, rằng cải cách kinh tế sẽ tạo ra bất ổn xã hội, công điện cho biết, là *"khác với lúc còn là Thủ Tướng"*, ông Kiệt giờ đây đánh giá rằng *"họ (phe bảo thủ) chỉ là thành phần thiểu số và "không thể cản được tiến trình cải cách kinh tế."*

Một công điện khác của Tổng Lãnh Sự Seth Winnick, gửi về Hoa Thịnh Đốn ngày 15 tháng 2, 2007, cũng với đề tài Võ Văn Kiệt, cho biết gần 3 năm sau, ông Võ Văn Kiệt giờ đây đã về hưu, gần 90 tuổi, nhưng vẫn còn khỏe mạnh, và *"vẫn còn hô hào cải cách".*

Có điều, theo nhận xét của Tổng Lãnh Sự Winnick, so với năm 2004, ông Kiệt có phần bớt hăng hái hơn xưa.

Công điện viết: *"Mặc dù ông (Võ Văn Kiệt) khoác lên một bộ mặt dũng cảm, nhận định của ông về tốc độ và phạm vi của cải cách kinh tế tại Việt Nam chừng mực hơn và ít hăng say hơn hồi cuối năm 2004, khi cuộc tranh luận giữa hai phe bảo thủ và cải cách trong Đảng mới bắt đầu."*

Công điện giải thích rằng, khác với kỳ vọng của ông Kiệt trước đó 3 năm, trong Đại Hội Đảng thứ 10, *"phe thúc đẩy cải cách kinh tế toàn diện đã thua phe bảo thủ, là phe nhất quyết đòi duy trì sự chỉ huy của đảng và nhà nước trên nền kinh tế của Việt Nam."*

Cũng theo công điện, cố Thủ Tướng Võ Văn Kiệt tỏ ra hơi ngao ngán trước tình trạng tham nhũng lan tràn tại đất nước ông,

Thủ Tướng Võ Văn Kiệt (trái) và Ngoại Trưởng Hoa Kỳ Warren Christopher gặp nhau tại Hà Nội hôm 6 tháng 8, năm 1995, đánh dấu 20 năm kết thúc cuộc chiến Việt Nam. (Hình: Hoàng Đình Nam/AFP/Getty Images)

và than rằng: *"Tham nhũng là đe dọa lớn lao duy nhất cho đảng CSVN, và cho đất nước. Đề tài tham nhũng đã thường xuyên gây tranh cãi gay cấn trong nội bộ, và đảng đã cố gắng giảm thiểu tệ nạn này. Tuy nhiên không thể nào dẹp tham nhũng nếu không đổi mới chính trị."*

Một công điện khác, do Tổng Lãnh Sự Kenneth Fairfax, Tòa Lãnh Sự Hoa Kỳ tại TP.HCM gửi về Hoa Thịnh Đốn vào ngày 9 tháng 4, 2008 cho thấy ông Võ Văn Kiệt rất miệt mài thúc đẩy tiến trình cải cách cho Việt Nam, mà trong đó theo ông quan hệ giao thương Mỹ-Việt đóng một vai trò quan trọng.

Trong công điện này, Tổng Lãnh Sự Kenneth Fairfax nói về một cuộc gặp gỡ giữa ông Võ Văn Kiệt và Đại Sứ Hoa Kỳ Michael

Michalak tại văn phòng của ông Kiệt vào ngày 31 tháng 3, 2008. Trong cuộc thảo luận, ông Kiệt tỏ ra "sốt ruột" trước việc Thỏa Hiệp Thương Mại Song Phương (BIT) giữa Hoa Kỳ và Việt Nam vẫn chưa hoàn tất.

Cố Thủ Tướng Võ Văn Kiệt (Hình: Dân Huỳnh/Người Việt)

Công điện viết: *"Cựu Thủ Tướng Võ Văn Kiệt tin rằng Mỹ và Việt Nam đã 'lãng phí quá nhiều năm' trước khi tái thiết lập quan* hệ sau chiến tranh, nên bây giờ cả hai bên phải nhanh lên để lấy lại thời gian đã mất. *Ông Kiệt đặc biệt quan tâm đến việc Thỏa Hiệp Thương Mại Song Phương (BIT) giữa hai bên bị đình trệ.*"

Công điện chú thích rằng mặc dù đã về hưu, ông Võ Văn Kiệt tiếp tục là một cố vấn có ảnh hưởng lớn với cả chính phủ lẫn đảng CSVN.

Nhắc đến tình hình đàn áp nhân quyền ở Việt Nam, công điện kể rằng ông Võ Văn Kiệt khẳng định với Đại Sứ Michalak là Việt Nam và Hoa Kỳ cùng có chung một mục tiêu, nhưng có mốc thời gian khác nhau, rằng "chúng tôi cũng muốn đất nước và dân chúng có những điều tương tự (tự do, nhân quyền), và ông mong Hoa Kỳ đừng để những khác biệt này ảnh hưởng đến quan hệ đôi bên."

Ông Võ Văn Kiệt qua đời vài tháng sau cuộc gặp gỡ với Đại Sứ Michalak.

Nhưng cả ngay sau khi ông qua đời, giới ngoại giao Hoa Kỳ vẫn nhắc đến ông, cũng như di sản thúc đẩy cải cách của ông, khi đo lường tiến trình đổi mới của Việt Nam.

Trong công điện viết ngày 5 tháng 6, 2009, Phó Tổng Lãnh Sự Angela Dickey, Tòa Lãnh Sự Hoa Kỳ tại TPHCM viết với một chút ngậm ngùi rằng, *"Một năm sau khi ông qua đời, theo lời những người ủng hộ ông, tư tưởng của cố Thủ Tướng Võ Văn Kiệt, người chủ trương chính sách đổi mới, hầu như hoàn toàn bị lãnh đạo đương thời của đảng bỏ rơi."*

Nhận xét rằng lúc đó chưa ai trong đảng CSVN có thể thay thế cố Thủ Tướng Võ Văn Kiệt trong vai trò cổ súy và thúc đẩy đổi mới, công điện kết luận:

"Di sản lâu bền của ông Kiệt dường như không chỉ vì ông đã tạo môi trường cho chính sách đổi mới của Việt Nam, mà còn vì ông đã làm bừng lên nguồn cảm hứng và mạnh dạn trong lòng cả giới trí thức lẫn quần chúng. Ngày nay, nhiều tiếng nói phản đối việc khai thác Boxite tự cho rằng họ là học trò của ông. Và tuy chưa ai thay thế được ông trong việc cổ súy và lãnh đạo sự đổi mới, nhiều nhân viên của tòa lãnh sự tin rằng trào lưu công khai thảo luận những vấn đề xã hội không đi ngược lại được, và bánh xe cải cách của Việt Nam đã đi vào con đường ông đã vạch ra."

Công điện:

- "Former PM Vo Van Kiet on U.S. ties, WTO, economic reform," 4/11/2004, từ Seth Winnick, Tổng Lãnh Sự Hoa Kỳ tại TPHCM. Loại bảo mật: Không bảo mật. http://wikileaks.org/cable/2004/11/04HOCHIMINHCITY1383.html

- "Former PM Kiet: Still pressing reform," 15/2/2007, từ Seth Winnick, Tổng Lãnh Sự Hoa Kỳ tại TPHCM. Loại bảo mật: Không bảo mật. http://wikileaks.org/cable/2007/02/07HOCHIMINHCITY168.html

- "Former PM Kiet urges USG-GVN to make up for lost time," 9/4/2008, từ Kenneth Fairfax, Tổng Lãnh Sự Hoa Kỳ tại TPHCM. Loại bảo mật: Không bảo mật. http://wikileaks.org/cable/2008/04/08HOCHIMINHCITY360.html

- "Vo Van Kiet's embattled legacy, one year after his passing," 5/6/2009, từ Angela Dickey, Phó Tổng Lãnh Sự Hoa Kỳ tại TPHCM. Loại bảo mật: Không bảo mật. http://wikileaks.org/cable/2009/06/09HOCHIMINHCITY452.html

Bắc Kinh nghi ngại Hoa Kỳ
ở vùng hạ lưu Mekong

Vũ Quí Hạo Nhiên

[2009] Mặc dù ngoài mặt tự tin với sự hiện diện của Hoa Kỳ, nhưng trong thâm tâm Trung Quốc nghi ngại việc Mỹ tham gia vào vùng hạ lưu sông Mekong. Để phản ứng lại, Bắc Kinh cũng phải quan tâm hơn tới vùng này, theo công điện từ Tòa Đại Sứ Mỹ ở Bắc Kinh và ở Bangkok gởi về Washington.

Trong bức công điện gởi từ Bắc Kinh, Đại Sứ Jon Huntsman (nay đang tranh cử tổng thống trong vòng sơ bộ đảng Cộng Hòa) thuật lời các nhà ngoại giao ASEAN phát biểu trái ngược với tuyên bố chính thức của Trung Quốc.

Từ phía Trung Quốc, Giáo Sư Su Hao (Tô Hạo) của Đại Học Ngoại Giao Bắc Kinh nói với tham tán chính trị tòa đại sứ Mỹ là Trung Quốc hoan nghênh việc Mỹ tham gia vào vùng Đông Nam Á. Giáo Sư Su Hao lý giải việc này như sau:

"China wanted to exploit the sub-region's natural resources, again to spur development in Guangxi and Yunnan."

"Việc Hoa Kỳ tham dự sâu đậm hơn vào Đông Nam Á ngoài mặt có vẻ đi ngược lại lợi ích của Trung Quốc, nhưng trên thực tế có lợi cho Trung Quốc vì nhờ vậy các nước Đông Nam Á yên tâm hơn để thắt chặt quan hệ trong vùng với Trung Quốc mà không sợ bị kéo vào tầm ảnh hưởng của Trung Quốc."

Tuy nhiên, các nhà ngoại giao Đông Nam Á lại nói khác. Ông Joel Tan trong đại sứ quán Singapore nói *"lúc nói chuyện riêng, các viên chức Bắc Kinh tỏ vẻ lo ngại là Hoa Kỳ đang tham dự vào vùng hạ lưu sông Mekong."*

Từ Đại Sứ Quán Thái Lan, bà Kanyarat Bhanthumnavin nói chính vì Hoa Kỳ đưa ra dự án Sáng Kiến Hạ Lưu Sông Mekong (Lower Mekong Initiative - LMI) mà Trung Quốc tham gia tích cực hơn trong Ủy Ban Sông Mekong.

Vấn đề sông Mekong

Việc Bắc Kinh quan ngại về Hoa Kỳ không đáng gì so với sự quan ngại giữa các nước hạ lưu sông Mekong đối với lối hành xử của Trung Quốc tại thượng lưu.

Tại phiên họp của Ủy Ban Sông Mekong ở Chiang Rai, Thái Lan, tháng 10 năm 2009, lần đầu tiên Trung Quốc tham dự một cách tích cực, mở ra cơ hội cho các nước hạ lưu lên tiếng chỉ trích nước láng giềng khổng lồ này.

Chẳng hạn, khi phía Trung Quốc trình bày nghiên cứu cho thấy hai con đập họ xây trên sông Lancang (Lan Thương Giang, tức sông Mekong ở thượng lưu) không làm thay đổi đáng kể tới nguồn cá hay lưu lượng của sông, các nước khác phê bình rằng nghiên cứu này không tính tới ảnh hưởng xuống các nước hạ lưu.

Đại diện của Cambodia nhân dịp này lên tiếng chỉ trích lối làm việc của các công ty Trung Quốc tại Cambodia, thì phía Trung Quốc đáp lại rằng "các công ty Trung Quốc đã đầu tư và chịu rủi ro ở Cambodia ngay từ lúc không ai khác chịu làm việc đó."

Người đại diện Cambodia nói riêng với phía Mỹ là nước này hoan nghênh dự án LMI, nhưng đặt câu hỏi là Mỹ có tham gia vào vùng này trong lâu dài không. Ông nói, *Trung Quốc là đại ca trong vùng, và Cambodia phải biết hòa hợp.* Ông lo ngại là Mỹ chỉ đến rồi đi, vì "nếu phải chọn lựa" giữa Mỹ và Trung Quốc, thì "mặc dù không yên tâm với Trung Quốc" nhưng sẽ có thể phải chọn nước ở gần hơn.

Trung Quốc muốn gì ở Đông Nam Á?

Ở Bắc Kinh, hai nhân viên tòa đại sứ Việt Nam là Quách Quang Hồng và Thái Thị Xuân Minh (nay là tham tán, trưởng phòng chính trị) nói với phía Mỹ là Trung Quốc có 3 mục tiêu cho vùng hạ lưu sông Mekong. Thứ nhất, *Trung Quốc muốn thúc đẩy phát triển ở hai tỉnh biên giới là Vân Nam và Quảng Tây qua việc kết hợp kinh tế với vùng hạ lưu sông Mekong.*"

Thứ nhì, hai nhà ngoại giao Việt Nam này nhìn nhận, *"Trung Quốc muốn khai thác tài nguyên thiên nhiên của vùng này, cùng với mục đích thúc đẩy phát triển ở Quảng Tây và Vân Nam."*

Nông dân Việt Nam trên sông Mekong
(Hình: HOANG DINH NAM/AFP/Getty Images)

Thứ ba, Trung Quốc muốn tìm đường ra biển thông qua các nước hạ lưu sông Mekong.

Ông Hồng (hiện làm việc tại Viện Nghiên Cứu Chiến Lược) cho rằng các nước hạ lưu cần tìm đối tác khác để cân bằng ảnh hưởng của Trung Quốc. Ông nói Việt Nam hoan nghênh sự tham gia của Hoa Kỳ, Trung Quốc, Ngân Hàng Phát Triển Châu Á.

Thái Lan cũng muốn có sự cân bằng như vậy. Nhà ngoại giao Thái Kanyarat Bhanthumnavin nói với tham tán kinh tế Mỹ là Thái Lan muốn có sự hợp tác tay ba giữa một nước ASEAN đang phát triển, một nước ASEAN phát triển hơn, và một nguồn tài trợ bên ngoài, như Ngân Hàng Phát Triển Châu Á hay UNDP của Liên Hiệp Quốc.

Riêng ông Tan của Singapore thì cho rằng Trung Quốc chia hạng các nước ASEAN ra thành từng nhóm.

Ông Tan nói Trung Quốc xem Indonesia là nước quan trọng nhất trong ASEAN và rất muốn phát triển mối quan hệ sâu đậm với nước này.

Dưới Indonesia là các nước cũng "hạng ưu tiên một," theo thứ tự là Việt Nam, Singapore, Philippines, Malaysia, Thái Lan.

Hạng ưu tiên hai đối với Trung Quốc, theo ông Tan, là các nước còn lại: Brunei, Cambodia, Lào, Miến Điện.

Công điện:

- "China sparks hydro debate at Mekong River Commission," 20/10/2009, từ James F. Entwistle, Phó Đại Sứ Hoa Kỳ tại Bangkok. Loại bảo mật: Không bảo mật. http://wikileaks.org/cable/2009/10/09BANGKOK2682.html

- "PRC/ASEAN: Outreach signals concern over rising U.S. influence," 4/12/2009, từ Jon Huntsman, Đại Sứ Hoa Kỳ tại Bắc Kinh. Loại bảo mật: Confidential. http://wikileaks.org/cable/2009/12/09BEIJING3238.html

Việt Nam 'không thể thỏa mãn Hoa Kỳ về nhân quyền!'

Hà Giang

[2007] Quan hệ giữa Việt Nam với Trung Quốc thì còn có thể xoay sở được, nhưng *"không thể nào thỏa mãn Hoa Kỳ về vấn đề nhân quyền!"*

Tâm tư cũng như quan điểm này của chính quyền Việt Nam đã được Đại Sứ Hoa Kỳ Michael Michalak phác họa trong một công điện ông viết và gửi cho Bộ Ngoại Giao Hoa Kỳ ngày 14 tháng 11, 2007, liên quan đến phản ứng của Hà Nội về chuyến viếng thăm của Ủy Ban Tự Do Tôn Giáo Quốc Tế Hoa Kỳ (USCIRF) vào cuối tháng 10 năm 2007.

"Chuyến đi vừa rồi của USCIRF đã tạo nên một phản ứng tiêu cực mãnh liệt với một số lãnh đạo Việt Nam!" Công điện tóm tắt như thế.

Vào cuối tháng 10 năm 2007, giữa lúc tình hình đàn áp tôn giáo tại Việt Nam đang tiếp tục bị thế giới chỉ trích, một phái đoàn 6 người thuộc (USCIRF) đã đến Việt Nam để đánh giá tình hình tự do tôn giáo tại đây.

Trong chuyến viếng thăm kéo dài từ ngày 21 tháng10 đến ngày 1 tháng 11, đại diện của USCIRF đã

"After hearing specific questions of the commissioners, including about detained dissidents, the PM asked testily how the United States could 'lecture Vietnam' on human rights"

chia nhau đến Hà Nội, Sài Gòn, Tây Nguyên, và Sóc Trăng để gặp gỡ một số lãnh đạo tôn giáo, tù nhân (kể cả những người bị tù vì bất đồng chính kiến), và thân nhân của họ.

Về phía chính quyền, cũng theo công điện, USCIRF đã họp riêng với nhiều lãnh đạo cao như Thứ Trưởng Ngoại Giao Phạm

Bình Minh, Thứ Trưởng Bộ Công An Nguyễn Văn Hưởng, Chủ Nhiệm Ủy Ban Tôn Giáo Chính Phủ Nguyễn Thế Doanh, Quốc Hội, và cả Thủ Tướng Nguyễn Tấn Dũng.

Tại mọi buổi họp, USCIRF đều hỏi han tỉ mỉ về việc tín đồ của nhiều tôn giáo tố cáo là đã bị công an đàn áp, và đưa ra những trường hợp kỳ thị tôn giáo hiển nhiên trong hệ thống giáo dục, tra vấn về việc nhà nước cấm Giáo Hội Phật Giáo Việt Nam Thống Nhất hoạt động. Ngoài ra, USCIRF cũng chỉ trích là chính quyền Việt Nam có một *"hệ thống công an lỗi thời và một bộ luật hình sự bị ám ảnh bởi an ninh quốc gia."*

Theo tường trình của Đại Sứ Michael Michalak, các viên chức Việt Nam, có lẽ đã được dặn trước, nên dù có đôi lúc lúng túng trước "vấn đề" được USCIRF nêu ra, đều cố gắng đối đáp một cách vui vẻ, hòa nhã.

Thế nhưng, công điện thuật lại rằng, ông Nguyễn Tấn Dũng, trong buổi họp riêng kéo dài chỉ một tiếng đồng hồ với USCIRF, khi bị phái đoàn hỏi dồn về việc Việt Nam giam cầm những nhà bất đồng chính kiến, đã nóng mũi, gắt lên: *"Hoa Kỳ lấy tư cách gì mà lên lớp Việt Nam về vấn đề nhân quyền chứ, khi chính họ đã sử dụng chất độc da cam trong một cuộc chiến khiến 2.1 triệu người chết, và hơn 300,000 người mất tích?"*

Công điện cho biết thêm, sau khi "lấy lại được bình tĩnh," Thủ Tướng Nguyễn Tấn Dũng đã tuyên bố rằng "chính phủ Việt Nam sẵn lòng thảo luận thêm về những khác biệt" giữa hai quốc gia về nhân quyền.

Tuy nói là nói thế, nhưng ngay sau một buổi gặp gỡ được xem là "căng thẳng" này, Ủy Ban Đối Ngoại Quốc Hội đã có một buổi điều trần kín, để khiển trách Thứ Trưởng Bộ Công an Nguyễn Văn Hưởng, là người chịu trách nhiệm trực tiếp trong việc dàn xếp cho chuyến viếng thăm, *"đã để cho phái đoàn USCIRF muốn đi đâu thì đi, gặp ai thì gặp."*

Sau khi bị chỉ trích nặng nề, ông Nguyễn Văn Hưởng đã đến gặp Đại Sứ Michael Michalak để tâm sự là vì *"đáp lời yêu cầu của Tòa Đại Sứ Hoa Kỳ"* mà ông đã để phái đoàn USCIRF được tự do gặp giới bất đồng chính kiến, cũng như người bị giam giữ, và giờ đây "rất lo lắng" không biết USCIRF sẽ có bài tường trình như thế nào về tự do tôn giáo tại Việt Nam.

Vị trí rất khác biệt của Hoa Kỳ và Việt Nam về tự do tôn giáo, được tóm gọn trong đoạn cuối của công điện:

Chủ Tịch Leonard Leo của USCIRF trong một lần gặp gỡ các tín đồ và dân chúng ở Việt Nam. (Hình: USCIRF)

"Tuy giới chức Việt Nam hy vọng là dễ dãi trong chuyến viếng thăm sẽ khiến USCIRF có một bài tường thuật tốt, giờ đây họ biết không hy vọng phái đoàn sẽ tường trình qua quýt, và sau khi giao tiếp với USCIRF, họ hiểu rằng trong tình trạng hiện tại, không có cách nào ảnh hưởng được nhận định của thế giới về tự do tôn giáo tại Việt Nam và đặc biệt là cái giá phải trả của hành xử côn đồ."

Gặp gỡ linh mục và giám mục

Cũng liên quan đến chuyến đi Việt Nam của USCIRF, trong một công điện khác gửi về cho Bộ Ngoại Giao Hoa Kỳ ngày 29 tháng 10, 2007, Đại Sứ Michael Michalak tường trình về cuộc gặp gỡ của USCIRF với Đức Tổng Giám Mục Ngô Quang Kiệt và Mục Sư Phùng Quang Huyến, Chủ Tịch Hội Thánh Tin Lành miền Bắc Việt Nam (ECVN).

Theo công điện thì hai vị lãnh đạo tôn giáo nói trên cho US-

CIRF biết là Việt Nam có một số luật (về tôn giáo) *"không có văn bản rõ ràng,"* khiến giới chức địa phương không nắm rõ luật đã *"diễn giải luật một cách sai đi."* Thêm vào đó, các vị chủ chiên của Công Giáo không hiểu tại sao Ban Tôn Giáo Chính Phủ lại không bằng lòng cho hai linh mục được thụ phong giám mục vì *"lý do gia đình".*

Công điện cho biết khi được USCIRF hỏi về việc Linh Mục Nguyễn Văn Lý bị giam cầm, Tổng Giám Mục Kiệt nói rằng "Linh Mục Nguyễn Văn Lý đã bị bắt giam vì những hoạt động chính trị."

"Trả lời câu hỏi của ông Preeta Bansal, ủy viên USCIRF là Linh Mục Nguyễn Văn Lý có phải là một tù nhân chính trị hay không, Tổng Giám Mục Kiệt trả lời rằng 'công bình mà nói, thì ông đã bị bắt vì các hoạt động chính trị, chẳng hạn như thành lập một đảng chính trị.' Khi được hỏi gặng thêm là làm thế nào để vẽ lằn ranh giữa những phát biểu có tính cách chính trị thay vì tôn giáo, Đức Tổng Giám Mục nói rằng 'chúng ta không làm những điều đang chống lại chính phủ.'"

Tương tự, khi được hỏi về việc Luật Sư Phạm Văn Đài, trước đây là thành viên của ECVN, bị giam cầm, Mục Sư Huyến bảo rằng, *"Vị trí rõ ràng của ECVN là không tham gia vào hoạt động chính trị, như Đài."*

Tuy thế, công điện trích nhận định của Đức Tổng Giám Mục Ngô Quang Kiệt là tự do tôn giáo của Việt Nam vẫn còn nhiều vấn đề: "Chính Phủ Việt Nam đã công nhận các nhóm tôn giáo không phải vì họ muốn, mà vì dưới áp lực của thế giới, nên bắt buộc phải làm thế."

Đơn cử một vài thí dụ, công điện cho biết Đức Tổng Giám Mục Ngô Quang Kiệt nói đã nhiều lần bị Chính Phủ Việt Nam từ chối không cho ngài đến tỉnh Hà Giang để xây cất nhà thờ, và lại việc không trả lại tài sản của giáo hội vẫn còn là một vấn đề lớn.

Theo công điện, Mục Sư Phùng Quang Huyến, Chủ Tịch Hội Thánh Tin Lành miền Bắc Việt Nam (ECVN) cũng có những lời ca thán:

"Hơn 700 đơn xin hoạt động của các nhóm thuộc vẫn còn đang

nằm chờ quyết định, dù rằng họ vẫn hoạt động, dù không được chính thức cho phép."

Tuy thế, cũng vẫn theo công điện, cả Đức Tổng Giám Mục Ngô Quang Kiệt và Mục Sư Phùng Quang Huyến đều cho rằng so với trước đây, tự do tôn giáo ở Việt Nam có phần cải thiện.

Một đoạn của công điện viết: *"Theo hai vị này, áp lực quốc tế, tiếp tục hội nhập vào cộng đồng thế giới, cộng với việc Việt Nam thông qua các khuôn khổ pháp lý về tôn giáo đã giúp phần nào cải thiện điều kiện sinh hoạt tôn giáo tại Việt Nam."*

Công điện:

■ "USCIRF meetings with Hanoi archbishop and ECVN president," 29/10/2007, từ Michael Michalak, Đại Sứ Hoa Kỳ tại Hà Nội. Loại bảo mật: Không bảo mật. http://wikileaks.org/cable/2007/10/07HANOI1850.html

■ "Hanoi reaction to USCIRF visit," 14/11/2007, từ Michael Michalak, Đại Sứ Hoa Kỳ tại Hà Nội. Loại bảo mật: Confidential. http://wikileaks.org/cable/2007/11/07HANOI1935.html

Bauxite, đấu trường của Sang và Dũng?

Đông Bàn

[2009] Một loạt công điện ngoại giao của Hoa Kỳ tại Việt Nam trong năm 2009 để cập rất nhiều đến diễn tiến xung quanh dự án khai thác bauxite của Việt Nam.

Công điện ngày 29 tháng 4, 2009, từ Tòa Đại Sứ Hoa Kỳ ở Hà Nội viết rằng, bất chấp quan ngại về môi trường, an ninh quốc gia, và nỗi lo ngại về sự tham gia của Trung Quốc vào các dự án bauxite, giới chức lãnh đạo cao cấp nhất của chính phủ và Đảng Cộng Sản Việt Nam vẫn quyết định "đi tới" với dự án lên đến $15 tỷ này.

"It was the Prime Minister [Nguyen Tan Dung] who gave the green light for bauxite development to proceed following his meetings in Beijing [in October, 2008."

Đã hứa với Trung Quốc từ lâu

Trong khi Trung Quốc đã bắt đầu tiến hành xây dựng hai nhà máy tại Tây Nguyên, thì phía Việt Nam, thông qua công ty nhà nước Vinacomin, hy vọng kéo thêm được các đối tác quốc tế khác.

Phía Hoa Kỳ nói rằng họ "hơi ngạc nhiên" khi giới chức chính phủ Việt Nam cung cấp cho họ khá nhiều chi tiết liên quan đến các dự án bauxite. Công điện tiên đoán, hành động của Việt Nam là hệ quả của sự lo ngại đối với dư luận bất lợi ngày càng tăng, và dư luận này có thể khiến các đối tác khác (không phải Trung Quốc) rút lui khỏi dự án.

Ngoài các công ty Trung Quốc, phía Việt Nam ve vãn các đối tác khác, như Alcoa, BHP Billiton. Vào thời điểm ấy, BHP Billiton đã tuyên bố tạm ngưng hợp tác. Nếu Alcoa quyết định tương tự, thì Trung Quốc trở thành nhà thầu duy nhất trong các dự án này. Và nếu điều này xảy ra, dư luận quần chúng lại càng bất lợi. Người dân Việt Nam cho rằng chính phủ trao quyền lợi kinh tế (và rất có thể là cả chủ quyền) của dự án cho Trung Quốc, vốn được nhiều người xem là đang áp dụng công nghệ cũ và có hại cho môi trường.

Hà Nội ước tính trữ lượng bauxite của Việt Nam vào khoảng 5.4 tỷ tấn. Trong tổng số này, trữ lượng lớn nhất nằm ở hai tỉnh Đắc Nông và Lâm Đồng.

Đầu thập niên 80, Hungary và Liên Xô (cũ) giúp khám phá các quặng bauxite tại Việt Nam, nhưng khuyến cáo Hà Nội không nên khai thác, vì ảnh hưởng tai hại đến môi trường. Thay vào đó, các chuyên gia khuyên nên tập trung vào việc trồng cây công nghiệp, như tiêu, cao su, cà phê. Sau đó, phía Trung Quốc muốn nhảy vào, nhưng Việt Nam không đồng ý, vì e rằng chính Bắc Kinh là người hưởng lợi chứ không phải Việt Nam.

Tuy nhiên, rất có thể là do phía Trung Quốc tiếp tục yêu cầu, Việt Nam bắt đầu tái xem xét việc khai thác bauxite. Đến khoảng đầu năm 2000 thì Hà Nội quyết định tiến hành, ở tầm vóc lớn.

Khai thác bauxite được mang ra thảo luận nhiều lần giữa lãnh đạo cao cấp của chính phủ và Đảng Cộng Sản hai nước Việt Nam, Trung Quốc.

Vào tháng 11, 2006, ông Hồ Cẩm Đào thăm Việt Nam, và hai nước ra thông cáo chung, có đoạn rằng mong muốn của hai nước là *"thảo luận và tiến hành ngay lập tức các dự án lớn, chẳng hạn khai thác bauxite tại Đắc Nông..."*

Sang đến năm 2008, ông Nông Đức Mạnh thăm Bắc Kinh, cũng ra thông cáo chung, nói rằng hai nước sẽ *"đẩy mạnh hợp tác trong các dự án, chẳng hạn như dự án khai thác bauxite tại Đắc Nông."*

Phía Vinacomin cho biết, chính phủ Việt Nam đang xem xét cho phép đối tác ngoại quốc được làm chủ 100% cổ phần của bất cứ các dự án khai thác chế biến nhôm trong tương lai. Chẳng hạn, công ty Chalco của Trung Quốc sẽ khai thác 1.9 triệu tấn alumina; Alcoa sẽ khai thác 1.5 đến 2 triệu tấn (và sau đó sẽ tăng lên 4 triệu tấn); và BHP Billiton (liên doanh giữa Úc và Anh) sẽ khai thác 1.5 đến 2 triệu tấn (sau đó sẽ tăng lên 4 triệu tấn). Tất cả các dự án đều nằm tại Đắc Nông.

Phía Việt Nam có vẻ thích dự án với Alcoa nhất, vì họ tin Alcoa sẽ đồng ý tham gia xây dựng hệ thống vận chuyển và hạ tầng cơ sở (đây cũng là điều kiện trong bản hợp đồng giữa hai bên). Tháng 6, 2008, trong chuyến thăm Hoa Kỳ của thủ tướng Việt Nam, Nguyễn Tấn Dũng, Alcoa và Vinacomin ký thỏa thuận hợp tác để nghiên cứu tính khả thi của dự án.

Dự án khai thác Bauxite được ngoại giao Hoa Kỳ đánh giá là cuộc chiến giữa Nguyễn Tấn Dũng và Trương Tấn Sang (Hình Bauxite Việt Nam)

Ngược lại, mặc dầu Vinacomin và BHP Billiton đã ký kết văn bản ghi nhớ, và thủ tướng Dũng đã xem xét trong chuyến đi London, phía BHP lại tuyên bố tạm dừng hợp tác, vì tình trạng kinh tế bết bát.

Các chuyên gia thị trường nhôm của thế giới cho rằng tình trạng kinh tế suy giảm, giá hàng hóa hạ, và dư luận chống khai thác bauxite tại Việt Nam là lý do khiến Alcoa có thể phải đối mặt với sự chậm trễ trong các kế hoạch ở Gia Nghĩa.

Xây dựng hệ thống vận chuyển là vấn đề lớn liên quan trực tiếp đến các dự án bauxite. Chính phủ Việt Nam đối mặt với một trong hai chọn lựa. Một là xây đường xe lửa, dựa trên hệ thống đang có. Hai là xây đường ống dẫn để chuyển sản phẩm ra các hải cảng, và từ đây xuất khẩu ra nước ngoài. Phía Việt Nam cuối cùng đã chọn hình thức xe lửa, để có thể phục vụ việc vận chuyển hành khách và các dịch vụ khác.

Dự án xây dựng đường vận chuyển được chia làm 2 giai đoạn, mỗi giai đoạn tốn $1.5 tỷ, được Việt Nam và các đối tác cùng đóng góp. Tuy nhiên, theo một đại diện Việt Nam, công ty Alcoa phàn nàn con số ước tính, cho là cao quá, và họ yêu cầu một công ty tư vấn của Úc tính toán lại chi phí. Đại diện Alcoa, trong buổi gặp gỡ với đại sứ Hoa Kỳ, nói rằng công ty muốn xây đường ống, thay vì làm đường xe lửa.

Theo ông Nguyễn Khắc Thọ, một quan chức của Bộ Công Thương, trong thời gian đầu, tất cả các sản phẩm nhôm sẽ được bán sang Trung Quốc, cho dẫu Việt Nam vẫn đi tìm thêm các thị trường khác, như Úc, Mỹ. Tuy nhiên, phía Vinacomin gần đây lại ký hợp đồng với Yunnan Metallurgy, một công ty Trung Quốc. Theo hợp đồng, công ty này đồng ý mua tất cả sản phẩm nhôm, kéo dài trong 30 năm, từ các dự án tại Đắc Nông và Lâm Đồng.

Trong tương lai, các dự án lớn hơn sẽ phải nhờ vào đối tác ngoại quốc để bán sản phẩm. Và một lần nữa, đại diện Vinacomin lại nói họ nhắm vào thị trường Trung Quốc (cho dẫu vẫn để mắt sang các thị trường khác, như Trung Đông, Nhật Bản, và Nga).

Đại diện Việt Nam và công ty Vinacomin nói rằng Thủ Tướng Dũng yêu cầu những người có trách nhiệm phải tìm ra cách thức tốt nhất để bảo vệ môi trường. Để làm điều này, Vinacomin gởi các kỹ sư của họ sang Úc và Trung Quốc để tìm hiểu về công nghệ cũng như cách xử lý bùn đỏ trong quá trình khai thác bauxite. Vinacomin nói Việt Nam sẽ được trao kỹ thuật và công nghệ từ phía đối tác. Cho dự án đầu tiên, Chalieco sẽ chuyển giao công nghệ của Trung Quốc, và sẽ tuân theo tiêu chuẩn quốc tế. Phía Việt Nam nói rằng họ đã ký với Alcoa và Rus Al (công ty của Nga) để phát triển công nghệ tốt hơn. Mục đích của Vinacomin là tối thiểu hóa việc đào xới mặt đất trong quá trình khai thác, tái tạo tất cả những bề mặt bị đào xới sau khi khai thác, tái sử dụng nước trong quá trình làm sạch bauxite, giảm thiểu lượng nước nhiễm độc, và áp dụng quy trình của công ty Alcoa trong việc xử lý bùn đỏ để tối thiểu hóa tác hại đến môi trường.

Chống đối, chống đối, chống đối

Công điện ngày 11 tháng 6, 2009, của Phó Đại Sứ Hoa Kỳ tại Việt Nam, Virginia Palmer, viết rằng, tranh cãi và dư luận chống đối của xã hội đối với các dự án bauxite nay lan dần vào Quốc Hội Việt Nam, biểu hiện qua các tranh luận, công khai và quyết liệt. Thái độ này, cộng thêm sự quan tâm ngày càng lớn của báo chí, là do có nhiều nhân vật nổi tiếng lên tiếng. Trong số này có Tướng Võ Nguyên Giáp và Hồng Y Phạm Minh Mẫn.

Một trong những lý do đưa đến chống đối là do sự tham gia của Trung Quốc. Trong số lãnh đạo cao cấp của Việt Nam cũng xuất hiện thêm sự chống đối.

Nhiều người cho rằng vấn đề bauxite còn là "đấu trường" để hai nhân vật Nguyễn Tấn Dũng - Trương Tấn Sang đấu đá, tranh giành quyền lực.

Ai cũng biết, Quốc Hội Việt Nam là cơ quan do Đảng dẫn lối. Hiện tượng Quốc Hội lên tiếng tranh luận về các dự án khai thác bauxite cho thấy một số thành viên quan trọng trong Đảng bắt đầu có

"With criticism mounting, PM Dung has been forced to fend off opposition, much of it coming from Dung's principal rival on the Politburo, CPV Standing Secretary Truong Tan Sang."

cái nhìn khác về các dự án này (khai thác bauxite chắc chắn nằm trong các vấn đề chính sách cấp quốc gia).

Một sự "thỏa hiệp" chắc chắn phải xảy ra. Điều này phản ánh phát biểu của Trương Tấn Sang hôm 26 tháng 4, đòi giới hạn khai thác bauxite. Và trong khi chẳng một ai còn tiếp tục giả vờ rằng Đảng sẽ không tiếp tục chỉ đạo các vấn đề bauxite, điều thú vị là Đảng đã phải hành xử dưới áp lực của dư luận quần chúng. Và Đảng hành xử như vậy thông qua Quốc Hội, ngày càng biết lắng nghe ý kiến cử tri hơn (mặc dầu chẳng phải là một Quốc Hội dân chủ).

Ngày 20 tháng 5, 2009, Tướng Võ Nguyên Giáp gởi một bức thư - bức thứ ba - với lời lẽ mạnh mẽ, đến Bộ Chính Trị và Trung Ương Đảng Cộng Sản.

Bức thư lập lại sự chống đối của ông đối với dự định của chính phủ cho khai thác bauxite tại Tây Nguyên. Bức thư khen Bộ Chính Trị biết *"lắng nghe ý kiến của các cựu Đảng viên cao cấp và giới khoa học,"* cũng như quyết định của Bộ Chính Trị tính đến yếu tố môi trường và an ninh quốc gia - ý nói sự tham dự của Trung Quốc - vào các dự án bauxite.

Cùng thời điểm, Tướng Giáp cũng bày tỏ sự thất vọng với Bộ Chính Trị vì quyết định tiếp tục khai thác bauxite. Nhấn mạnh đến nguy cơ tiềm ẩn liên quan đến "môi trường, kinh tế, văn hóa, xã hội và an ninh quốc phòng," Tướng Giáp kêu gọi giới lãnh đạo ngừng tất cả mọi dự án liên quan đến bauxite, chờ đợi một sự xem xét nghiêm chỉnh về mặt chính sách cũng như khoa học. Chỉ có như vậy, Tướng Giáp kết luận, Đảng mới tránh được "thảm họa".

Các bức thư của Tướng Giáp, sau khi nội dung được tiết lộ, tạo xúc động mạnh trong giới blogger Việt Nam. Trong cùng ngữ cảnh, sự lên tiếng của Hồng Y Phạm Minh Mẫn cũng kích hoạt lại quan điểm chống khai thác bauxite trong dư luận.

Công điện (được phối hợp thực hiện giữa Tòa Lãnh Sự và Tòa Đại Sứ Hoa Kỳ) ngày 29 tháng 4, 2009 nói rằng phía chính phủ Việt Nam tiên đoán sẽ có những thách thức khi tiến hành dự án bauxite. Công điện cũng tiết lộ, cả hai định chế tài chánh lớn, là Ngân Hàng Thế Giới và Ngân Hàng Phát Triển Châu Á đều không muốn tham gia vào dự án này. Lý do: Ngân Hàng Phát Triển Châu Á không có chủ trương tài trợ các dự án khai thác khoáng sản, trong khi chuyên viên môi trường của World Bank cũng đề nghị ngân hàng này đừng tham gia vào bauxite tại Việt Nam.

Vẫn theo công điện, một chuyên viên tư vấn cho công ty Vinacomin đưa tài liệu lên Internet, khẳng định các điều khoản được viết sao cho có lợi cho những nhà đầu tư Trung Quốc, với chi phí thấp và kỹ thuật thấp, không đáp ứng được tiêu chuẩn môi trường của Việt Nam.

Công điện khác (được phối hợp thực hiện giữa Tòa Lãnh Sự và Tòa Đại Sứ Hoa Kỳ) ngày 29 tháng 4, 2009 nói rằng, đã có những yêu cầu cụ thể từ phía chính quyền, bắt báo chí ngừng toàn bộ, hoặc ngừng một phần, trong việc đưa tin về bauxite.

Cụ thể, Văn Phòng Chính Phủ từng yêu cầu các nhà báo không đưa tin vụ bauxite, nhưng quá chậm: hàng loạt tờ báo đưa tin, báo động sự hiện diện của rất đông công nhân Trung Quốc tại Tây Nguyên.

Cố gắng của phía chính phủ nhằm ngăn chặn việc đưa tin chỉ làm cho tình trạng "nóng" lên thêm. Một viên chức ngoại giao Hoa Kỳ thử vào Google tìm hiểu, và thấy có đến 3,400 blog sử dụng hệ thống Yahoo360 bàn thảo về bauxite, đó là chưa kể có khoảng 4,300 blog khác trên Google cũng bàn để tài tương tự.

Chưa hết, một nhân vật cao cấp của Đảng, đã về hưu, là ông Hữu Thọ, cũng nói bóng gió trên VietnamNet về *"những hình thức xâm lược mới"* (ý nói Trung Quốc), và khuyên chính quyền nên "tin vào tin thần yêu nước của giới trẻ."

Ngày 12 tháng 4, Giáo Sư Nguyễn Huệ Chi, một trí thức nổi tiếng của Việt Nam, viết kiến nghị kèm theo 150 chữ ký của giới trí thức, gởi Quốc Hội, yêu cầu tái thẩm định dự án bauxite. Chỉ vài ngày sau, số chữ ký lên đến hơn 1 ngàn. Khi Giáo Sư Chi đến tận nơi để trao thư kiến nghị đến thủ tướng và chủ tịch nước, nhân viên tại đó nói rằng *"việc nhận thư như thế này là chưa có tiền lệ,"* và yêu cầu... gởi bằng đường bưu điện.

Đấu trường chính trị của Sang - Dũng

Nhiều blog chính trị tại Việt Nam đưa tin về những suy đoán liên quan đến ảnh hưởng của vụ bauxite lên đấu đá chính trị nội bộ cao cấp của Việt Nam.

Hầu hết thông tin đều không thể kiểm chứng; tuy nhiên, nguồn tin từ một số Đảng viên cao cấp cho biết, Thủ Tướng Nguyễn Tấn Dũng chịu áp lực nặng nề từ bên trong Bộ Chính Trị.

Một nhân vật (công điện yêu cầu không nêu tên nguồn tin), từng đi trong phái đoàn của ông Dũng sang Trung Quốc hồi tháng 10, 2008, khẳng định chính ông Dũng là người bật đèn xanh cho dự án bauxite được tiếp tục, ngay sau khi trở về từ Bắc Kinh. Bây giờ, khi dư luận chỉ trích ngày càng mạnh, Thủ Tướng Dũng lâm vào thế tự vệ, bằng cách ngăn chặn sự chống đối. Mà sự chống đối này phần lớn đến từ đối thủ chính yếu của Dũng trong Bộ Chính Trị, là Thường Trực Ban Bí Thư, Trương Tấn Sang! Nhiều người có mối quan hệ với Đảng viên cao cấp cùng xác nhận điều này.

Một nhân vật khác (công điện yêu cầu không nêu tên nguồn tin), là con một lãnh tụ đã qua đời, nói với ngoại giao Mỹ là *"vẫn còn sớm để Dũng và Sang dùng mưu mẹo một cách công khai nhằm dành quyền trong Đại Hội Đảng 2011; tuy nhiên, ngay lúc này, vấn đề bauxite cũng hữu dụng, như một sự thay thế rất tiện dụng."*

Điều ngạc nhiên, báo chí dòng chính cũng thay đổi giọng điệu về bauxite. Theo nguồn tin từ báo giới, việc thay đổi cách đưa tin vụ bauxite là do một quyết định công khai, được đưa ra từ giới lãnh đạo cao cấp.

Một nhà báo (cả tên nhà báo và tờ báo nơi người này làm việc đều được yêu cầu giữ bí mật) nhớ lại, khởi thủy, ban biên tập được lịnh rõ ràng là không đưa tin liên quan đến các khía cạnh gây tranh cãi của dự án. Lệnh này, theo cách nhà báo này hiểu, đến trực tiếp từ Tô Huy Rứa, Ủy Viên Bộ Chính Trị, Trưởng Ban Tuyên Giáo Trung Ương. Chưa đầy 2 tuần sau đó, quyết định của Rứa bị đổi ngược một cách rõ rệt, và các tổng biên tập được lệnh phải đưa tin "cho cả hai phía" của vấn đề.

Lệnh mới, theo nguồn tin, đến từ Trương Tấn Sang. (Công điện nhận định: Giới ngoại giao Hoa Kỳ tại Hà Nội không thể chứng minh quan điểm này, tuy nhiên, các nguồn tin khác từ báo giới cho biết, Trương Tấn Sang, vốn rất cẩn trọng, lại có quyền lợi gần gũi với báo chí, và thỉnh thoảng vẫn can thiệp trực tiếp vào vấn đề biên tập, và thường là có khuynh hướng bảo thủ. Trong nhiều trường hợp, Sang, người chịu trách nhiệm vận hành guồng máy Đảng, là một trong số rất ít nhân vật quyền thế dám đảo ngược một quyết định liên quan đến báo chí, do Tô Huy Rứa đặt ra).

Cho dầu các tranh luận tại Quốc Hội liên quan đến dự án bauxite có vẻ rất dân chủ, theo nhận định của công điện (thuật lại lời của nhiều nhân vật nổi tiếng tại Việt Nam mà công điện yêu cầu bảo vệ danh tánh), thì quyết định tối hậu sẽ phù hợp với hướng dẫn của Bộ Chính Trị, được vạch chi tiết bởi Trương Tấn Sang. Cụ thể, các dự án tại Tân Rai, Nhân Cơ sẽ được tiếp tục, trong vai trò "dự án mẫu," và phải áp dụng các nguyên tắc chặt chẽ do ông Nguyễn Tấn Dũng ban hành, liên quan đến môi trường, kinh tế, và lao động nước ngoài.

Dù điều gì xảy ra, dự án bauxite có thể được xem là một kinh nghiệm thú vị cho Đảng Cộng Sản, vốn thường khoe khoang về giá trị của "dân chủ nội bộ Đảng."

Môi trường, môi trường, môi trường

Công điện ngày 10 tháng 8, 2009, của Tổng Lãnh Sự Hoa Kỳ, Kenneth Fairfax, viết rằng, dự án bauxite rõ ràng đã nhen ngòi cảm xúc cho dư luận Việt Nam, đồng thời là nguyên do chính đưa đến việc bắt giữ một vài nhân vật có vẻ như là lãnh đạo của khuynh hướng chống khai thác bauxite. Có 3 vấn đề chính xoay quanh dự án này: Kinh tế, môi trường, và yếu tố Trung Quốc.

Ngoại giao Hoa Kỳ tại Việt Nam đã đến thăm các công trường khai thác này vào giữa năm 2009, tiếp xúc với lãnh đạo địa phương, và đưa ra nhận định: Có vẻ chính quyền Việt Nam đang duy trì được sự ủng hộ khai thác bauxite, và họ có tham vọng làm luôn cả việc chế biến và xuất khẩu. Tuy nhiên, còn đang có một khoảng cách lớn giữa lý thuyết và thực tế tại chỗ. Cho đến hôm nay, mới có một dự án được bắt đầu trong giai đoạn xây dựng, còn dự án thứ hai thì vẫn còn chờ giấy phép xây dựng. Ngược lại thông tin mà giới bloggers nói là có hàng ngàn công nhân Trung Quốc tại Tây Nguyên, Đại Sứ Mỹ chỉ thấy rất ít người Trung Quốc trong chuyến viếng thăm này, mặc dầu số công nhân rồi sẽ tăng mạnh khi các dự án bắt đầu đi tới. Bất kể sự tin tưởng của giới lãnh đạo địa phương và giới quản lý dự án, người ta thấy rất ít bằng chứng để chứng minh rằng các dự án sản xuất nhôm rồi sẽ sinh lợi đồng thời bảo đảm được môi trường.

Trong công điện này, giới ngoại giao Hoa Kỳ cũng đặt vấn đề "bùn đỏ" trong chuyến đi thăm Tây Nguyên. Đại diện của Việt Nam tại cả hai dự án Nhân Cơ và Tân Rai đều khẳng định rằng nhà máy của họ có thiết bị xử lý được bùn đỏ một cách an toàn. Họ giải thích, để chứa rác thải, họ xây nhiều hồ chứa. Mỗi hồ có lớp tráng bằng đất sét dày 20 centimeters, các lớp tráng này được xen kẽ bởi một lớp vải hóa chất để bùn đỏ không thể thoát ra, thấm lại vào đất. Mặc dầu không thể tái sử dụng bùn đỏ, các chuyên gia nói họ có thể "recycle" nước thông qua một nhà máy lọc; và cả hai dự án đều áp dụng cùng một kỹ thuật.

Phía Việt Nam nói rằng thoạt đầu họ cũng quan ngại chuyện môi trường, tuy nhiên, sau khi đi thăm các công trình tương tự tại Úc và Trung Quốc, họ tin rằng ảnh hưởng môi trường do khai thác bauxite có thể được tối thiểu hóa nếu các dự án được xây dựng đúng cách. Đại diện Việt Nam nói rằng Việt Nam sử dụng cùng một kỹ thuật với các nước khác. Tuy nhiên, điều kiện địa lý của Việt Nam lại khác! Công điện viết, Úc thải bùn đỏ xuống các vùng hẻo lánh, ít mưa, và vì vậy có thể giảm nhẹ rủi ro chất độc thấm vào nguồn nước. Việt Nam, ngược lại, có khí hậu khá ẩm, dân cư đông, và không có được điều mà nước Úc đang có: đất đai rộng, bỏ hoang. Ở Việt Nam, các dự án được đặt nơi vùng cao, và vùng này có vai trò "hứng nước" cho miền Trung và miền Nam Việt Nam. Nếu chất độc từ bùn đỏ thấm vào dòng nước của sông Đồng Nai, là nguồn nước của toàn miền Nam, hậu quả sẽ là "tai họa".

Mà bùn đỏ không phải là rủi ro duy nhất cho môi trường. Giám Đốc Vườn Quốc Gia Cát Tiên, ông Trần Văn Thành, quan ngại các hệ quả có thể có khi xây dựng thêm các nhà máy thủy điện trên sông Đồng Nai. Ông Thành cũng nói, các nghiên cứu về ảnh hưởng môi trường của Vinacomin là "không tin cậy," vì nghiên cứu này là "của chính phủ làm cho chính phủ," chứ không phải là cơ quan độc lập. Phía Vinacomin, khởi thủy, nói rằng các báo cáo môi trường là "minh bạch" và công khai. Tuy nhiên, khi Đại Sứ Hoa Kỳ hỏi cách tìm một bản sao của báo cáo ấy, "toàn bộ nhóm [của Việt Nam] bối rối thấy rõ," và cuối cùng họ nói... nên liên lạc với Bộ Tài Nguyên và Môi Trường.

Công điện:

■ "Vietnam's plans for bauxite exploitation," 29/4/2009, từ Michael Michalak, Đại Sứ Hoa Kỳ tại Hà Nội. Loại bảo mật: Không bảo mật. http://wikileaks.org/cable/2009/04/09HANOI417.html

■ "In Vietnam, China and bauxite don't mix," 29/4/2009, Michael Michalak, Đại Sứ Hoa Kỳ tại Hà Nội. Loại bảo mật: Confidential. http://wikileaks.org/cable/2009/04/09HANOI413.html

■ "Bauxite controversy produces leadership divisions, vibrant national assembly debate," 11/6/2009, từ Virginia Palmer, Phó Đại Sứ Hoa Kỳ tại Hà Nội. Loại bảo mật: Confidential. http://wikileaks.org/cable/2009/06/09HANOI537.html

■ "Deeper digging into Vietnam's bauxite debate uncovers as many new questions as answers," 10/8/2009, từ Kenneth Fairfax, Tổng Lãnh Sự Hoa Kỳ tại TPHCM. Loại bảo mật: Không bảo mật. http://wikileaks.org/cable/2009/08/09HOCHIMINHCITY575.html

Dân Sài Gòn
đi xem bầu cử Tổng Thống Mỹ

'Thích McCain thân Việt Nam,
mê Obama trẻ tuổi

Đông Bàn

[2008] Hơn 200 giáo sư, sinh viên, phóng viên, doanh gia, quan chức địa phương, tập hợp trong phòng khánh tiết to khổng lồ, được trang trí bởi bong bóng ba màu đỏ, trắng, xanh, với những chiếc TV to thiệt to, cùng theo dõi một sự kiện đặc biệt, lần đầu tiên xảy ra tại thành phố Hồ Chí Minh kể từ năm 1975 đến nay: Theo dõi bầu tổng thống ở Mỹ!

Ngoại giao đoàn Hoa Kỳ tại Sài Gòn nói rằng họ không thăm dò, nhưng thấy rõ là ứng cử viên Barack Obama được dân Sài Gòn ưa chuộng, vì vẻ trẻ trung của ông ta.

"When post first began preparing for this event in mid-summer, we were warned by the ERO that American elections are too 'politically sensitive' in HCMC."

Thân McCain, nhưng thích Obama

Cũng có những người thích ứng cử viên McCain, vì chính sách lập pháp thân thiện với Việt Nam của ông. Tuy nhiên, những người này cũng rất thành thật, vui mừng với thắng lợi của Obama: Lần đầu tiên nước Mỹ có một tổng thống gốc Phi Châu!

Thượng Nghị Sĩ Obama đã đắc cử, và mối bận tâm duy nhất đối với người Việt Nam là: Liệu tân tổng thống cũng sẽ thân thiện với Việt Nam, như đối thủ của ông, McCain?

Bây giờ thì buổi tụ tập xem bầu cử ở Mỹ đã xong, nhớ lại, chưa đẩy 24 giờ đồng hồ trước, ngoại giao đoàn Hoa Kỳ nhận được một số cảnh cáo, rằng có thể buổi lễ sẽ phải hủy bỏ, hoặc rút ngắn, hoặc bị cản trở, vào phút chót, vì sự nhạy cảm đến từ một phần lãnh đạo Đảng Cộng Sản tại thành phố Hồ Chí Minh.

Quyết định của Bộ Ngoại Giao ở Hà Nội, cho phép phóng viên tham dự, có thể đã vấp phải một cuộc tranh cãi nội bộ tại Sài Gòn. Câu hỏi của họ: Liệu chính quyền có nên cấm tất cả mọi quan chức chính quyền, kể cả nhà báo, tham dự buổi theo dõi bầu cử này?

Vào buổi sáng ngày 5 tháng 11 (tức là buổi tối ngày tranh cử tại Mỹ), Tổng Lãnh Sự Hoa Kỳ tại Sài Gòn chủ tọa buổi lễ lớn để đón ngày bầu cử tổng thống.

Ngoại giao Hoa Kỳ tỏ ra phấn khích trước số lượng đông đảo người Việt Nam đến xem. Nhóm đông nhất là nhóm của sinh viên và giáo sư đại học; bên cạnh đó có các doanh gia có máu mặt cùng rất nhiều quan chức địa phương. Phía Hoa Kỳ ghi nhận là ông Chủ Tịch Ủy Ban Nhân Dân thành phố Hồ Chí Minh không đến dự, nhưng ông phó thì có mặt. Một số khác, như ông "Hội Đồng Khoa," ông Phó Giám Đốc Sở Ngoại Vụ, cùng một số quan chức khác, cũng đã đến dự.

Về phía khách Mỹ, nhiều nhân vật "tai to mặt lớn" của cả hai Đảng, đang có mặt ở nước ngoài, cũng đến dự.

Ngoại giao Mỹ nhận định là tâm lý quần chúng tại Việt Nam trong cuộc bầu cử này có lẽ không khác mấy với dư luận Mỹ. Trong khi không có tâm lý phân biệt "trắng và đen," giới cao niên Việt Nam thì thích ứng cử viên John McCain, còn giới trẻ thì nghiêng về ứng cử viên Barak Obama. Trong một đất nước mà tuổi trung bình của người dân dưới 30, giới trẻ đã thích thì có nghĩa là một phần rất lớn sẽ là "pro-Obama." Sinh viên đại học và giới trí thức trẻ xem hình ảnh của ông Obama là sự thể hiện của "giấc mơ Mỹ" - một động lực rất mạnh trong một đất nước trẻ, với hy vọng tràn trề vào tương lai.

Sự can dự rất lâu của Thượng Nghị Sĩ John McCain với Việt Nam giúp ông nổi tiếng ở mọi thành phần xã hội; thậm chí, những cựu chiến binh tại Việt Nam, những người từng là đối thủ của

McCain, cũng vẫn thích ông, vì kinh nghiệm thời chiến cũng như vai trò tích cực của ông đối với Việt Nam tại Thượng Viện Hoa Kỳ. Giới chức chính phủ, giới doanh gia lớn, những người từng có dịp gặp John McCain hoặc đại diện của ông, đều tin rằng ông sẽ tiếp tục khuynh hướng tích cực trong quan hệ Mỹ-Việt.

Điều thú vị, những người ủng hộ McCain có vẻ không buồn mấy với kết quả bầu cử, thay vào đó, họ lại phản ứng tích cực với

Sinh viên Hà Nội theo dõi bầu cử tổng thống Mỹ năm 2008.
(Hình: Hoang Dinh Nam/AFP/Getty Images)

kết quả có tính lịch sử. Lần đầu tiên Hoa Kỳ có một tổng thống gốc Phi Châu.

Mà dẫu có thích Obama mấy đi nữa, băn khoăn của họ là không biết tân tổng thống có sẽ tiếp tục "vệt dài 4 năm" của Tổng Thống Bush, liên tục cho các giới chức cao cấp nhất của hai bên họp với nhau, hay không.

Trong khi giới chức chính quyền và Đảng viên được lệnh phải nói nước đôi, trung dung, về cuộc bầu cử, nhiều người lại sẵn sàng, một cách yên lặng, bày tỏ sở thích của mình. Chẳng hạn, phó chủ tịch Sở Ngoại Vụ thì rất thích Obama; ông chủ tịch Hội Liên Hiệp Hữu Nghị thành phố (có hai con đang học tại Texas) cũng thích Obama, trong khi ông Hội Đồng Khoa thì ngưỡng mộ cả hai ứng cử viên, nhưng thừa nhận thích Obama hơn. Ngược lại, ông phó chủ tịch Ủy Ban Nhân Dân Thành Phố, người già nhất trong nhóm quan chức, và cũng là một cựu "Việt Cộng," thì lại hết mực ủng hộ McCain. Đoàn Luật Sư Sài Gòn cũng vậy, người trẻ thì thích Obama, người già thích McCain. Một đại diện của Mặt Trận Tổ Quốc thì "bắt cá hai tay," thích cả hai!

"Nhạy cảm chính trị"

Mặc dầu những buổi tương tự từng được tổ chức từ thời Đại Sứ Pete Peterson, Sài Gòn chưa từng được một buổi lớn như hôm nay. Ngoại Giao Hoa Kỳ đã bắt đầu công việc tổ chức từ hồi giữa Mùa Hè, và bị chính quyền thành phố Hồ Chí Minh cảnh cáo, rằng bầu cử Mỹ quá "nhạy cảm chính trị" tại đây, do vậy nên tổ chức trong nội bộ người Mỹ với nhau, để tránh bị hủy bỏ. Những nỗ lực tiếp theo, chẳng hạn tổ chức các buổi nói chuyện ở đại học về chủ đề bầu cử, cũng gặp khó khăn, vì "nhạy cảm chính trị." Phòng Thương Mại Mỹ thì từ chối tham gia, viện cớ họ bị cảnh báo là phải tuyệt đối không dính dáng đến chính trị (điều này thì hơi khác với ngôn ngữ thường dùng: đừng mang tính đảng phái).

Mặc dầu vậy, Tòa Lãnh Sự vẫn cứ thúc đẩy để được tổ chức một buổi lớn, dành cho hàng trăm khách Việt Nam. Buổi lễ cũng xem như một tiệc tiếp tân cá nhân, do Tổng Lãnh Sự làm chủ lễ. Đến ngày 4 tháng 11, chúng tôi [ngoại giao Hoa Kỳ] tiếp tục vận động, và vẫn vấp phải sự khó chịu. Đến sáng Thứ Ba thì nhận được hồi âm từ chính quyền, hơi tiêu cực: Quan chức thành phố Hồ Chí Minh muốn biết chính xác con số khách mời, cả khách Việt lẫn khách Mỹ.

Tổng Lãnh Sự hỏi lý do, thì đại diện chính quyền trả lời Đảng bộ tại thành phố muốn biết. Mà Thành Ủy thì có quyền cấm phóng viên, tổng biên tập cũng như nhân viên công quyền dự lễ hội do người nước ngoài tổ chức. Ông ta cũng nói thêm, lãnh đạo Thành Ủy vẫn chưa quyết định có nên đưa ra lệnh cấm hay không. (Nhận định: Ngoại Giao Mỹ tại Sài Gòn đoán là sự khó khăn này có thể đến từ Phó Bí Thư Thành Ủy Nguyễn Văn Đua.)

Tuy vậy, khoảng chưa đầy một giờ sau, một quan chức khác gọi lại, lại thêm một đòi hỏi: Họ cần biết tỷ lệ giữa khách mời Mỹ và khách mời Việt, rồi giải thích thêm, vài quan chức tại Ủy Ban Nhân Dân Thành Phố muốn tham dự, nhưng họ ngại là sự kiện này chỉ toàn người Mỹ mà thôi. Khi được trả lời hầu hết khách mời là người Việt Nam, quan chức này yêu cầu gởi thêm giấy mời đến cho Ủy Ban Nhân Dân Thành Phố.

Cuối cùng thì sự chia rẽ nội bộ trong vụ này cũng chấm dứt, thay vào đó là những hướng dẫn trực tiếp từ Bộ Ngoại Giao ở Hà Nội. Bộ đưa ra một bản chỉ dẫn, áp dụng cho tất cả các phóng viên đưa tin bầu cử (chúng tôi có một bản sao, do báo Tuổi Trẻ, một tờ báo ủng hộ đổi mới, cung cấp). Hướng dẫn có các điểm chính sau:

- Tập trung vào đưa tin bầu cử, hạn chế tối thiểu lời bình luận.

- Nếu trích lời bình luận hoặc dẫn tin nước ngoài, phải ghi rõ nguồn.

- Tránh tất cả mọi phê phán đối với người thua cuộc.

Câu cuối cùng của bản hướng dẫn được xem là quan trọng nhất: Nếu Tòa Đại Sứ hay Tổng Lãnh Sự Hoa Kỳ mời phóng viên đến xem TV tường thuật buổi bầu cử, cứ đi và thâu thập thông tin như trước giờ vẫn làm.

Sự "nhạy cảm chính trị" mà giới chức thành phố Sài Gòn nhắc đến có lẽ liên quan đến quan điểm rằng Tổng Lãnh Sự dành quá nhiều thời gian cho vấn đề nhân quyền và dân chủ. Để giảm đến mức tối thiểu sự "nhạy cảm" này, trong rất nhiều cuộc phỏng vấn, Tổng Lãnh Sự cẩn trọng, và nhắc đến buổi lễ xem bầu cử tổng thống Mỹ như là một sự kiện văn hóa, cung cấp thêm một cơ hội cho người Việt Nam được biết thêm về nước Mỹ. Phản ứng cá nhân từ nhiều mối quan hệ - kể cả một số Đảng viên - cho thấy họ rất thích những sự kiện như vậy, và hy vọng sẽ có thêm trong tương lai.

Công điện:

- "The American Presidential election in HCMC," 7/11/2008, từ Kenneth Fairfax, Tổng Lãnh Sự Hoa Kỳ tại TPHCM. Loại bảo mật: Confidential. http://wikileaks. org/cable/2008/11/08HOCHIMINHCITY998.html

Lê Duẩn, những 'sự thật' được đánh bóng

Hà Tường Cát

[2007] Dù qua đời từ năm 1986, nhưng tên tuổi của Lê Duẩn, cố Tổng Bí Thư Đảng CSVN, vẫn được nhà cầm quyền Việt Nam lôi ra đánh bóng nhằm đề cao vai trò lãnh đạo của mình.

Một công điện của Đại Sứ Marine, gởi Tòa đại sứ Hoa Kỳ ở Hà Nội về Hoa Thịnh Đốn ngày 14 tháng 6 năm 2007 cho thấy kỹ thuật đánh bóng này.

Công điện viết, *"Đảng Cộng Sản Việt Nam mới đây đã tổ chức nhiều sinh hoạt kỷ niệm cuộc đời của cố Tổng Bí thư Lê Duẩn, nếu còn sống thì tròn 99 tuổi vào tháng 4 vừa qua (hay tính theo kiểu Việt Nam là 100)."*

Công điện nói rằng, nhiều cơ quan truyền thông Việt Nam tường trình cuộc hội thảo do Sở Văn Hóa Tư Tưởng TPHCM bảo trợ về cuộc đời của ông. Trong số khách tham dự có cựu Thủ Tướng Võ Văn Kiệt, Bí Thư Thành ủy TPHCM Lê Thanh Hải, các quan chức đảng từ Cà Mau, Bình Dương,Tiến Giang, Đà Nẵng và Bà Rịa-Vũng Tàu, các cựu chiến binh và thành viên gia đình Lê Duẩn.

"Vietnamese foreign policy makers today will not get 'too close' to anyne country."

Những sinh hoạt khác do đảng tổ chức bao gồm cuộc triển lãm của Bộ Thông Tin-Văn Hóa "Cuộc đời và sự nghiệp của cố Tổng Bí Thư Lê Duẩn 1907-1986" ở Hà Nội, và những lễ tưởng niệm tại tỉnh Quảng Trị quê hương ông.

"Tường thuật những sinh hoạt ấy, Thông Tấn Xã Nhà Nước đề cao 'mẫu mực sáng ngời trong đạo đức cách mạng' của Duẩn, nhắc đến những năm xây dựng thân thế trong nhà tù thực dân Pháp, vai

trò một đảng viên sáng lập đảng Cộng Sản Đông Dương, người kiến tạo hai cuộc chiến tranh chống Pháp và Mỹ. Sau khi leo lên tới vị trí Tổng Bí Thư năm 1960, Duẩn được coi là đã gạt Hồ Chí Minh, Võ Nguyên Giáp và nhiều lãnh đạo đảng khác ra rìa, tuy vậy thông tấn xã nhà nước cố ý tránh đề cập tới bất cứ điều gì liên quan đến vấn đề này."

Hình ảnh triển lãm "Đời sống thời kinh tế bao cấp: 1975-1986." Những hình ảnh này làm lu mờ tên tuổi Lê Duẩn vì những chính sách sai lầm của ông. (Hình: VNE)

Tường thuật những buổi lễ kỷ niệm Lê Duẩn, báo chí cũng chỉ bóng gió nói đến "hoàn cảnh phức tạp toàn cầu" mà Việt Nam phải đối diện từ 1975 đến 1986. Chính sách cứng rắn của Lê Duẩn và tình trạng kinh tế gian khổ gắn liền với những chính sách đó hãy còn là những đề tài "nhạy cảm" ở Việt Nam.

Không ai dám công khai chỉ trích những quyết định của Lê Duẩn trong thời kỳ này, bởi vì một số quan chức đảng theo đường lối tư duy cũ hãy còn làm việc hoặc có liên hệ với đảng hay chính phủ.

Theo công điện, *"trí thức bị thanh trừng hồi thập kỷ 1950 nhưng gần đây đã được phục hồi nhân phẩm, giải thích với Tham Tán Chính Trị Tòa Đại Sứ rằng lý do chính khiến người ta ngần ngại không muốn nhắc về Duẩn thời gian làm Tổng Bí Thư 1975-1986 là vì, theo phong tục Việt Nam, nói xấu người đã chết là 'điều không thích đáng'."*

"Nhà trí thức này ca ngợi vai trò con người cách mạng của Duẩn, nêu ra sự cống hiến và tinh thần ái quốc của ông, nhưng gián tiếp chỉ trích là nhiều người dân đã chịu gian khổ từ 1975 đến 1986 vì tình trạng kinh tế trì trệ. Khi đường lối 'đổi mới' được chấp thuận ở Đại Hội Đảng lần thứ 6 năm 1986, nó giống như được 'thở một làn không khí tươi mát' vì Đảng không chỉ mở cửa kinh tế mà cả về đời sống tinh thần."

Vẫn theo lời công điện, *"Một người tiếp xúc đều đặn với chúng tôi, có quan hệ gần gũi trong báo chí và giới quân sự, nói với Tham Tán Chính Trị rằng chính đường lối đối ngoại nghiêng nặng về thân thiện với Liên Xô của Duẩn - sau khi 'giải phóng' miền Nam năm 1975 - đã đem tai hại cho cho nước. Ý muốn Việt Nam liên kết với Liên Xô 'đi quá xa'."*

"Trong nhiều thế kỷ, nhiều triều đại của Việt Nam đã rất thận trọng trong mối quan hệ với Trung Quốc. Cuộc xâm lăng của Việt Nam vào Cambodia, lúc đó đứng về phía Trung Quốc, đã đem thêm chiến tranh, tàn phá và cô lập Việt Nam về mặt ngoại giao. Những 'sai lầm' của Duẩn có liên quan đến việc ngày nay các nhà hoạch định chính sách ngoại giao Việt Nam không 'quá gần' với bất cứ một nước nào, người tiếp xúc này giải thích. Chủ trương ngoại giao 'thân hữu với tất cả,' hay đa phương của nhà nước Việt Nam phần lớn có nguồn gốc từ những chuyện đã đi sai đường trong thập kỷ cuối của Duẩn."

Cuối công điện, Đại Sứ Marine kể lại câu chuyện thú vị về Lê Duẩn, *"Hồi năm ngoái, cuộc triển lãm tại một nhà bảo tàng địa phương mang tên 'Đời sống thời kinh tế bao cấp: 1975-1986' là sự chỉ trích và không đánh bóng đường lối kinh tế xã hội của nhà nước Việt Nam dưới thời Lê Duẩn và trước Đổi Mới."*

Và rằng, *"Trong lúc nhiều người còn tiếp tục tán dương vai trò của Duẩn trong 'cách mạng', họ có lẽ không muốn đem những 'vấn đề phức tạp' của thời kỳ Lê Duẩn ra cho dư luận soi mói."*

Công điện:

- "Le Duan; The mostly varnished truth," 14/6/2007, từ Michael Marine, Đại Sứ Hoa Kỳ tại Hà Nội. Loại bảo mật: Không bảo mật. http://wikileaks.org/cable/2007/06/07HANO1110.html

Xung quanh việc xét đơn người Thượng tị nạn

Hà Giang

[2006] Trước bối cảnh người thiểu số Montagnard thuộc vùng Tây Nguyên Việt Nam ngày càng bỏ trốn qua Cambodia để đến các trung tâm của Cao Ủy Tị Nạn Liên Hiệp Quốc tại Phnom Penh xin tị nạn, và các tổ chức đấu tranh người Thượng tại Mỹ tìm cách vận động để đưa đồng hương của họ vào Hoa Kỳ tị nạn, tòa Đại Sứ Hoa Kỳ tại Phnom Penh đã phải nghiên cứu vấn đề để tường trình cho Bộ Ngoại Giao tại Washington D.C.

"We sympathize with UNHCR staff, who feel trapped between a USG policy favoring Montagnards, and special interest groups in the U.S. with an agenda directed towards internal Vietnamese politics."

Công điện có tựa đề *"Cập nhật tình hình người Thượng, và phản hồi cáo buộc của các tổ chức phi chính phủ"* được gửi từ Tòa Đại Sứ Hoa Kỳ tại Phnom Penh về cho Bộ Ngoại Giao tại Hoa Thịnh Đốn ngày 20 Tháng Chín, 2006, trình bày khá cặn kẽ cách xét đơn xin tị nạn của Cao Ủy Tị Nạn Liên Hiệp Quốc tại Cambodia.

Một phần của công điện nói trên ghi lại nhận định của tòa đại sứ về những cáo buộc của các tổ đấu tranh phi chính phủ của người thiểu số Montagnard.

Công điện cho biết trong một cuộc họp ngày 11 tháng 9 với viên chức Tòa Đại Sứ Hoa Kỳ, Sauerbrey, ông Kay Reibold thuộc *"Dự Án Phát Triển Đồng Bào Thiểu Số,"* và thành viên các tổ chức nhân quyền người Thượng đã đưa ra một số nhận định về cách Cao Ủy Tị Nạn Liên Hiệp Quốc xét đơn xin tị nạn của người Thượng.

Sau khi tóm tắt các cáo buộc của các tổ chức phi chính phủ về việc người thiểu số Montagnard bị bác đơn xin tị nạn một cách oan uổng, công điện tóm tắt nhận định chung của Tòa Đại Sứ Hoa Kỳ tại Phnom Penh: *"Thật ra, Cao Ủy Tị Nạn Liên Hiệp Quốc đã được nghe các cáo buộc này nhiều lần, từ các nhóm vận động người Thượng."*

Rồi công điện đi vào từng điểm một của các cáo buộc.

Chạy trốn vì bị đàn áp

Về khẳng định của các tổ chức phi chính phủ người Thượng tại Hoa Kỳ, rằng "đồng bào thiểu số Montagnard không trốn khỏi Việt Nam vì lý do kinh tế; mà để trốn chạy cuộc đàn áp dữ dội," Tòa Đại Sứ Hoa Kỳ tại Phnom Penh nhận xét là điều này có lẽ để cho tòa đại sứ hay lãnh sự tại Việt Nam nhận định là tốt nhất. Tuy nhiên, *"Cao Ủy Tị Nạn Liên Hiệp Quốc từng nhấn mạnh rằng nhân viên của họ được đào tạo để đặt những câu hỏi thích hợp, ngõ hầu xét xem một người chạy trốn thực sự có bị trù dập không. Trong trường hợp có nghi vấn, nhân viên của cao ủy thường đi đến kết luận có lợi cho người nộp đơn."*

Công điện giải thích thêm, nhân viên cao ủy tỏ ra rất thông cảm với trình độ học vấn tương đối thấp của những người nộp đơn, do đó những người phiên dịch thường đặt những câu hỏi rất đơn giản, và đặt một câu hỏi theo nhiều cách khác nhau.

Công điện đơn cử một thí dụ: *"Để đánh giá xem người xin tị nạn có bị công an sách nhiễu hay giam giữ không, nhân viên cao ủy sẽ đặt một loạt những câu hỏi liên quan đến công an, bao gồm cả câu hỏi liệu công an có đến tận nhà ở của họ không, có bắt họ phải đến đồn công an không, hay có bao giờ nhìn thấy quang cảnh bên trong đồn công an không, chứ không chỉ hỏi một câu đơn giản là có bao giờ bị công an bắt chưa."*

Và kết luận: *"Nói tóm lại, đồng bào thiểu số Montagnard có nhiều cơ hội để chứng minh rằng mình bị đàn áp!"*

Trước than phiền rằng Cao Ủy Tị Nạn Liên Hiệp Quốc *"không có thông dịch viên đủ điều kiện để thực hiện các cuộc phỏng vấn, khiến đơn xin tị nạn của những người Thượng hội đủ điều kiện bị bác bỏ một cách oan uổng,"* Tòa Đại Sứ Hoa Kỳ tại Phnom Penh xác nhận rằng công việc thông dịch tại Cao Ủy Tị Nạn Liên Hiệp Quốc rất cồng kềnh, đôi khi người phỏng vấn phải dịch từ tiếng Anh sang tiếng Kinh, rồi từ tiếng Kinh ra ngôn ngữ dân tộc thiểu số và đi ngược lại một vòng nữa.

Tuy nhiên, Tòa Đại Sứ Hoa Kỳ tại Phnom Penh cũng nhận định: *"Cao Ủy Tị Nạn Liên Hiệp Quốc đã xét đơn tị nạn của đồng bào thiểu số ít nhất là 5 năm, và quá trình này đã trở thành thường xuyên, do đó phức tạp trong việc thông dịch không phải là không thể vượt qua. Thủ tục xét đơn của cao ủy đi qua nhiều vòng phỏng vấn, với nhiều cuộc xét duyệt hồ sơ do đó xác suất một đơn bị bác oan uổng vì trở ngại ngôn ngữ là rất nhỏ."*

Cũng theo công điện, tại mỗi trung tâm, Cao Ủy Tị Nạn Liên Hiệp Quốc đều có một thùng bỏ phiếu nhận xét mà chỉ có nhân viên cấp quốc tế (chứ không phải địa phương), mới được mở ra xem.

Công điện dẫn chứng: *"Cao Ủy Tị Nạn Liên Hiệp Quốc thường xuyên xét lại các đơn bị bác, ngay cả đối với những người không kháng cáo, để bảo đảm không có người xin tị nạn nào bị bác oan."*

Về than phiền rằng ít nhất một trong các *"nhân viên của Cao Ủy Tị Nạn Liên Hiệp Quốc tại Cambodia là nhân viên của chính phủ Việt Nam có nhiệm vụ lùa đồng bào thiểu số Montagnard trở về quê quán,"* Tòa Đại Sứ Hoa Kỳ tại Phnom Penh khẳng định *"không nhân viên ngoại quốc nào có thẩm quyền bác đơn tị nạn là người Việt Nam, và Cao Ủy Tị Nạn Liên Hiệp Quốc không có lý do gì để có một nhân viên hoạt động cho chính quyền Việt Nam trong tổ chức của mình, và nếu biết có nhân viên nào như thế, người đó sẽ bị sa thải ngay lập tức."*

Công điện cũng cho biết thêm, trong quá khứ, các tổ chức vận động thiểu số Montagnard từng cáo buộc điều này, *"nhưng khi Cao Ủy Tị Nạn Liên Hiệp Quốc yêu cầu họ đưa ra những chi tiết cụ thể để thẩm định thì không tổ chức nào cung cấp điều gì."*

Hơn thế nữa, cũng theo công điện, Cao Ủy Tị Nạn Liên Hiệp Quốc đã *"từng có những cuộc điều tra khách quan để khám phá và ngăn ngừa hành động phi pháp của nhân viên trong quá khứ."*

Đoạn sau của công điện cho thấy nhân viên Tòa Đại Sứ Hoa

Kỳ tại Phnom Penh đã điều tra tỉ mỉ trước khi đi đến kết luận. Kết luận của công điện ghi rằng: *"Trước cáo buộc là chính phủ Việt Nam đã cho người trà trộn trong số những người tị nạn để hướng dẫn họ trả lời sai cho đơn bị Cao Ủy Tị Nạn Liên Hiệp Quốc bác, Tòa Đại Sứ Hoa Kỳ tại Phnom Penh thấy rằng trên thực tế, lại có bằng chứng ngược lại, nghĩa là, chính những tổ chức đấu tranh người thiểu số đã chỉ cho người Thượng các trả lời phỏng vấn để đơn họ được chấp thuận."*

Công điện dẫn chứng: *"Cao Ủy Tị Nạn Liên Hiệp Quốc ghi nhận rằng đôi khi trong quá trình khiếu nại, câu chuyện của một người hoàn toàn thay đổi để phù hợp hơn với hoàn cảnh một người đủ điều kiện tị nạn. Từ đó dẫn đến sự nghi ngờ của cao ủy là người đó đã được huấn luyện để thay đổi câu chuyện của mình. Thêm vào đó, những người thiểu số Montagnard chuyện trò với nhau rất tỉ mỉ, cho nên ai trà trộn vào các trại để đưa ra những câu trả lời sai, chắc chắn sẽ bị khám phá nhanh chóng."*

Tuy nhiên, công điện cũng nhận định rằng những phản bác trên không loại trừ xác suất là chính phủ Việt Nam có thể đã cho người vào trại tị nạn để dò la tin tức về những người hoạt động của những tổ chức đấu tranh người Thượng ở Hoa Kỳ.

Người Thượng bỏ trốn ngày càng đông

Cũng trong công điện có tựa đề *"Cập nhật tình hình người Thượng, và phản hồi cáo buộc của các tổ chức phi chính phủ,"* được gửi từ Tòa Đại Sứ Hoa Kỳ tại Phnom Penh về cho Bộ Ngoại Giao tại Hoa Thịnh Đốn ngày 20 Tháng Chín, 2006, nhân viên Tòa Sứ Hoa Kỳ tại đây tường trình tỉ mỉ những đánh giá khác về tình hình người Thượng thuộc vùng Tây Nguyên Việt Nam ngày càng bỏ trốn qua Cambodia đông hơn để xin tị nạn.

Một cách tổng quát, công điện xác nhận việc ngày càng có nhiều người Thượng kéo sang Cambodia:

"Từ Tháng Giêng đến Tháng Bảy năm nay, số đồng bào thiểu số người Montagnard đến Cambodia tăng gần 50% so với cùng thời kỳ này năm ngoái, lên đến 170 người (trừ 30 người sau này được biết người Cambodia)."

Phân tích kỹ hơn, công điện cho biết Cao Ủy Tị Nạn Liên Hiệp

Quốc thấy là 55% trong số 140 người này đến Cambodia vào cuối Tháng Bảy. Trong số này, có 17% đủ điều kiện là người tị nạn, 38% đã bị từ chối, mặc dù một người có đơn bị từ chối đang kháng án. Trong số này có khiếu nại đang chờ xử lý.

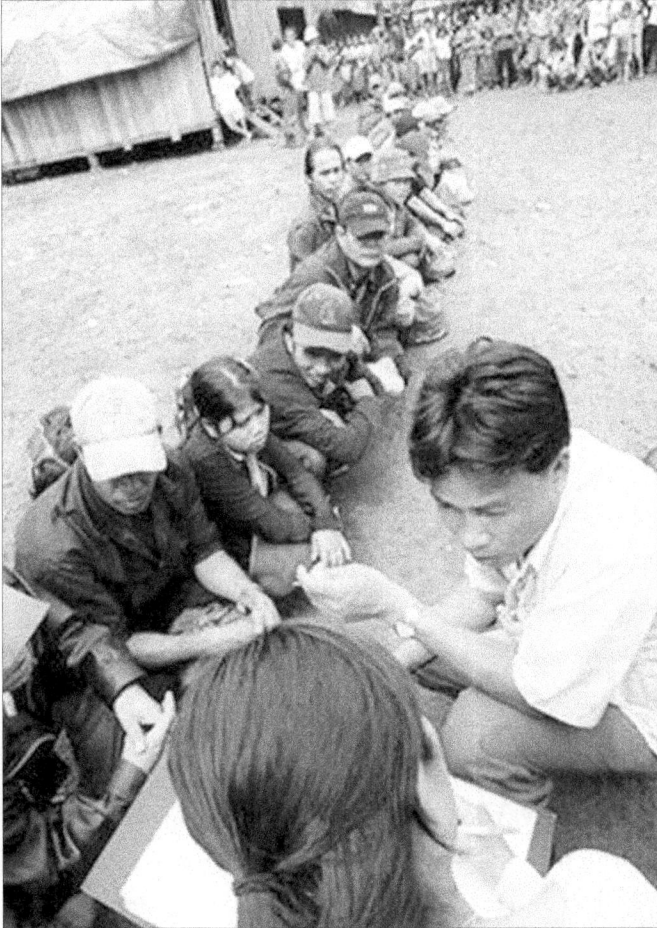

Người Thượng xin tị nạn trong trại của Cao Ủy Tị Nạn Liên Hiệp Quốc
ở Cambodia. (Hình: AFP)

Trong số 140 người Thượng, 98 đến từ Gia Lai, 20 từ Đắk Lắk, 16 từ tỉnh Đắk Nông và Lâm Đồng. Năm trẻ em được sinh ra tại

Phnom Penh. Hầu như tất cả những người Thượng kéo đến Cambodia năm 2006 đều xin hưởng quy chế tị nạn vì lý do bị khủng bố chứ không phải vì muốn đoàn tụ gia đình.

Cao Ủy Tị Nạn Liên Hiệp Quốc cũng thấy có sự khác biệt lớn giữa các nhóm dân tộc hội đủ điều kiện làm người tị nạn. Chẳng hạn, trong số những người xin tị nạn người Jarai, nhóm đông nhất gồm 101 người, chỉ 14 người được chấp thuận. Trong khi đó, 4 trong số 16 người Hmong xin tị nạn được chấp thuận, và những dân tộc còn lại đa số là được chấp thuận.

Đánh giá thái độ hợp tác của chính phủ Cambodia với chính phủ Hoa Kỳ và Cao Ủy Tị Nạn Liên Hiệp Quốc trong việc xét đơn xin tị nạn của người Thượng kéo qua đây, một đoạn của công điện này viết:

"Theo đề nghị của Hoa Kỳ, chính phủ Cambodia chấp thuận sẽ có một chuyến đi đến Mondulkiri (một tỉnh miền Đông của Cambodia, công điện viết là Mondolkiri) chung với Cao Ủy Tị Nạn Liên Hiệp Quốc để giải cứu một số đồng bào thiểu số người Montagnard."

Công điện cũng cho biết là giữa lúc hai bên đang có thỏa thuận này thì một nhóm 14 người Montagnards đã từ Mondulkiri tìm đến văn phòng của Cao Ủy tại Phnom Penh vào ngày 15 Tháng Chín. Tuy nhiên một trong số những người này đã bị bắt giữ, lý do là vì chính phủ Cambodia *"có bằng chứng là những người này đã nhận tiền từ một nhóm người đấu tranh người Montagnard tại Hoa Kỳ."*

Công điện viết:

"Cảnh sát Cambodia bắt giữ một người Việt gốc Khmer Krom về tội đã dùng xe gắn máy chở người nhập cảnh lậu từ T.P Hồ Chí Minh đến Phnom Penh."

Tòa Đại Sứ Hoa Kỳ tại Phnom Penh tỏ ra không đồng ý với những nhận định của giới vận động hành lang người Montagnard, khi họ cho rằng sự thông dịch sai lạc của các viên chức Việt Nam nằm trong âm mưu ngăn chặn không cho người thiểu số Montagnard được hưởng quy chế tị nạn có vẻ không đáng tin cậy.

Việc đi tìm các người Thượng được công điện mô tả trong đoạn văn dưới đây:

"Đáp ứng yêu cầu giúp đỡ của Cao Ủy Tị Nạn Liên Hiệp Quốc để đi đến Mondulkiri, cũng như lời kêu gọi chính phủ Cambodia cho phép Cao Ủy Tị Nạn Liên Hiệp Quốc đến tỉnh Mondulkiri để điều tra những tường trình về việc người Montagnard kéo đến Cambodia trong thời gian gần đây của Đại Sứ Hoa Kỳ, Bộ Trưởng Ngoại Vụ Cambodia, ông Long Visalo, nói rằng Cambodia hiểu nghĩa vụ của mình theo Công Ước Tị Nạn năm 1951, và sẽ hợp tác với Cao Ủy Tị Nạn Liên Hiệp Quốc trong nhiệm vụ đón nhận người đồng bào thiểu số người Montagnard tại các tỉnh."

Công điện cũng cho biết trong cùng ngày, đại sứ Hoa Kỳ đã kiểm chứng với bộ trưởng Bộ Nội Vụ Cambodia là ông Prum Sokha, và ông này cũng nói y như ông Visalo.

Tuy nhiên, ông Sokha lưu ý đại sứ Hoa Kỳ rằng những khoản của bản ghi nhớ không được thực hiện một cách đồng đều qua từng cấp bậc của cảnh sát của Bộ Nội Vụ Cambodia. Ông thừa nhận rằng Bộ Nội Vụ của nước ông đôi khi có chậm chạp trong việc đáp ứng yêu cầu của Cao Ủy Tị Nạn Liên Hiệp Quốc. Ông Sokha nhấn mạnh rằng chuyện người thiểu số Montagnard hiện đang là một vấn đề khó khăn cho chính phủ Cambodia, và nhắc đến sự lo ngại của chính phủ Việt Nam về khuynh hướng muốn ly khai của một số người Thượng. Ông Sokha còn nói thêm rằng trước sự tương đồng giữa người Thượng và các nhóm dân tộc thiểu số Cambodia ở vùng Đông Bắc Cambodia, chính phủ Cambodia e rằng khuynh hướng ly khai này sẽ lây lan qua biên giới.

Mặc dầu đã chấp thuận cho Cao Ủy Tị Nạn Liên Hiệp Quốc đến vùng Mondulkiri ngay sau các cuộc tiếp xúc nói trên, chính phủ Cambodia vẫn chưa định ngày cho chuyến đi. Còn Cao Ủy Tị Nạn Liên Hiệp Quốc thì công bố là vào ngày 15 Tháng Chín, 14 người Thượng từng lẩn trốn ở vùng Mondulkiri đã tự tìm đến văn phòng của Cao Ủy tại Phnom Penh. Hiện có khoảng 272 người Thượng ở rải rác trong các khu tạm trú của Cao Ủy Tị Nạn Liên Hiệp Quốc tại Phnom Penh.

Dịch vụ nhập cảnh lậu người Thượng

Theo công điện thì một trong những lý do mà số người Thượng đến Cambodia ngày càng đông là vì sự hoạt động của những dịch vụ đưa người từ Việt Nam nhập cảnh lậu vào nước này:

Ngày mùng 5 Tháng Chín, cảnh sát Phnom Penh bắt giữ ông Lâm Nguyễn, người Việt gốc Khmer Krom, bị buộc tội lái xe hơi chở ba người Thượng từ thành phố Hồ Chí Minh đến Cambodia. Ông Lâm Nguyễn thú nhận đã đưa ít nhất bảy người Thượng đến đến văn phòng của Cao Ủy Tị Nạn Liên Hiệp Quốc tại Phnom Penh, đổi lấy hàng ngàn đô la thù lao. Cảnh sát Camphuchia nói với báo chí là họ đã tịch thu được nhiều biên lai chuyển tiền Western Union, cho thấy việc chuyển tiền từ ngân quỹ của các nhà hoạt động thiểu số người Montagnard tại Hoa Kỳ để trả tiền cho dịch vụ đưa người xin tị nạn lậu. Cao Ủy Tị Nạn Liên Hiệp Quốc cho biết chính ông Lâm Nguyễn cũng đã xin tị nạn, nhưng cao ủy từ chối vì thấy ông ta không phải là người thiểu số Montagnard.

Đoạn cuối của công điện kết luận rằng Tòa Đại Sứ Hoa Kỳ tại Phnom Penh không có gì ngạc nhiên khi Cao Ủy Tị Nạn Liên Hiệp Quốc chấp thuận đơn của đa số những người đấu tranh đòi tự do tôn giáo hay biểu lộ bất đồng chính kiến, đã từng bị nhà cầm quyền Việt Nam bắt giữ hay sách nhiễu.

Công điện cũng nhận định là số đơn xin tị nạn thực sự hội đủ điều kiện ngày càng giảm kể từ năm 2004, và số đơn điền một cách không thành thực ngày càng tăng. Tòa Đại Sứ Hoa Kỳ tại đây cũng hiểu và sự bực mình của chính phủ Cambodia khi phải đối diện với tình trạng này.

Công điện:

■ "Montagnard update, response to NGO allegations", 20/09/2006, từ Joseph Mussomeli, Đại Sứ Hoa Kỳ tại Pnom Penh. Loại bảo mật: Không bảo mật. http://wikileaks.org/cable/2006/09/06PHNOMPENH1723.html

Du học về, vẫn không biết tiếng!

Nhưng đủ để nắm đầu báo chí cả nước

Vũ Quí Hạo Nhiên

[2001] Hồi cuối tháng 8, 2010, một bài báo lên giọng dạy đời được đăng trên báo "Hà Nội Mới," làm nhiều người căm phẫn. Bài báo ký tên Vũ Duy Thông mang tựa đề *"Cần nhận rõ những mưu đồ thâm độc"* có ý chụp mũ những người biểu tình bảo vệ chủ quyền đất nước là âm mưu lật đổ chính quyền.

Bài viết đầy những khẩu hiệu và lời lẽ hằn học của thời chiến tranh. Khi đoàn biểu tình ở Hà Nội xuống đường ngày 21 tháng 8 và chỉ 5 phút sau đó bị công an bu vào bao vây mang lên xe buýt chở ra đồn công an Mỹ Đình, thì bài báo của Vũ Duy Thông ca ngợi đó là "các lực lượng chức năng xử lý trong sự đồng tình, ủng hộ của những người thật sự yêu nước."

Ngay sau đó, nhiều người tiết lộ chi tiết về nhân thân của tác giả Vũ Duy Thông - trước đây ít ai

> "Dr. Thong, his staff, and his superiors are the ultimate gatekeepers. When he talks, editors listen."

nghe nói tới. Nhưng nếu ông Thông này xa lạ với độc giả bình thường của các báo, thì ông lại không xa lạ với giới làm báo trong nước. Ngay cả đoàn ngoại giao Mỹ cũng đã có tới gặp và làm việc với ông này rồi, theo như tiết lộ trong công điện bị Wikileaks lấy được.

Và một trong những chi tiết được đưa ra trong bức công điện này, là mặc dù ông Thông nói ông học bên Nga/Liên Xô về, nhưng dường như ông vẫn chưa rành tiếng Nga.

Bức công điện đề ngày 15 tháng 11, 2001, cho biết viên Tham

Tán Thông Tin-Văn Hóa tòa đại sứ đã tới gặp Ban Tư Tưởng Văn Hóa Trung Ương của Đảng Cộng Sản Việt Nam (nay là Ban Tuyên Giáo Trung Ương). Mục đích là để thảo luận về việc báo chí Việt Nam chống đối chính sách chống khủng bố của Mỹ.

Tại đây, người tiếp viên tham tán này là ông Vũ Duy Thông, vụ trưởng vụ báo chí-xuất bản, và 3 nhân viên: Ông phó của ông Thông, và 2 chuyên gia. Cuộc thảo luận được miêu tả là thân thiện.

Chuyện Việt Nam bóp méo tin tức để bêu xấu cuộc chiến Mỹ

PGS. TS. Vũ Duy Thông, vào năm 2001 là vụ trưởng vụ báo chí-xuất bản, ban tư tưởng văn hóa trung ương của đảng cộng sản Việt Nam.
(Hình: Blog's Nguyễn Xuân Diện)

chống Taliban, và chuyện người tham tán thông tin văn hóa của Mỹ phải đến gặp ban tư tưởng, là chuyện công việc thường ngày của đoàn ngoại giao. Chuyện đó không có gì lạ. Chuyện đặc biệt, là những gì ông Thông nói trong buổi họp, cho thấy không có gì ngạc nhiên khi sau này ông có thể viết những điều như ông viết trong bài báo Hà Nội Mới.

Hãy nghe những gì viên tham tán kể lại:

"Tiến Sĩ Thông nói là theo luật báo chí Việt Nam, truyền thông nằm trong sự quản lý của nhà nước nhưng 'tự do'; mỗi tổng biên tập tự quyết định đăng bài gì và cách đăng bài, nhưng chỉ chịu trách nhiệm phải tuân thủ luật pháp."

Đó là điều ông vụ trưởng báo chí-xuất bản trong ban tư tưởng văn hóa trung ương nói ra.

Những điều ông nói có vẻ không ảnh hưởng gì với người nghe, vì bức công điện sau đó có bàn thêm:

"Trong thế giới của truyền thông Việt Nam bị ý thức hệ kềm tỏa, TS Thông, nhân viên của ông, và cấp trên của ông, là những người giữ cửa tối hậu. Khi ông nói, các tổng biên tập lắng nghe."

Nhưng có một chi tiết còn đáng chú ý hơn, là về nhân thân ông Thông. Bản công điện gọi ông là Tiến Sĩ Vũ Duy Thông, và một số nguồn tin trong nước cho hay ông có học vị phó giáo sư, và có bằng tiến sĩ mỹ học, tức là một bằng cấp đòi hỏi nhiều kiến thức về ngôn ngữ hơn là toán chẳng hạn.

Tuy nhiên, bức công điện viết:

"TS Thông, khoảng chừng 50 tuổi, nói ông du học ở Nga trong 3 năm, nhưng khi được nói bằng tiếng Nga thì ông đã không trả lời tương tự."

Ba năm chuyên ngành mỹ học ở Nga, cuối cùng, đã không để lại nhiều kiến thức tiếng Nga trong ông Thông.

Bức công điện nói thêm: *"Ông nói ông cũng sống nhiều năm ở Trung Quốc. Ông không nói nhiều tiếng Anh."*

Công điện:

- "PAO discusses coverage of anti-terror campaign with senior Communist Party press official," 15/11/2001, từ Robert Porter, Phó Đại Sứ Hoa Kỳ tại Hà Nội. Loại bảo mật: Không bảo mật. http://wikileaks.org/cable/2001/11/01HANOI2985.html

Ô nhiễm sông Thị Vải,
bắt Vedan làm 'dê tế thần'

Đỗ Dzũng

[2009] *"Người Việt Nam thường nói 'nắm người có tóc chứ không ai nắm kẻ trọc đầu."* Đó là câu mở đầu một đoạn trong bản công điện ngoại giao do ông Kenneth Fairfax, Tổng Lãnh Sự Mỹ tại Sài Gòn, gởi về Washington, DC, khi đề cập đến vụ công ty thực phẩm Vedan ở Đồng Nai bị phạt, bị bắt bồi thường và bị ngưng hoạt động vì chính quyền cho rằng công ty để nước thải chảy ra sông Thị Vải làm ô nhiễm nguồn nước, ảnh hưởng đời sống nông dân trong vùng.

Đây cũng là dấu hiệu cho thấy Việt Nam bắt đầu để ý đến môi trường và có thể sau này nhờ Mỹ giúp đỡ trong việc cố vấn và mua sản phẩm bảo vệ môi trường của Hoa Kỳ.

Bản công điện đề ngày 14 tháng 9, 2009, do Tổng Lãnh Sự Fairfaix viết, trích lời ông H.K. Yang, Tổng Giám Đốc Vedan Việt Nam, phỏng đoán *"trường hợp này (nắm tóc) rất đúng vì Vedan quá thành công tại*

"even once 'independent' results are determined, their validity may still be questionable."

Việt Nam và giới truyền thông Việt Nam chú trọng sự việc quá nhiều làm cho công ty trở thành một con dê tế thần."

Ông Yang còn than với ông Fairfax rằng mặc dù được phỏng vấn nhiều lần, báo chí Việt Nam không bao giờ đăng lời nói của ông. Tổng Giám Đốc Vedan cho rằng thật là bất công khi chỉ có công ty ông bị phạt trong khi các công ty khác, của nước ngoài và của Việt Nam, cũng vi phạm luật môi trường quốc gia sở tại.

"Có gần 300 công ty khác hoạt động dọc theo sông Thị Vải, và

ông Yang nói không thể cho rằng chỉ có Vedan chịu trách nhiệm ô nhiễm môi trường," ông Fairfax viết. "Và để chứng minh không phải tất cả ô nhiễm trên sông Thị Vải là do Vedan, ông Yang nói đến một sự kiện là có nhiều chất kim loại được tìm thấy trong nước sông mà Vedan không sử dụng trong quy trình sản xuất."

Ông Yang nói thêm một lý do mà Vedan xây dựng nhà máy cạnh sông Thị Vải là do chính quyền Việt Nam nói với công ty hồi năm 1994 rằng nguồn nước mặn của sông làm cho cư dân trong vùng không thể sử dụng nước để làm nông nghiệp, bản công điện viết. Theo ông Yang, chính quyền Việt Nam nói rằng con sông này chỉ có thể được dùng cho ngành kỹ nghệ và nhấn mạnh rằng nó gần cảng nước sâu Cái Mép (một yếu tố làm ô nhiễm nặng con sông).

Ông Yang cũng phàn nàn về luật môi trường tại Việt Nam, theo Tổng Lãnh Sự Fairfax, và cho rằng sự mâu thuẫn giữa các cấp chính quyền và truyền thông làm cho kinh doanh tại Việt Nam thật khó khăn.

"Chính điều này làm các công ty tìm cách đi đường vòng," ông Fairfax trích lời ông Yang nói. "Ngoài ra, chính quyền có vẻ áp dụng luật tùy tiện, tùy từng địa phương."

"Thi hành luật rất khó bởi vì không có luật thi hành," ông Fairfax viết.

Mặc dù Luật Môi Trường năm 2005 cho phép phạt tội hình đối với công ty làm ô nhiễm và báo chí nói rằng chính quyền đưa ra hình thức phạt, ông Phan Văn Hết, phó giám đốc Sở Tài Nguyên và Môi Trường tỉnh Đồng Nai, nói không có quy định hoặc điều khoản nào được đưa ra.

Bởi vì mức phạt hành chánh thường quá thấp, một chiến thuật cơ quan ông thường dùng để "trừng phạt" các công ty làm ô nhiễm môi trường là đánh giá mức độ vi phạm của họ (nặng, vừa, nhẹ) và rồi sau đó công bố cho báo giới.

Công ty thực phẩm Vedan, có 100% vốn của Đài Loan, chuyên sản xuất bột ngọt, tinh bột và hóa chất thực phẩm. Theo ông Yang, Vedan có giấy phép hoạt động năm 1992 (một năm trước khi luật môi trường cũ của Việt Nam có hiệu lực). Công ty xây dựng nhà máy trên miếng đất rộng 129 mẫu ở huyện Long Thành.

Trước khi vụ ô nhiễm môi trường nổ ra hồi tháng 9, 2008, Vedan được coi là một kiểu mẫu kinh tế, mướn hơn 2,600 công nhân Việt Nam, trong số này có một số nông dân, được nhận vào làm qua chương trình trợ giúp của công ty đối với địa phương, bản công điện viết.

Nhà máy Vedan tại huyện Long Thành, tỉnh Đồng Nai. (Hình: vedan.com.vn)

Vedan cũng tự hào giúp đời sống 600,000 nông dân địa phương bằng cách mua nguyên liệu của họ như bột sắn và mật đường để làm ra sản phẩm của công ty.

Điều tra xác định đường ống xả chất thải

Theo bản công điện, ông Yang nói với tham tán kinh tế tòa Tổng Lãnh Sự Mỹ là đường ống trực tiếp dẫn chất thải đã có từ năm 1994, một thời gian ngay sau khi Vedan bắt đầu hoạt động ở huyện Long Thành. Ông nói đường ống này được dùng dẫn chất thải chảy xuống tàu để đem "đổ ra biển," một điều họ thường làm tại Trung Quốc và Nhật. Chính quyền Việt Nam phản đối chuyện này, cho rằng như vậy là coi thường luật bảo vệ môi trường quốc tế.

Dù vậy, đường ống của Vedan vẫn còn đó. Theo một số bài báo, Vedan còn duy trì nhiều đường ống ngầm dưới đất để tránh bị kiểm tra, và đổ ra sông Thị Vải 105,600 mét khối nước thải mỗi tháng trong nhiều năm.

Khi tham tán kinh tế Mỹ hỏi ông Yang những tố cáo này có đúng không, ông trả lời một số nhân viên có thể "thỉnh thoảng" cho nước thải chảy vào sông, nhưng ông nhấn mạnh "không phải mỗi tuần."

Cho dù Vedan có đóng góp cho kinh tế khu vực, một khi truyền thông đăng vụ vi phạm do đoàn kiểm tra của Bộ Tài Nguyên và Môi Trường khám phá, sự việc gây sự chú ý của nhiều người, trong đó có cả thủ tướng ra lệnh đóng cửa nhà máy ngay lập tức, theo Tổng Lãnh Sự Fairfax.

Báo Thanh Niên viết rằng, Sở Tài Nguyên và Môi Trường tỉnh Đồng Nai nói họ không biết Vedan có đường ống ngầm dẫn chất thải. Tuy nhiên, ông Hết nói với tham tán kinh tế Mỹ rằng họ biết việc xử lý chất thải của Vedan không đạt tiêu chuẩn Việt Nam. Ông Hết cũng nói Vedan có xin giấy phép và nhân viên môi trường Việt Nam có kiểm tra hàng năm. Nhưng ông không nói tại sao tỉnh Đồng Nai không ngăn chặn sớm hơn, nếu biết Vedan vi phạm Luật Môi Trường. Ông cho rằng đó là trách nhiệm của bộ vì đây là nơi cấp giấy phép cho Vedan.

Cho dù có phản ứng của người dân, chính quyền Việt Nam không ép Vedan phải đóng cửa, nhưng đổi lại, Vedan phải đóng phạt $15,000 vì không có giấy phép và $7.7 triệu vì làm ô nhiễm môi trường.

Ngoài ra, ông Hết nói, Vedan phải hủy bỏ hệ thống đường ống dẫn chất thải và cắt giảm 40% hoạt động không có giấy phép. Vedan cũng không được hoạt động hết công suất cho tới khi hoàn tất thủ tục bảo vệ môi trường, mà đến nay họ sắp hoàn thành.

Ông Yang cho biết Vedan tốn $30 triệu để nâng cấp và lắp đặt hệ thống thanh lọc nước thải mới, bao gồm $9 triệu để mua một máy làm đặc chất lỏng của Đức và $10 triệu để xây một nhà máy làm khô chất thải, cả hai sẽ bắt đầu hoạt động vào tháng 10, 2009.

Bồi thường cho nông dân

Bản công điện cho biết ông Hết nói rằng đang chờ kết quả thử nghiệm độc lập của Viện Nghiên Cứu Tài Nguyên và Môi Trường thuộc Đại Học Quốc Gia TP.HCM rồi quyết định mức độ thiệt hại do Vedan gây ra, cùng với đòi hỏi bồi thường của nông dân, để xác định số tiền bồi thường. Tuy nhiên, hội nông dân của ba tỉnh dọc sông Thị Vải lại không chờ đợi mà bắt đầu đòi Vedan bồi thường.

Theo ông Trần Văn Quang, phó chủ tịch Hội Nông Dân tỉnh Đồng Nai, riêng tại tỉnh này, nhận được 4,647 lá thư của chủ trại nuôi cá, chủ tàu câu cá và những người sống bằng nghề câu cá.

Thực ra, dựa trên đòi hỏi của nông dân và đánh giá của ban kiểm tra, Vedan phải bị bồi thường ít nhất là $70 triệu. Ông Quang nói một số trường hợp đòi bồi thường không đúng, vì thế, các hội nông dân đồng ý chỉ đòi 45% số tiền $70 triệu mà thôi, tương đương khoảng $35 triệu, một số tiền mà Vedan khó lòng có được.

"Trong khi Vedan muốn nhận trách nhiệm và giải quyết vấn đề, công ty này sẽ không làm như vậy nếu không có một bằng chứng rõ ràng cho thấy Vedan là thủ phạm," Tổng Lãnh Sự Kenneth Fairfax viết. "*Ông Yang sẵn sàng chấp nhận một kết quả điều tra độc lập, nhưng lo ngại là Việt Nam không đủ kỹ thuật để làm một chuyện phức tạp như vậy.*"

Trong khi đó, Vedan không thể thuyết phục chính quyền Việt Nam cho phép một cơ quan nghiên cứu Đài Loan cộng tác với họ đến điều tra, dù cơ quan này sử dụng kỹ thuật giống y như của Việt Nam, ông Fairfax trích lời ông Yang kể.

Còn Bộ Tài Nguyên và Môi Trường thì muốn hoàn tất nghiên cứu vào cuối Tháng Chín, thay vì chờ đợi sáu tháng theo yêu cầu của phương pháp điều tra chất thải, bản công điện viết.

"*Vì thế, ông Yang nói, ngay cả khi có kết quả 'độc lập,' chưa chắc đã có giá trị,*" ông Fairfax viết theo lời kể của ông Yang.

Tại sao bây giờ mới biết?

Cuối bản công điện, Tổng Lãnh Sự Fairfax nhận xét trường hợp của Vedan là một ví dụ cổ điển về sự khó khăn trong việc cân bằng phát triển kinh tế và bảo vệ môi trường.

Sự năng động của Việt Nam trong vụ này cho thấy có sự nhạy cảm về môi trường, đồng thời giúp chính quyền né tránh được công chúng trách nhiệm bảo vệ môi trường của nhà nước.

"*Tại sao Việt Nam phải mất 14 năm để lên tiếng bảo vệ môi trường trong khi chính quyền địa phương từ lâu đã biết Vedan xử lý chất thải không đúng tiêu chuẩn?*" Ông Fairfax đặt câu hỏi.

Ông kết luận: "*Trong khi chưa có giải pháp cho vấn đề gai góc này, đây là một hy vọng cho các nhà sản xuất và xuất cảng sản phẩm bảo vệ môi trường của Mỹ. Nhiều công ty Việt Nam đã bắt đầu hỏi tòa tổng lãnh sự giúp cố vấn tìm ra công ty và dịch vụ bảo vệ môi trường, tìm đối tác để huấn luyện xử lý chất thải, và giúp họ gây ảnh hưởng nhằm nâng cao tiêu chuẩn phát triển môi trường ở Việt Nam."*

Công điện:

■ "Dong Nai oolluter Vedan highlights limitations of environmental law in Vietnam," 14/9/2009, từ Kenneth Fairfax, Tổng Lãnh Sự Hoa Kỳ tại TP.HCM. Loại bảo mật: Không bảo mật. http://wikileaks.org/cable/2009/09/09HOCHIMINHCI TY595.html

Nhân công Việt đình công ở Jordan, về nước bị đì

Hà Giang

[2008-2009] Vào trung tuần tháng 2 năm 2008, truyền thông báo chí trong và ngoài nước ồ ạt đưa tin về một vụ xô xát xảy ra giữa cảnh sát Jordan và một số công nhân, gây thương tích trầm trọng cho năm nữ công nhân lao động xuất khẩu Việt Nam, đã gây xôn xao dư luận.

Báo chí cho biết các phụ nữ bị đánh trọng thương thuộc nhóm khoảng gần hai trăm nữ công nhân Việt Nam sang Jordan làm việc cho công ty W&D Apparel do người Đài Loan làm chủ. Những nữ công nhân này đình công phản đối việc bị chủ nhân ngược đãi, không những bị trả lương quá thấp so với mức lương thỏa thuận trong hợp đồng, mà còn bị bắt sống trong môi trường quá tệ hại. Để đối phó, Giám Đốc W&D Apparel, ông Chen Sen, gọi nhân viên bảo vệ và cảnh sát Jordan đến giải quyết, do đó gây ra ẩu đả.

> "A number of the women stated that while the group was on strike, the recruiting company sent representatives to their home villages and told their husbands and families that they were lazy and were out dating men and having affairs instead of working. In some cases, the husbands were told that the women were actually working as prostitutes."

Sự kiện này đặc biệt thu hút sự chú ý của các tổ chức bảo vệ nhân quyền và bảo vệ lao động quốc tế và dĩ nhiên có cả sự quan tâm của Bộ Ngoại Giao Hoa Kỳ.

Có ít nhất 3 công điện khác nhau được gửi từ Tòa Đại Sứ Hoa Kỳ tại Hà Nội, và Amman (Jordan) về Hoa Thịnh Đốn trong khoảng tháng 3, năm 2008, ngay sau khi sự kiện xảy ra, và 2 công điện khác tường trình về diễn tiến cũng như kết cuộc của những công nhân lao động Việt Nam tại Jordan nói riêng, cũng như nhận định về tình hình xuất khẩu lao động tại Việt Nam nói chung.

Việt Nam phản ứng vụ Jordan

Trong công điện gửi về Việt Nam ngày 17 tháng 3, 2008, từ Michael Michalak, Đại Sứ Hoa Kỳ tại Hà Nội, tóm tắt cho Bộ Ngoại Giao biết về phản ứng của nhà cầm quyền Việt Nam trước 2 trường hợp lao động gây nhiều chú ý nhất, trong đó có vụ xô xát ở Jordan.

Theo công điện, vào ngày 13 tháng 3, ông Đào Công Hải, phó cục trưởng Cục Quản Lý Lao Động Ngoài Nước, thuộc Bộ Lao Động, Thương Binh và Xã Hội đã đến gặp để báo cho Tòa Đại Sứ Hoa Kỳ biết là một đoàn đại biểu đại diện nhiều bộ của Việt Nam đã đến Jordan để làm việc với các giới chức Bộ Lao Động của Jordan, cũng như các tổ chức Di Dân Quốc tế (IOM) và tổ chức Lao Động Quốc Tế (ILO) để giải quyết vấn đề này.

Một đoạn của công điện trích tường thuật lời giải thích của ông Hải về đầu đuôi câu chuyện Jordan:

"Theo ông Hải, giám đốc công ty (W&D Apparel) ở Jordan thấy rằng những người lao động Việt Nam có tay nghề cao thấp khác nhau rất xa. Do đó, đã tự ý chuyển qua hệ thống trả lương 'hạn ngạch,' tức số tiền lãnh lương trực tiếp liên quan đến năng suất. Điều này khiến một số nhân viên rất tức giận, đưa đến việc đình công, và cuối cùng là một vụ ẩu đả giữa những nhóm người lao động có mức lương cao thấp khác nhau và cảnh sát Jordan. Sau vài cuộc đàm phán sơ khởi, cùng thỏa thuận tăng lương, một số công nhân trở lại làm việc. Nhưng ông Hải cho biết, một nhóm công nhân cốt lõi nhất định không thỏa thuận và 'buộc' đa số còn lại phải đình công."

Ngoài buổi họp mặt này, cũng vẫn theo công điện, trước đó, sau khi kết thúc một cuộc họp khác, chính phủ Việt Nam, qua ông Dương Trí Dũng, cục trưởng Cục Lãnh Sự, Bộ Ngoại Giao, còn "rỉ tai" Tòa Đại Sứ Hoa Kỳ rằng, "những thành phần phá rối bên ngoài" đã châm ngòi lửa cho việc đình công. Thành phần bên ngoài đó là tổ chức phi chính phủ Boat People SOS. Công điện viết:

"Tổ chức phi chính phủ Boat People SOS đã xúi giục công nhân Việt Nam đình công bằng cách hứa hẹn với họ rằng Tòa Đại Sứ Hoa Kỳ ở Jordan sẽ chấp nhận cho họ được tị nạn chính trị nếu họ chủ mưu cuộc biểu tình. Chúng tôi (Tòa Đại Sứ Hoa Kỳ tại Hà Nội) hiểu rằng Tòa Đại Sứ Việt Nam tại Hoa Thịnh Đốn cũng đang nói những điều tương tự với Bộ Ngoại Giao (Hoa Kỳ)."

Không chỉ tường thuật những lời giải thích của nhà nước Việt Nam, theo công điện, nhân viên Tòa Đại Sứ còn đưa ra những vấn đề như vấn nạn giấy thông hành của công nhân thường bị đại diện công ty tuyển người nắm giữ, thì được ông Hải giải thích là *"làm thế là để bảo vệ an ninh cho công nhân (để họ khỏi làm thất lạc, vì họ không quen cất giữ giấy tờ), và cũng để ngăn ngừa không cho họ đi làm cho công ty khác hay trốn đến một quốc gia khác."*

Nhận định chung về tình hình xuất khẩu lao động tại Việt Nam, công điện cho rằng trong nỗ lực phát triển kinh tế, Việt Nam hy vọng sẽ tăng xuất khẩu lao động từ 75,000 công nhân mỗi năm trong năm 2007 lên đến 110,000 vào năm 2010. Phản ứng nhanh chóng của Chính Phủ Việt Nam cho thấy mức quan tâm cao của họ về dư luận quốc tế, cũng như nhu cầu giải quyết mối quan tâm của công chúng.

Và kết luận:

"Trong khi phản ứng nhanh chóng này của Chính Phủ Việt Nam được xem là tích cực, việc thường xuyên nắm giữ giấy thông hành của công nhân vẫn còn là một mối quan tâm đáng kể. Việt Nam vẫn còn phải làm nhiều để xây dựng một hệ thống pháp luật, trong đó mọi công nhân đều được bảo vệ, và có thể nắm rõ được quyền lợi của họ. Việc truyền thông trong nước đăng tải những loại tin này, cũng là một phát triển tốt."

Tường trình của Đại Sứ Hoa Kỳ tại Jordan

Khoảng một tuần sau công điện của Đại Sứ Michalak, vào ngày 25 tháng 3, 2008, đại sứ Hoa Kỳ tại Amman, Jordan, là ông David Hale, gửi về Hoa Thịnh Đốn một công điện mật, cập nhật hướng giải quyết tình trạng công nhân Việt Nam đình công tại đây của các bên liên quan.

Hơn một nửa công điện của Đại Sứ Hale tường thuật nguồn căn của vụ xô xát.

Theo tường thuật của Đại Sứ Hale, cuộc biểu tình của khoảng 260 công nhân Việt Nam bắt đầu từ ngày 10 tháng 2, lý do là vì họ cho rằng lương của họ quá thấp so với hợp đồng ký với công ty tuyển người tại Việt Nam. Cuộc đình công bị cho là không hợp pháp, vì họ không báo trước 14 ngày, theo Luật Lao Động của Jordan.

Cũng theo công điện, sau khi ban giám đốc thỏa thuận tăng lương hai lần, 85 trong số người biểu tình đã trở lại làm việc. Vào ngày 20 tháng 2, nhân công tiếp tục biểu tình tấn công người trở lại làm việc, xảy ra ẩu đả, vì thế giám đốc công ty W&D Apparel đã phải kêu cảnh sát, đưa đến việc xô xát.

Một đoạn trong công điện viết:

"Vào ngày 1 tháng 3, cả công nhân đình công lẫn không đình công nói với nhân viên Tòa Đại Sứ Hoa Kỳ tại Jordan rằng than phiền chính của họ là chủ nhân đã trả lương thấp hơn giao kèo, mà còn bắt họ làm rất nhiều giờ phụ trội. Công nhân cho biết theo hợp đồng, họ phải được lãnh lương cố định, nhưng chủ nhân đã tự tiện chế ra việc trả lương theo năng suất để trả lương cao hơn cho những thợ có năng suất cao."

Về hướng giải quyết, công điện cho biết "Bộ Lao Động Jordan đang tích cực làm việc với 176 công nhân đình công Việt Nam." Trong khi đó, tổ chức Di Dân Quốc Tế (IOM) và Chính Phủ Việt Nam đang "giải quyết mọi trở ngại" để giúp công nhân muốn tình nguyện trở về Việt Nam có thể hồi hương.

Cũng theo công điện, Chính Phủ Jordan đã lấy được giấy thông hành của các người lao động từ quản lý của công ty vào ngày 20 tháng 3, và sẽ trao trả giấy thông hành cho họ ngay sau khi các bên đã có được thỏa thuận hồi hương. Trong khi đó, Bộ Lao Động Jordan hoan nghênh sự tham gia của tổ chức Di Dân Quốc Tế (IOM) trong việc tạo điều kiện thuận lợi cho hồi hương tự nguyện của những người lao động muốn trở về Việt Nam, tuy nhiên phía Jordan tỏ ra thất vọng về quan điểm của Việt Nam về vai trò của IOM.

Công điện viết:

"Bộ Trưởng Bộ Lao Động Jordan, ông Basem Al-Salem, thất vọng là bên chính phủ Việt Nam phản đối sự tham gia của IOM trong việc giải quyết vấn đề, và quan ngại rằng một giải pháp không bao gồm IOM sẽ khiến dư luận cho rằng chính phủ Jordan dự phần trong việc buôn người."

Đại Sứ David Hale kết luận với đề nghị là *"có lẽ Tòa Đại Sứ Hoa Kỳ tại Hà Nội nên tìm cách thảo luận với chính phủ Việt Nam về quan điểm của Hoa Kỳ trong vai trò của IOM trong việc sắp xếp cho sự hồi hương của các công nhân Việt Nam tại Jordan."*

Chỉ hai ngày sau công điện của Đại Sứ David Hale, các viên chức tòa đại sứ Hoa Kỳ tại Hà Nội đã có một buổi họp với ông Vũ Lê Hà, trưởng Phòng Lãnh Sự Ngoài Nước, Cục Lãnh Sự, Bộ Ngoại Giao để thảo luận về vai trò của IOM. Cùng ngày hôm đó, ngay sau buổi họp, tức ngày 27 tháng 3, 2008 Đại Sứ Michael Michalak đã gửi một công điện về Hoa Thịnh Đốn.

Trong buổi họp, viên chức Tòa Đại Sứ Hoa Kỳ nhấn mạnh với ông Vũ Lê Hà về lợi ích của việc để tổ chức IOM dàn xếp chuyến hồi hương của người lao động, vì như thế sẽ bảo đảm được tính chất minh bạch và vô tư. Theo công điện, ông Hà trả lời là *"trên nguyên tắc Chính Phủ Việt Nam không có vấn đề gì"* trong việc hợp tác với IOM, và thực sự đã làm việc với họ về các trường hợp hồi hương người lao động khác trong quá khứ. Tuy nhiên, ông Hà lập luận rằng trong trường hợp này, Chính Phủ Việt Nam đã gửi một đội ngũ đến Jordan để giải quyết vấn đề.

Nhận định của Tòa Đại Sứ Hoa Kỳ là *"có vẻ Bộ Ngoại Vụ Việt Nam thấu hiểu nhu cầu cần phải minh bạch và vô tư trong việc giải quyết vấn đề, tuy thế có vẻ phía Việt Nam vẫn đang tìm cách thương thảo với chính phủ Jordan để giữ càng nhiều càng tốt các người lao động ở lại đây."*

Công điện kết luận:

"Ông Hà đã rất cởi mở và có vẻ Chính Phủ Việt Nam không có đề nghị làm việc với IOM như trong quá khứ. Trong trường hợp này, với một đội ngũ có mặt tại Jordan, Việt Nam cảm thấy rằng họ không cần dịch vụ của IOM. Tuy nhiên, trước tình trạng chỉ có 5

trong số 216 công nhân đã hồi hương, vẫn còn kịp để cho IOM tham
gia vào việc giúp người lao động Việt Nam hồi hương."

Hồi hương và bị đì

Ngày 8 tháng 4, 2008, Đại Sứ Hoa Kỳ Michael Michalak, từ Hà Nội gửi về Hoa Thịnh Đốn một công điện ngắn, thông báo là 157 công nhân Việt Nam tại Jordan đã hồi hương, tuy nhiên chỉ có 156 người đến phi trường Nội Bài, Hà Nội.

Công điện cho biết, theo *"một nguồn tin nắm rõ tình hình"* thì một trong số những công nhân này, trên đường đến Hà Nội đã tách rời phái đoàn tại Bang Kok và đến văn phòng Cao Ủy Tị Nạn Liên Hiệp Quốc tại Bangkok, tuyên bố cô là người "lãnh đạo cuộc đình công" và đã nhận $2,000 từ tổ chức Boat People SOS để giúp đỡ các công nhân đình công khác. Cũng theo công điện thì trường hợp này đã được báo chí trong nước loan tải rộng rãi.

Ghi chú của tác giả: Vào ngày 18 tháng 7, 2010, phóng viên Thanh Trúc của đài RFA loan tin là "cô Vũ Phương Anh, người đi xuất khẩu lao động sang Jordan, bị chủ vi phạm hợp đồng và hành hung khi lên tiếng phản đối đã đến Hoa Kỳ theo diện tị nạn, nhờ sự giúp đỡ của tổ chức CAMSA (Liên Minh Phòng Chống Nạn Nô Lệ Mới Ở Á Châu).

Trong một thế giới hoàn hảo thì sau khi những công nhân Việt Nam tại Jordan hồi hương rồi, thì họ sẽ tiếp tục cuộc sống ổn định ở quê nhà, và câu chuyện sẽ chấm dứt.

Nhưng một công điện khác, cũng của Đại Sứ Hoa Kỳ tại Hà Nội, Michael Michalak, gửi về cho Hoa Thịnh Đốn ngày 2 tháng 1, 2009 lại vẽ lên một hình ảnh khác.

Công điện cho biết *"trong một loạt các cuộc phỏng vấn"* tiến hành trong tháng 10 và tháng 12, 10 người lao động Việt Nam hồi hương từ Jordan vào tháng 3 năm 2008, đã chia sẻ nỗi niềm về chuyến đi Jordan để làm việc, lý do khiến họ phải bỏ cuộc hồi hương, và những gì họ phải đối diện từ khi về nước.

Một đoạn của công điện viết:

"Theo các công nhân, 176 nữ công nhân đã quyết định đình công vì họ không được trả lương theo đúng giao kèo, và hoàn cảnh

làm việc khốn cùng. Họ bác bỏ câu chuyện do các bài báo đăng tải là họ đã tấn công nhau, và tố cáo rằng công ty W&D Apparel sử dụng nhân viên an ninh để đánh đập họ. Sau khi về nhà, một số công nhân mô tả là đã nhận được sự thờ ơ lạnh lùng hoặc một số các công ty tuyển lao động tìm cách ép họ không được lên tiếng."

Đoạn khác kể:

"Mặc dù không chính thức bị sách nhiễu, các nhân công đều nói là phải đối diện với khó khăn về tài chánh và gia đình khi về đến Việt Nam. Nhiều phụ nữ kể rằng trong khi họ đình công, các công ty tuyển người đã cho người đến nhà vu cáo cho họ là lười biếng, thậm chí qua đó đã hẹn hò, ngoại tình thay vì làm việc. Trong một vài trường hợp, một số các ông chồng còn được bảo là vợ họ qua đó hành nghề mãi dâm."

Công điện kết luận:

"Kinh nghiệm của những người lao động này cho thấy Việt Nam phải giải quyết một số vấn đề nếu muốn tăng xuất khẩu lao động từ mức 75,000 người năm 2007 lên đến 110,000 vào năm 2010. Trong khi Chính Phủ Việt Nam đã phản ứng tương đối nhanh chóng với các tranh chấp lao động ở Jordan, họ vẫn còn một chặng đường rất dài để đi trong việc xây dựng một hệ thống pháp luật nơi mà tất cả người lao động được bảo vệ, trong đó có quyền khiếu nại, đặc biệt là trong trường hợp họ phải về nước khi chưa chấm dứt hợp đồng."

Công điện:

- "GVN reacts to labor cases in Jordan, Malaysia," 17/3/2008, từ Michael Michalak, Đại Sứ Hoa Kỳ tại Hà Nội. Loại bảo mật: Không bảo mật. http://wikileaks.org/cable/2008/03/08HANOI309.html

- "GOJ working to repatriate striking Vietnamese workers," 25/3/2008, từ David Hale, Đại Sứ Hoa Kỳ tại Amman. Loại bảo mật: Secret. http://wikileaks.org/cable/2008/03/08AMMAN902.html

- "MFA on Jordan labor case and IOM role," 27/3/2008, từ Michael Michalak, Đại Sứ Hoa Kỳ tại Hà Nội. Loại bảo mật: Không bảo mật. http://wikileaks.org/cable/2008/03/08HANOI356.html

- "Striking overseas workers return from Jordan; Paid strike leader seeks protection in Bangkok," 8/4/2008, từ Michael Michalak, Đại Sứ Hoa Kỳ tại Hà Nội. Loại bảo mật: Không bảo mật. http://wikileaks.org/cable/2008/04/08HANOI400.html

- "Repatriated Vietnamese workers face debt and bureaucratic red tape," 2/1/2009, từ Michael Michalak, Đại Sứ Hoa Kỳ tại Hà Nội. Loại bảo mật: Không bảo mật. http://wikileaks.org/cable/2009/01/09HANOI1.html

Thực hư chuyện
công nhân Trung Quốc
tại Việt Nam

Đông Bàn

[2009] Tin tức về sự hiện diện của công nhân Trung Quốc tại Tây Nguyên khiến người Việt Nam "lên máu," và họ biểu tình ở các đường phố tại Sài Gòn.

Người Trung Quốc không chỉ có mặt tại Tây Nguyên trong các dự án bauxite, họ có mặt ở cả các lãnh vực khác, và điều này khiến dư luận Việt Nam khó chịu.

Công điện ngày 26 tháng 6, 2009 của Tổng Lãnh Sự Hoa Kỳ tại Sài Gòn, Kenneth Fairfax, viết rằng, báo chí Việt Nam đưa tin, rất nhiều công việc mà người Việt Nam có thể làm, lại do công nhân đưa từ Trung Quốc sang, trám vào. Khi cuộc tranh luận về công nhân "ngoại nhập" bị xì ra, Thủ Tướng Nguyễn Tấn Dũng đã phải ra lệnh xem xét lại tiến trình cấp giấy phép làm việc cho công nhân ngoại.

"One aspect of the recent bauxite debate sure to raise the blood pressure of any Vietnamese walking down the streets of Ho Chi Minh City is the reported strong presence of foreign -- read Chinese -- laborers, in the projects."

Quan chức tỉnh Đồng Nai nói rằng tin tức về vụ hồi hương hàng loạt công nhân Trung Quốc tại tỉnh này cho thấy tình hình là phức tạp. Tổng Lãnh Sự Trung Quốc tại Sài Gòn, Xu Mingliang, nói với Tổng Lãnh Sự Hoa Kỳ rằng công việc của công dân Trung Quốc tại các tỉnh công nghiệp xung quanh Sài Gòn tăng lên trong tháng vừa qua.

Trong nhiều tháng, đề tài công nhân "lậu" tại các tỉnh miền Trung và Nam Việt Nam trở thành đề tài nóng trong dư luận.

Các tỉnh Quảng Nam, Đồng Nai, và Lâm Đồng trở thành tâm điểm để Bộ Lao Động, Thương Binh và Xã Hội điều tra cáo buộc công nhân ngoại nhập lậu. Báo chí trong nước cũng gia tăng đưa tin về hiện tượng này, dựa trên lý lẽ "kinh tế toàn cầu khó khăn."

Ngoài việc kêu gọi kiểm tra tình trạng công nhân làm việc bất hợp pháp tại Việt Nam, báo chí nhấn mạnh cả những "tội ác xã hội" do nhóm người này tạo ra; VietnamNet thậm chí đưa lên Internet đoạn video quay cảnh một số công nhân Trung Quốc tấn công, cướp, và hành hung một gia đình tại Thanh Hóa.

Chuyện xảy ra tại Đồng Nai, do VietnamNet đưa tin: Ngày 22 tháng 6, Bộ Lao Động, Thương Binh và Xã Hội bắt hồi hương nhiều công nhân không có tay nghề, làm việc bất hợp pháp tại xã Phước Khánh, Đồng Nai. Phóng viên mô tả cảnh taxi đến một nhà máy xi măng, đưa 200 người Trung Quốc ra sân bay Tân Sơn Nhất, về nước.

Một tờ báo khác nói khoảng một phần ba công nhân ngoại quốc tại Đồng Nai là bất hợp pháp. Theo một tài liệu khác, có khoảng 1,500 đến 1,700 công nhân Trung Quốc hiện đang làm việc tại Đồng Nai.

Giám Đốc Sở Lao Động, Thương Binh, Xã Hội tỉnh Đồng Nai, bà Lê Thị Mỹ Phượng, nói với Tổng Lãnh Sự Hoa Kỳ, rằng bà biết công ty xi măng Công Thanh thuê công ty Trung Quốc xây một nhà máy xi măng tại xã Phước Khánh; và công ty này mang lao động tay nghề thấp vào Việt Nam. Các thanh tra của Sở bắt đầu tiến hành xem visa và giấy phép tạm trú của các công nhân Trung Quốc, và chỉ cấp giấy phép làm việc cho những ai có tay nghề và kỹ năng mà công nhân Việt Nam tại địa phương không thể làm được. Bà Phượng cũng nói, các công nhân không bị hồi hương, và trong khi công ty Việt Nam đã bị cảnh cáo, các công nhân Trung Quốc bị phạt 5 triệu đồng VN, đồng thời bị yêu cầu rời khỏi Việt Nam, tỉnh Đồng Nai lại không có thẩm quyền trục xuất họ.

Các chuyên viên lao động tại thành phố Hồ Chí Minh nói rằng họ không tin là việc mang công nhân Trung Quốc sang làm việc có thể giúp các công ty tiết kiệm tiền. Lý do là vì lao động rẻ tại Trung Quốc vẫn còn đắt hơn lao động tại Việt Nam. Tuy nhiên, hễ các nhà thầu Việt Nam vẫn còn chọn các nhà thầu "con" từ Trung Quốc, chắc chắn số công nhân nhập từ nước láng giềng phương Bắc về đây vẫn còn đều đều. Tuy nhiên, Việt Nam cần cẩn trọng trong các tình huống như thế này. Môi trường làm việc bất lợi có thể khiến các chuyên viên, kỹ sư, chuyên viên điều hành Trung Quốc, vốn có kinh nghiệm trong các ngành xây dựng và và năng lượng, rời bỏ thị trường này.

Công nhân Trung Quốc làm việc tại công trường xây dựng nhà máy khai thác bauxite Tây Nguyên. (Hình: SGTT)

Dư luận Việt Nam có lẽ quan tâm nhất đến số lao động Trung Quốc làm việc tại các dự án bauxite tại Tây Nguyên.

Công điện ngày 29 tháng 4, 2009, Đại Sứ Hoa Kỳ tại Việt Nam trích lời ông Nguyễn Khắc Thọ, một quan chức của Bộ Công Thương Việt Nam, rằng công ty Trung Quốc, Chinalco, thắng thầu để xây dựng các nhà máy khai thác tại Lâm Đồng và Đắc Nông. Theo một quan chức khác, cũng của Việt Nam, Chinalco sẽ đưa 4 ngàn công nhân Trung Quốc (mỗi dự án 2 ngàn công nhân) sang làm việc tại Tây Nguyên (vào những giai đoạn bận rộn nhất). Tuy nhiên, giới blogger Việt Nam thì đưa ra những con số cao hơn.

Phía Chinalco sẽ đảm nhiệm việc huấn luyện và chuyển giao công nghệ cho công ty Vinacomin của Việt Nam, cho dầu có khoảng 100 chuyên viên Trung Quốc sẽ tiếp tục làm việc sau khi công tác xây dựng hoàn tất.

Một công điện khác, ngày 11 tháng 6, 2009, từ Phó Đại Sứ Hoa Kỳ tại Việt Nam, Virginia Palmer, viết rằng, tranh cãi và dư luận chống đối của xã hội đối với các dự án bauxite nay lan dần vào Quốc Hội Việt Nam, biểu hiện qua các tranh luận, công khai và quyết liệt.

Thái độ này, cộng thêm sự quan tâm ngày càng lớn của báo chí, là do có nhiều nhân vật nổi tiếng lên tiếng chống đối dự án. Trong số này có Tướng Võ Nguyên Giáp và Hồng Y Phạm Minh Mẫn. Một trong những lý do đưa đến chống đối là do sự tham gia của Trung Quốc. Trong số lãnh đạo cao cấp của Việt Nam cũng xuất hiện thêm sự chống đối. Nhiều người cho rằng vấn đề bauxite còn là "đấu trường" để hai nhân vật Nguyễn Tấn Dũng - Trương Tấn Sang, đấu đá, tranh giành quyền lực.

Công điện ngày 10 tháng 8, 2009, của Tổng Lãnh Sự Hoa Kỳ tại Sài Gòn, Kenneth Fairfax viết rằng, dự án bauxite rõ ràng đã nhen ngòi cảm xúc cho dư luận Việt Nam, đồng thời là nguyên do chính đưa đến việc bắt giữ một vài nhân vật có vẻ như là lãnh đạo của khuynh hướng chống khai thác bauxite. Có 3 vấn đề chính xoay quanh dự án này: Kinh tế, môi trường, và yếu tố Trung Quốc.

Ngoại giao Hoa Kỳ tại Việt Nam đã đến thăm các công trường khai thác này vào giữa năm 2009, đưa ra nhận định: ngược lại thông tin mà giới bloggers nói là có hàng ngàn công nhân Trung Quốc tại Tây Nguyên, Đại Sứ Mỹ chỉ thấy rất ít người Trung Quốc trong chuyến viếng thăm này, mặc dầu số công nhân rồi sẽ tăng mạnh khi các dự án bắt đầu đi tới.

Có lẽ yếu tố gây tranh cãi nhất trong dự án bauxite vẫn là quyền lợi của người Trung Quốc. Dư luận Việt Nam quan ngại về tài nguyên chiến lược quốc gia, cách thức đấu thầu thiếu công bằng, làm lợi cho công ty Trung Quốc là Chalieco, cũng như số lượng quá đông công nhân Trung Quốc tại Việt Nam (điều này được báo chí dòng chính và cả bloggers đưa tin). Thậm chí, còn có tin là quân đội Trung Quốc hiện diện để bảo vệ công nhân của họ.

Phía quan chức Việt Nam khẳng định với đại sứ Hoa Kỳ, những người Trung Quốc duy nhất đang làm việc tại Đắc Nông là các kỹ sư nghiên cứu địa chất. Trước đó, vẫn theo quan chức Việt Nam, khoảng 60 - 70 công nhân Trung Quốc đang làm việc tại Đắc Nông để xây dựng nhà máy "xăng sinh học" (biofuel) và họ đã ra đi sau khi hoàn tất. Quan chức này nói con số công nhân ngoại quốc đã bị "đội" lên, bởi "những người có dụng ý xấu."

Tại khu vực Nhân Cơ, Đại Sứ Hoa Kỳ không thấy có sự hiện diện rõ ràng của công nhân Trung Quốc (mặc dầu có hình gấu Panda được vẽ trên các bức tường buồng tắm). Phía Việt Nam không chịu đưa ra dự đoán sẽ có bao nhiêu công nhân Trung Quốc trong tương lai, mặc dầu nói rằng con số này "thay đổi, tùy theo tiến độ công việc." Họ cũng khẳng định, "việc gì có thể làm được bởi người Việt Nam thì sẽ do người Việt Nam làm."

Tại thời điểm này, dự án Tân Rai có khoảng "hơn 500" công nhân Trung Quốc xây dựng nhà máy chế biến alumina. Sau khi nhà máy hoàn tất và đi vào sử dụng, "sẽ chỉ có người Việt Nam làm việc."

Công điện kết thúc bằng lời nhận định, dư luận đồn đoán về sự "xâm chiếm của Trung Quốc" có vẻ bị thổi phồng. Cũng cần phải nói, không một ai tại các dự án này có thể nói chính xác sẽ có hoặc đang có bao nhiêu công nhân Trung Quốc đang làm việc. Các thắc mắc về việc có phải công ty Trung Quốc đã thắng thầu một cách không công bằng vẫn còn tồn tại. Và thắc mắc này lại càng cụ thể hơn khi hồ sơ về môi trường của Trung Quốc cũng không rõ ràng. Ngoài những rủi ro về rác thải nhiễm độc, sự phát triển các nguồn năng lượng cho các dự án tại đây lại là chướng ngại vật rất lớn, nếu không muốn nói là không thể vượt qua được; đó là chưa kể các chi phí môi trường rất lớn sẽ xảy ra tiếp sau đó. Dựa trên các chứng cứ sơ khởi, ngay bây giờ chúng ta không thể kết luận rõ ràng là liệu hiệu quả kinh tế của khai thác bauxite có đáng không, nếu so sánh với những rủi ro lớn có thể xảy ra.

Công điện khác (được phối hợp thực hiện giữa Tòa Lãnh Sự Hoa Kỳ tại Sài Gòn và Tòa Đại Sứ Hoa Kỳ tại Hà Nội) ngày 29 tháng 4, 2009 nói rằng, đã có những yêu cầu cụ thể từ phía chính quyền, bắt báo chí ngưng toàn bộ, hoặc ngưng một phần, trong việc đưa tin về bauxite. Cụ thể, Văn Phòng Chính Phủ từng yêu cầu các nhà báo không đưa tin vụ bauxite, nhưng quá chậm: hàng loạt tờ báo đưa tin, báo động sự hiện diện của rất đông công nhân Trung Quốc tại Tây Nguyên.

Cố gắng của phía chính phủ nhằm ngăn chặn việc đưa tin chỉ làm cho tình trạng "nóng" lên thêm. Một viên chức ngoại giao Hoa Kỳ thử vào Google tìm hiểu, và thấy có đến 3,400 blog sử dụng hệ thống Yahoo360 bàn thảo về bauxite, đó là chưa kể có khoảng 4,300 blog khác trên Google cũng bàn đề tài tương tự.

Chưa hết, một nhân vật cao cấp của Đảng, đã về hưu, là ông Hữu Thọ, cũng nói bóng gió trên VietnamNet về "những hình thức xâm lược mới" (ý nói Trung Quốc), và khuyên chính quyền nên "tin vào tinh thần yêu nước của giới trẻ."

Công điện:
- "Vietnam's plans for bauxite exploitation," 29/4/2009, từ Michael Michalak, Đại Sứ Hoa Kỳ tại Hà Nội. Loại bảo mật: Không bảo mật. http://wikileaks.org/cable/2009/04/09HANOI417.html
- "In Vietnam, China and Bauxite don't mix," 29/4/2009, từ Michael Michalak, Đại Sứ Hoa Kỳ tại Hà Nội. Loại bảo mật: Confidential. http://wikileaks.org/cable/2009/04/09HANOI413.html
- "'Dong Nai roundup' illustrates complexities of Chinese labor in Vietnam," 26/6/2009, từ Kenneth Fairfax, Tổng Lãnh Sự Hoa Kỳ tại TPHCM. Loại bảo mật: Không bảo mật. http://wikileaks.org/cable/2009/06/09HOCHIMINHCITY510.html
- "Deeper digging into Vietnam's bauxite debate uncovers as many new questions as answers," 10/8/2009, từ Kenneth Fairfax, Tổng Lãnh Sự Hoa Kỳ tại TPHCM. Loại bảo mật: Không bảo mật. http://wikileaks.org/cable/2009/08/09HOCHIMINHCITY575.html

Ngoại giao Mỹ nghe thân nhân tù chính trị kể chuyện

Nam Phương

[2009] Ngày 13 tháng 3, 2009, Quyền Tổng Lãnh Sự Charles Bennett ở Sài Gòn gửi bản công điện phúc trình cuộc nói chuyện với thân nhân của một số người bất đồng chính kiến, chia sẻ các tin tức và câu chuyện liên quan đến những người đang bị kết án tù.

Bản công điện cho biết, vào ngày 27 tháng 2, 2009, thành viên của nhiều nhân vật vận động dân chủ thuộc Khối 8406, Đảng Dân Chủ Nhân Dân, Tổ Chức Đoàn Kết Công Nông, Bạch Đằng Giang... chia sẻ với tham vụ chính trị về cuộc tuyệt thực gần đây, cũng như tình trạng chung của các tù nhân chính trị mà họ nhận thấy bị hạn chế nhiều hơn tù thường phạm.

"All expected to be called again after their meeting with PolOff."

Trong khi đó, ngay ở trong tù, một số tù nhân chính trị này được dễ dãi hơn tù nhân chính trị kia nhờ được cai tù dễ dãi hơn, tất cả các người này đều nói thân nhân của họ "sống trong nhà tù bên trong một nhà tù" vì bị hạn chế đọc các tài liệu in ấn, báo chí và bị khép chặt chẽ hơn vào các quy định của nhà tù khi được phân phối thực phẩm và các vật dụng cá nhân.

Người chị của Linh Mục Nguyễn Văn Lý và người cháu cũng kể về sự tù đày của ông ở nhà tù Ba Sao, phía Bắc tỉnh Hà Nam. Các thân nhân nói những người bất đồng chính kiến phấn khởi khi nghe tin chính phủ Mỹ vẫn lưu ý đến trường hợp của họ và thúc giục tiếp tục hậu thuẫn cho dân chủ và nhân quyền tại Việt Nam.

Gắt gao hơn với tù chính trị

Thân nhân của một số tù chính trị nổi tiếng nhất tại Việt Nam gặp Tham Vụ Chính Trị Tổng Lãnh Sự ngày 27 tháng 2, 2009, chia sẻ thông tin mà họ có từ các cuộc thăm tù gần đây, kể cả 3 ngày tuyệt thực của các thành viên Khối 8406 tại nhà tù Z30A trong tỉnh Đồng Nai vào ngày 19 tháng 2, 2009 vì không cho họ đọc sách báo và ra ngoài vận động chân tay.

Thân nhân nói các tù nhân chính trị chỉ được phép đọc mỗi tuần một tờ nhật báo, tờ Nhân Dân, tờ báo chính thức của đảng CSVN. Khác với tù thường phạm, họ không được phép vào thư viện của nhà tù, ăn ở phòng ăn hoặc xem tin tức trên truyền hình.

Nhiều thân nhân cũng nói cai tù bắt họ tuân thủ nghiêm ngặt quy định chỉ được nhận 5 kg đồ ăn tươi và các đồ gia dụng cần thiết từ thân nhân mang tiếp tế mỗi chuyến thăm viếng. Tuy nhiên, một số cho biết họ có thể mang số lượng nhiều hơn nhờ hối lộ chút ít tiền hoặc xây dựng được mối quan hệ với một số cai tù nào đó.

Mẹ của thành viên đảng Dân Chủ Nhân Dân Nguyễn Bắc Truyển, nói bà có thể mang tới 19 kg đồ ăn cho con vào kỳ thăm nuôi vừa qua. Mẹ của Trương Quốc Huy, người vận động dân chủ trên mạng Paltalk, nói đùa là lần sau bà sẽ dẫn theo một cô gái để cô có thể "dùng nhan sắc quyến rũ cai tù." (Paltalk là diễn đàn thảo luận trên mạng Internet rất phổ biến mà anh ta từng dùng để truyền bá các thông điệp cổ võ dân chủ.)

Về vấn đề tù nhân phải lao động, các thân nhân cho biết đã có cải thiện sau chuyến thăm viếng của các viên chức Tòa Tổng Lãnh Sự đánh giá các chương trình lao động trong trại tù tỉnh Đồng Nai hồi năm 2008. Cai tù cũng đã "nhã nhặn hơn" đối với tù nhân sau khi biết Tòa Tổng Lãnh Sự tiếp xúc với thân nhân tù chính trị.

Trong khi sức khỏe thân thể của tù chính trị tương đối tốt, thân nhân lo ngại về tình trạng tinh thần và tâm lý của họ. Thân nhân nói cứ vài tháng thì cai tù lại ép tù ký giấy nhìn nhận tội, hứa hẹn ân xá sớm, nhưng tất cả mọi tù chính trị đều từ chối.

Họ cho biết một tù nhân tên Giang đã bị biệt giam sau khi từ chối không ký.

(Ghi chú: Gia đình tù nhân không cho tham tán chính trị tất

cả họ và tên của người tù hoặc tổ chức chính trị của người đó để Tòa Tổng Lãnh Sự có thể kiểm chứng lại với danh sách Những Người Được Quan Tâm. Hết ghi chú)

Cha Lý tuyệt thực cho Thái Hà

Người chị và người cháu của Linh Mục Nguyễn Văn Lý, cư ngụ ở tỉnh Đồng Nai, cho biết chuyến thăm cha mới nhất của họ tại nhà tù Nam Hà ngày 12 tháng 1, 2009 thấy sức khỏe và tinh thần của ông vẫn tốt. (Ghi chú: Vì đường xa, họ chỉ có thể thăm ông mỗi hai hay ba tháng trong khi thân nhân các tù bị giam ở Đồng Nai thăm viếng hàng tháng vì tất cả họ đều ở khu vực thành phố Sài Gòn. Hết ghi chú).

Họ cho biết cha Lý tuyệt thực buổi trưa mỗi ngày để cầu nguyện cho giáo dân Thái Hà tại Hà Nội. Cha Lý cũng cầu nguyện hàng ngày để nhà cầm quyền cho phép người dân tự do phát biểu, chấm dứt "phá thai có hệ thống" và trả lại tài sản riêng cho người dân và các tổ chức tôn giáo.

Trong khi họ không gặp trở ngại khi mang đồ ăn và các vật dụng, người chị cha Lý nói ông chỉ được phép đọc tờ báo Pháp Luật, báo chính thức của Bộ Tư Pháp và quyển kinh thánh do Đức Tổng Giám Mục Huế tặng ngài hồi tháng 12 năm 2008 đã bị cai tù tịch thu. Tuy nhiên, cai tù cho phép ngài giữ lại Thánh Giá do Tổng Giám Mục tặng.

Cập nhật về Huỳnh Nguyên Đạo

Người anh của thành viên Đảng Dân Chủ Nhân Dân, Lê Nguyên Sang, cho biết ông đã gặp nhà tranh đấu dân chủ Huỳnh Nguyên Đạo vào ngày 27 tháng 2, 2009 nhưng an ninh quanh nhà ông vẫn "chặt" kể từ khi ông mãn hạn tù ngày 15 tháng 2, 2009 và ông không thể tiếp xúc với tham vụ chính trị từ đó đến nay.

Trong khi hầu hết thân nhân đều miễn cưỡng nói về các khó khăn của chính họ mà chỉ muốn chú trọng đến các tù chính trị, một số cho biết họ tiếp tục bị nhà cầm quyền áp lực ở nhà. Một số người kể họ hoặc các người trong gia đình bị công an theo dõi hay tiếp xúc và thường xuyên bị triệu tập đến trụ sở để "làm việc." Mọi người đều dự trù sẽ lại bị công an gọi sau cuộc tiếp xúc với tham tán chính trị Tổng Lãnh Sự.

Công điện nhận xét, "Sự hỗ trợ lẫn nhau và tình bạn giữa họ thấy biểu lộ trong cuộc tiếp xúc thấy rất xúc động. Họ thường xuyên liên lạc với nhau trước mỗi lần đi thăm tù và mang dùm tin, thực phẩm và các thứ cần thiết khác khi họ có thể làm được."

Mặc dù biết sẽ bị nhà cầm quyền soi mói sau khi đến thăm Tòa Tổng Lãnh Sự, tất cả đều cảm ơn sự quan tâm của chính phủ Hoa Kỳ đối với trường hợp người thân của họ và thúc giục tiếp tục nêu các trường hợp của họ với các giới chức Hoa Kỳ và Việt Nam mỗi khi có thể.

Công điện:

■ "Quyền tổng lãnh sự Charles Bennett gửi công điện về Hoa Thịnh Đốn," 13/3/2009, từ Charles Bennett, Quyền Tổng Lãnh Sự Hoa Kỳ tại TPHCM. Loại bảo mật: Không bảo mật. http://wikileaks.org/cable/2009/03/09HOCHIMINHCI TY189.html

Hồ Cẩm Đào chỉ trích Việt Nam 'lệch hướng Xã Hội Chủ Nghĩa'

Đỗ Dzũng

[2007] Chủ Tịch Hồ Cẩm Đào của Trung Quốc nghe nói chỉ trích Việt Nam "lệch hướng Xã Hội Chủ Nghĩa" khi một số nhân sự trong Đảng Cộng Sản Trung Quốc nói quốc gia láng giềng phía Nam cải tổ nhanh hơn và Trung Quốc nên noi theo.

Đó là nội dung bản công điện ngoại giao do đại sứ Mỹ tại Bắc Kinh, ông Clark T. Randt, Jr., viết ngày 9 tháng 2, 2007, gởi về Washington, DC, theo tiết lộ của Wikileaks.

Trong bản công điện, Đại Sứ Clark T. Randt, Jr. kể rằng, khi được Tham Tán Chính Trị Daniel Shields hỏi, Tham Tán Chính Trị Thai Viet Tranh của Tòa Đại Sứ Việt Nam tại Bắc Kinh nói ông thấy tài liệu được các nhà ngoại giao khối ASEAN tại thủ đô Trung Quốc chuyền tay nhau có hàng chữ ông Hồ Cẩm Đào (Hu Jintao) viết "đây không phải là Xã Hội Chủ Nghĩa" khi nói về cải tổ chính trị tại Việt Nam ở Đại Hội Đảng CSVN lần thứ 10, tháng 4, 2006.

"The direction in which China needs to go is 'fairly obvious,' and Beijing 'doesn't need to learn anything' from Hanoi."

Đại Sứ Clark T. Randt Jr. kể là ông Yip Weikiat, phó đại sứ Singapore ở Bắc Kinh, trong một lần khác cũng nói với ông Daniel Shields có nghe câu chuyện, nhưng không thể xác định, là trong một bản hướng dẫn của đảng, dưới sự chỉ đạo của Chủ Tịch Hồ Cẩm Đào, nói rằng *trong khi cải tổ chính trị sớm của Việt Nam là tốt, một số cải tổ đi quá xa và không phù hợp với Xã Hội Chủ Nghĩa.*

Để tài về *"những cải tổ chính trị tại Việt Nam có ý nghĩa như thế nào đối với Trung Quốc"* gây sự chú ý mới, sau khi tờ báo có khuynh hướng cải tổ Southern Weekend chọn ông Zhou Ruijin, một người có đầu óc cải cách 70 tuổi, là một trong 12 ứng cử viên cho giải thưởng "Người Trong Năm" vào Tháng Mười Hai.

"Đây là một đề tài 'nóng bỏng' được trí thức Trung Quốc thảo luận trước Hội Nghị 6 của Đại Hội Đảng Cộng Sản Trung Quốc vào Tháng Chín, khi các cuộc thảo luận về cải tổ đang được chú ý nhiều," bản công điện viết.

Vào Tháng Bảy, ông Zhou Ruijin (Chu Thụy Kim), từng là tổng biên tập Nhân Dân Nhật Báo, cơ quan ngôn luận của đảng Cộng Sản Trung Quốc, thách thức giới lãnh đạo ở Bắc Kinh noi gương cải tổ chính trị của Việt Nam, theo bản công điện.

Trong một bài viết sắc bén đăng trên Internet, ông Zhou Ruijin (cũng được biết qua bút hiệu "Huangfu Ping," mà ông thường dùng với các bút hiệu khác để bênh vực chính sách cải tổ thời Đặng Tiểu Bình) nói rằng Việt Nam học hỏi rất nhiều từ cải tổ kinh tế của Trung Quốc, nhưng nay "người học trò đã qua mặt ông thầy," cho thấy rằng đẩy mạnh cải tổ chính trị "là con đường đúng phải đi."

Ông Zhou Ruijin cũng phàn nàn rằng Trung Quốc bị *"sa lầy trong các vụ tranh cãi"* liên quan đến cải tổ, và ông đặc biệt yêu cầu Bắc Kinh học hỏi từ Hà Nội trong thời gian năm năm, các chính sách sau đây:

- Gia tăng vai trò của Ủy Ban Trung Ương Đảng trong việc giám sát Bộ Chính Trị, bao gồm sự chấp thuận của Ủy Ban Trung Ương trong việc bầu kín các đề nghị chính sách quan trọng, quyết định cá nhân và các dự án kỹ nghệ lớn.

- Thiết lập một hệ thống mà các ủy viên trung ương có thể chất vấn lãnh đạo đảng, bao gồm cả tổng bí thư, khi phải giải thích về một đề nghị chính sách nào đó, tại các hội nghị trung ương *"cho tới khi được trả lời một cách thỏa mãn."*

- Công khai trước các dự thảo báo cáo chính trị của đại hội đảng để lấy ý kiến của cả đảng viên lẫn quần chúng.

- Tổ chức bầu cử gián tiếp, bằng phiếu kín, trong đảng với nhiều ứng cử viên hơn các vị trí, và cung cấp lý lịch của từng ứng cử viên trước khi bầu cử.

- Nâng số đại biểu quốc hội làm việc toàn thời gian lên 25% và cho phép quốc hội chất vấn chính sách của chính phủ trong lúc truyền thanh trực tiếp đến người dân, qua các phương tiện truyền thông.

Chủ Tịch Hồ Cẩm Đào của Trung Quốc nghe nói chỉ trích "Việt Nam lệch hướng Xã Hội Chủ Nghĩa." (Hình: Liu Jin/AFP/Getty Images)

Cũng theo bản công điện, trong khi bài viết của ông Zhou Ruijin tạo được sự lạc quan đối với thành phần cải tổ, về một khả năng là đề tài này sẽ được đưa vào nghị trình làm việc của đại hội lần thứ 17 tổ chức vào Mùa Thu năm 2007, tin tức do Tòa Đại Sứ Mỹ thu thập được cho thấy gần như chắc chắn vấn đề này sẽ không được nhắc tới. Một cựu bình luận gia của Nhân Dân Nhật Báo có nhiều quen biết thân thiết trong đảng nói rằng Hồ Cẩm Đào bị áp lực từ cả hai phía chống và ủng hộ cải tổ, nhưng lại ngả về sự đồng thuận của giới lãnh đạo, chống lại cải tổ chính trị.

'Việt Nam chẳng có gì để học'

Trong khi đó, nhiều người trong giới học thuật bác bỏ quan điểm của ông Zhou Ruijin cho rằng Việt Nam có thể là một kiểu mẫu cho cải tổ tại Trung Quốc, vì sự khác biệt giữa hai quốc gia. Giới học thuật này cảm thấy khó chịu với sự so sánh của ông Zhou Ruijin.

Ông Zhou Shuzhen, giám đốc Viện Chính Trị Đương Đại thuộc Đại Học Nhân Dân Bắc Kinh, nói với tham tán chính trị Tòa Đại Sứ Mỹ rằng *"bất cứ so sánh nào về cải tổ chính trị giữa Việt Nam và Trung Quốc đều là 'sai lầm"* vì Trung Quốc là một quốc gia 'phát triển hơn' Việt Nam và chẳng có gì để học (từ láng giềng phía Nam)," bản công điện viết.

Giáo Sư Cai Dingjian của Đại Học Luật và Chính Trị Trung Quốc, một học giả nổi tiếng trực tính, nói với tham tán chính trị là Hồ Cẩm Đào có thể ủng hộ một số cải tổ bên trong đảng, ví dụ như có nhiều ứng cử viên hơn các vị trí trong một số cuộc bầu cử nội bộ, nhưng noi gương cải tổ chính trị của Việt Nam thì "còn khuya."

Mặt khác, ông He Weifang, giáo sư luật thuộc Đại Học Bắc Kinh, nói ông không nghe gì về chuyện Hồ Cẩm Đào nói cải tổ của Việt Nam "không phải Xã Hội Chủ Nghĩa." Nhưng ông thừa nhận rằng có "một số thành phần" trong đảng muốn dùng kiểu mẫu của Việt Nam để đẩy mạnh cải tổ Đảng Cộng Sản Trung Quốc.

Nói chung, theo bản công điện, thành phần có đầu óc cải tổ tin rằng "cải tổ để có dân chủ hơn trong đảng cuối cùng sẽ dẫn đến cải tổ chính trị bên ngoài."

"Sau cùng, làm sao Trung Quốc có thể có dân chủ nếu đảng Cộng Sản, đảng lãnh đạo đất nước, hoàn toàn không dân chủ," Giáo Sư He Weifang đặt câu hỏi với một giọng cường điệu. *"Cho dù thế nào đi nữa, con đường đi của Trung Quốc 'khá rõ rệt,"* và Bắc Kinh *'không cần học bất cứ gì' của Hà Nội."*

Một người khác, ông Zhai Kun, một học giả của Viện Quan Hệ Quốc Tế Đông Nam Á Đương Đại, nói rằng Trung Quốc tiếp tục nghiên cứu cải tổ của Việt Nam và chia sẻ kinh nghiệm này với Việt Nam qua trao đổi thường xuyên giữa hai trường đảng tại Hà Nội và Bắc Kinh.

Ông cho biết không nghe nói chuyện Hồ Cẩm Đào chê bai cải

tổ tại Việt Nam, nhưng nói rằng Trung Quốc thừa nhận cải tổ tại Việt Nam đi hơi nhanh.

"Việt Nam có thể cải tổ nhanh hơn vì không phải đối diện với sự bất ổn như Trung Quốc," bản công điện trích lời ông Zhai Kun nói. *"Ví dụ, Hà Nội có thể theo đuổi quan hệ với Vatican bởi vì Việt Nam có sự hài hòa hơn về tôn giáo và xã hội, và không phải đối diện vấn đề Đài Loan."*

Theo bản công điện, Tham Tán Chính Trị Thai Viet Tranh thừa nhận trao đổi giữa hai trường đảng của Hà Nội và Bắc Kinh được gia tăng trong suốt chuyến viếng thăm Trung Quốc của Tổng Bí Thư Nông Đức Mạnh hồi Tháng Tám, 2006. Tuy nhiên, tham tán chính trị của Việt Nam tuyên bố rằng trao đổi giữa hai trường đảng tập trung vào lý thuyết nhiều hơn là cải tổ.

Ông Thai Viet Tranh giải thích rằng người nào đó viết về cải tổ của Việt Nam có thể là một kiểu mẫu cho Trung Quốc thực ra dùng sự kiện này để minh định lập trường chính trị của họ.

Công điện:

- "Did Hu Jintao assess Vietnam's political reforms as non-socialist?" 9/2/2007, từ Clark T. Randt, Jr., Đại Sứ Hoa Kỳ tại Bắc Kinh. Loại bảo mật: Confidential. http://wikileaks.org/cable/2007/02/07BEIJING972.html

Nông Đức Mạnh thăm Nhật được 'đạo diễn bài bản'

Hà Giang

[2002]   Chỉ 10 ngày sau chuyến thăm Nhật Bản của ông Nông Đức Mạnh, lúc đó là Tổng Bí Thư đảng CSVN, tòa Đại Sứ Hoa Kỳ tại Hà Nội đã gửi một bản tường trình đầy đủ về Hoa Thịnh Đốn, qua công điện ngày 15 tháng 10, 2002.

Bằng một giọng văn hóm hỉnh và những nhận xét tỉ mỉ, tác giả của công điện, Đại Sứ Raymond Burghardt, cho thấy ông nắm khá rõ tình hình Việt Nam và quan hệ ngoại giao giữa Nhật Bản và Việt Nam lúc bấy giờ.

Chuyến viếng thăm 'bài bản'

Công điện mở đầu bằng câu viết dí dỏm, *"Nông Đức Mạnh, Tổng Bí Thư của đảng CSVN vừa đến thăm Nhật Bản từ ngày 2 đến ngày 5 tháng 10. Như được tiên liệu trước, cả hai bên, sau đó mô tả chuyến đi được 'đạo diễn' rất kỹ này, là một cuộc viếng thăm thành công."*

"Both sides predictably labeled the carefully scripted visit as a 'success'."

Công điện cho biết đây là chuyến đi Nhật đầu tiên của Nông Đức Mạnh trong vai trò Tổng Bí Thư, mặc dù trước đó, vào năm 1995, ông đã từng đến viếng xứ hoa Anh Đào.

Tháp tùng ông Nông Đức Mạnh là Phó Thủ Tướng Vũ Khoan, Bộ Trưởng Bộ Ngoại Giao Nguyễn Dy Niên, Bộ Trưởng Bộ Kế Hoạch và Đầu Tư Võ Hồng Phúc, Bộ Trưởng Bộ Giáo Dục và Đào Tạo Nguyễn Minh Hiển, và một số viên chức cao cấp khác trong đảng CSVN.

Phái đoàn của ông Nông Đức Mạnh dành nhiều thì giờ ở To-kyo, nhưng sau đó cũng đến thăm Osaka, nơi có nhiều liên quan đến ông Hồ Chí Minh, trước khi bay về Sài Gòn.

Đơn cử một thí dụ về tính cách "bài bản" của chuyến đi, công điện viết:

"Tại Tokyo, ông Nông Đức Mạnh gặp Nhật Hoàng Akihito, Thủ Tướng Koizumi cũng như một số lãnh đạo cao cấp của chính quyền Nhật Bản. Ông Mạnh họp với liên minh các tổ chức kinh tế Nhật Bản, Hiệp hội hữu nghị Nhật Bản-Việt Nam, và cũng đến thăm một trường đại học, nhưng không hề tiếp xúc với sinh viên. Ngoài ra ông Mạnh còn đến thăm lãnh đạo của lưỡng viện Quốc Hội, và cả lãnh đạo của đảng cộng sản Nhật Bản."

Ngoài việc *"tái khẳng định mối quan hệ mạnh mẽ song phương"*, cũng vẫn theo công điện, mục đích chuyến đi Nhật của Tổng Bí Thư Nông Đức Mạnh còn là cơ hội để cho hai bên có dịp thảo luận và thương lượng về nhu cầu của quốc gia mình.

Sử dụng ODA hiệu quả hơn

Công điện kể rằng trong buổi họp với Thủ Tướng Koizumi, ông Nông Đức Mạnh khẳng định yêu cầu Nhật Bản tiếp tục duy trì mức viện trợ ODA hiện tại. Yêu cầu này được đưa ra khi Nhật Bản đã giảm mức viện trợ 10% cho các nước trên thế giới, nhưng vẫn chưa giảm mức viện trợ cho Việt Nam. Phía Nhật Bản thì nêu ý kiến là Việt Nam có lẽ nên dùng tiền viện trợ ODA một cách hữu hiệu hơn.

Một đoạn của công điện viết:

"Theo lời của các viên chức của tòa đại sứ Nhật Bản, dù Koizumi và Mạnh không đề cập đến con số cụ thể, nhưng phía Việt Nam hiểu rằng chính phủ Nhật muốn Việt Nam cần phải cần kiệm hơn. Kể cả trong lúc thảo luận lẫn những bản đúc kết sau buổi họp, hai bên cùng thỏa thuận cụ thể là Việt Nam cần sử dụng viện trợ ODA của Nhật 'có hiệu lực và hiệu quả hơn' trước tình hình ngân sách hiện nay."

Công điện chú thích rằng viện trợ từ Nhật lên đến 40% tổng số viện trợ ODA của quốc tế cho Việt Nam.

Bảo vệ và cổ súy đầu tư nước ngoài

Trích lời ông Nguyễn Vinh Quang, vụ phó Vụ Trung Quốc

và Bắc Á, thuộc Ban Đối Ngoại Trung Ương Đảng, công điện cho biết trong chuyến viếng thăm của ông Nông Đức Mạnh, phía Nhật Bản đã thúc đẩy Việt Nam nên mau chóng thông qua thỏa thuận bảo vệ và cổ súy đầu tư nước ngoài, vì với Nhật Bản, điều này quan trọng trong việc chứng minh sự thành thật của Việt Nam trong việc kêu gọi vốn đầu tư nước ngoài, không riêng chỉ từ giới đầu tư Nhật Bản.

Ông Nông Đức Mạnh (trái) và Thủ Tướng Nhật Junichiro Koizumi gặp nhau tại Tokyo hôm 3 tháng 10, 2002. (Hình: Junko Kimura /Getty Images)

Công điện chú thích:

"Đàm phán về thỏa thuận này đã bị trì trệ kể từ khi thỏa thuận thương mại song phương Mỹ-Việt có hiệu lực vào tháng 12 năm 2001. Kể từ đó, Nhật Bản rõ ràng đã nóng ruột hơn, trong khi Việt Nam thì cũng không còn lý do nào để trì hoãn đàm phán. Người ta ngờ rằng có lẽ tranh chấp về xe gắn máy là do Việt Nam cố tình tạo ra để gây áp lực tại bàn thảo luận."

Xe gắn máy, chúng tôi khổ lắm!

Công điện cho biết ngay trước chuyến thăm của ông Nông Đức Mạnh, chính phủ Việt Nam công bố rằng sẽ giảm mạnh số lượng các "bộ phụ tùng" cho các xe gắn máy của Nhật được xuất cảng qua Việt Nam. Đặc biệt hãng xe Honda bị thiệt hại nặng nhất.

Các hãng xe Yamaha và Suzuki cũng kêu trời như bọng.

Đoạn dưới đây của công điện, cho thấy những "vận động" của giới sản xuất xe gắn máy Nhật Bản bên lề chuyến viếng thăm của ông Nông Đức Mạnh.

"Bên lề các cuộc họp của Mạnh với chính phủ Nhật, lãnh đạo cao cấp của các hãng Honda, Suzuki, và Yamaha đã gặp riêng Phó Thủ Tướng Vũ Khoan để bầy tỏ quan tâm về việc Việt Nam giảm 'quota' nhập cảng. Việc xuất cảng phụ tùng cho xe gắn máy, đối với chính phủ Nhật là một điểm quan trọng trong quan hệ song phương."

Công điện chú thích rằng, theo các viên chức của tòa đại sứ Nhật Bản thì phía Nhật không mấy tin giải thích của Phó Thủ Tướng Vũ Khoan rằng sở dĩ Việt Nam phải quyết định giới hạn nhập cảng là vì muốn "giảm thiểu tai nạn" do xe gắn máy gây ra.

Bản tường trình được gửi qua công điện cho thấy cả hai phía Nhật Bản và Việt Nam đều có những nhu cầu cần đối tác thỏa đáng, mặc dù ông Nông Đức Mạnh, theo đúng bài bản, đã tuyên bố trong một cuộc gặp gỡ là đảng CSVN dự tính sẽ cho ông đi thăm Nga, mặc dù không nói rõ chuyến đi sẽ xảy ra trong thời điểm nào.

Và kết luận rằng:

"Theo viên chức của Tòa Đại Sứ Nhật Bản thì không phải vô tình mà Nông Đức Mạnh công bố chuyến đi thăm Nga, mà có lẽ đã cố tình làm thế để chứng tỏ Việt Nam không thiên vị ai trong quan hệ với hai đối tác cùng quan trọng này."

Công điện:

- "Nong Duc Manh visits Japan: According to script," 15/10/2002, từ Raymond Burghardt, Đại Sứ Hoa Kỳ tại Hà Nội. Loại bảo mật: Không bảo mật. http://wikileaks.org/cable/2002/10/02HANOI2493.html

'Perfect Spy' phản ánh
sự 'lủng củng nội bộ'

Triệu Phong

[2007] Câu chuyện đằng sau việc Việt Nam chuẩn bị cho xuất bản cuốn sách của tác giả người Mỹ, Larry Berman, nói về cuộc đời của nhân vật tình báo cao cấp của Bắc Việt, Phạm Xuân Ẩn, cho thấy sự mâu thuẫn và phức tạp cố hữu trong bối cảnh thiên biến vạn hóa của chính tình Việt Nam. Công điện ngoại giao ngày 19 tháng 9, 2007, của Tổng Lãnh Sự Kenneth Fairfax, tiết lộ, cơ sở xuất bản quốc doanh NVA Publishing, lúc đầu quyết định lo việc in bản dịch sang tiếng Việt. Quyết định này sau đó hầu như bị đảo ngược bởi cơ quan kiểm duyệt, mà cơ quan này cũng do nhà nước quản lý. Nguyên nhân phần lớn có lẽ vì nội dung cuốn sách có hằng loạt những lời chỉ trích của ông Ẩn về chính sách hậu chiến của Việt Nam.

"As the attempt to ban 'A Perfect Spy' -- as well as the many recent setbacks in human rights -- reminds us, however, the counter-reform faction still yields considerable power."

Báo chí dàn trận

Khi được biết cuốn sách có nguy cơ bị cơ quan kiểm duyệt cấm xuất bản, nhiều cơ sở truyền thông do nhà nước quản lý như Lao Động, Tuổi Trẻ và những báo khác của đảng đua nhau đăng tải bài dạo đầu về cuốn sách, tạo cho cơ quan kiểm duyệt rơi vào thế khó lòng hủy bỏ việc xuất bản.

Khi tác giả Berman tiếp xúc với đại diện nghiệp đoàn các nhà văn được nhà nước công nhận, các nhà văn này trở nên mạnh miệng hơn, họ khuyên ông chớ có "quỵ lụy bọn kiểm duyệt 'đéo' đó mà phải thay đổi một chữ nào trong sách." Đám nhà văn cũng cho biết họ có ý định dùng mọi ảnh hưởng để cho cuốn sách được xuất bản.

Tướng tình báo, điệp viên Phạm Xuân Ẩn, nhân vật chính
trong cuốn sách 'Perfect Spy' (Hình: Nicolas Cornet/AFP/Getty Images)

Cao thủ gặp võ lâm

Trước khi sách được in bỗng xảy ra một tình huống éo le khác, số là Bộ Công An đòi phải nạp cho Bộ 20 bản in đầu tiên để duyệt trước. Sợ gặp thêm một chiến thuật cù chầy cù mài khác làm hỏng đi việc phát hành, các phần tử ủng hộ việc phát hành trong chính quyền liền nhảy vào trận. Họ dàn xếp thành công để cuốn sách đầu tiên, thay vì đem nộp cho Bộ Công An, lại đưa thẳng lên Chủ Tịch Nguyễn Minh Triết, người mà họ tin là sẽ thích cuốn sách và ủng hộ việc xuất bản nó. Về phần Bộ Công An, họ sẽ được tiếp nhận mấy ấn bản mà họ đòi hỏi ngay sau khi ông Triết xem xong.

Còn ai trồng khoai đất này

Việc xuất bản cuốn "A Perfect Spy" mang lại một cái nhìn thích thú về sự lủng củng trong nhà nước Việt Nam. Ai muốn xuất bản cuốn sách? Chính quyền. Ai cản trở việc xuất bản? Chính quyền. Ai xúi giục báo chí đánh du kích để được xuất bản? Cũng chính quyền.

Kết luận thật rõ ràng: chính quyền Việt Nam không là một nguyên khối.

Cởi mở và bảo thủ ai thắng ai

Qua một nhận định về một trận chiến liên tục rộng rãi hơn cho tương lai và đường hướng đi đến một cải tổ toàn diện ở Việt Nam, một phần lớn trong chính quyền tích cực khuyến khích cởi mở hơn, ngay cả dám tiến xa qua việc ủng hộ sự xuất bản cuốn sách, trong đó người hùng lừng danh của đất nước, tấn công như tát nước chính sách hậu chiến của chính quyền và cả cái nếp sống khép kín của xã hội Việt Nam. Một phần khác của chính quyền lại rõ ràng là chưa sẵn sàng để bước những bước táo bạo này, họ nỗ lực quay ngược lại kim đồng hồ, mặc dù sự kiện là câu chuyện và quan điểm của ông Phạm Xuân Ẩn ai cũng biết cả rồi.

Trong khi cái trường thiên "A Perfect Spy" cũng như sự thành công to lớn của các chương trình như STAR, Chỉ Số Cạnh Tranh của Việt Nam, Chương Trình Đào Tạo Giáo Dục Fulbright, và nhiều thứ khác, cho thấy rõ ràng là phe ủng hộ cải cách trong chính quyền ở thế trên cơ. Thì thái độ cố ngăn chặn việc xuất bản cuốn "A Perfect Spy" cũng như nhiều sự kiện thụt lùi về tình trạng nhân quyền, điều này nhắc nhở cho chúng ta thấy phe chống cải cách tỏ ra cũng có quyền uy không kém.

Công điện:

- "'A Perfect Spy' provides insights into the Vietnamese government," 19/9/2007, từ Kenneth Fairfax, Tổng Lãnh Sự Hoa kỳ tại TP HCM. Loại bảo mật: Không bảo mật. http://wikileaks.org/cable/2007/09/07HOCHIMINHCITY965.html

Phải chăng Việt Nam
chận trang mạng của BBC

Triệu Phong

[2010] Có nhiều chứng cớ cho thấy, trang mạng BBC tiếng Việt ở trong nước đang trở nên ngày mỗi khó vào hơn. Công điện ngoại giao đề ngày 23 tháng 2, 2010, do Đại Sứ Michael Michalak ký tên, thuật lại lời một tham tán chính trị Anh Quốc, cho biết tòa đại sứ Anh bắt đầu nhận được báo cáo, trong suốt thời gian Tết Nguyên Đán vừa qua, trang mạng BBC bị các cơ quan cung cấp dịch vụ internet do nhà nước quản lý chận lại không cho vào xem. Tòa đại sứ Anh thu thập đủ chứng cớ về việc ngăn chận này và đang nghĩ đến việc tiếp cận với chính quyền Việt Nam.

Tình trạng hiện nay có vẻ y hệt với việc trang Facebook.com bắt đầu bị ngăn chận hồi mùa thu năm ngoái, mà đến nay vẫn còn. Theo điều tra không chính thức của phía Hoa Kỳ, các cơ sở cung cấp dịch vụ internet ở khắp Hà Nội đang gây khó khăn không cho người sử dụng Internet vào được trang mạng của BBC.

Mua dịch vụ internet nhưng không phải lướt vào đâu cũng được FPT, cơ quan cung cấp dịch vụ In-ternet lớn nhất Việt Nam, cho phép một số người vào được trang mạng BBC, trong khi một số khác thì không. Nhiều nhân viên tòa đại sứ có dịch vụ Internet cao tốc tại nhà vẫn không vào được trang mạng này. Ngoài ra, trang mạng BBC cũng không vào được nơi các máy điện toán không thuộc mạng lưới OpenNet liên kết với Bộ Ngoại Giao Mỹ tại American Center ở Embassy Annex. Đáng lưu ý là dịch vụ Internet của các máy này đều do FPT cung cấp.

"A similar refreshing of the page on the computers in the American Center, however, did not resolve the issue."

Đến kỹ thuật viên cơ quan FPT cũng bó tay

Khi gọi báo cáo về trục trặc này với bộ phận hỗ trợ kỹ thuật của FPT, kết quả thật bất ngờ vì ngay nhân viên kỹ thuật của cơ sở này cũng không vào được trang mạng. Sau khi khởi động lại trang mạng thì nhân viên kỹ thuật cho biết có thể vào được trên máy của mình. Thực hiện thao tác tương tự nơi các máy điện toán ở American Cente, lạ thay lại không được như thế.

Trang mạng BBC Việt Ngữ. (Hình: NV)

Herdict.org, trang mạng chuyên cung cấp dữ kiện thống kê nơi nào trên thế giới có trang mạng không thể vào được, tường trình có hai báo cáo về việc không vào được trang mạng www.bbcvietnamese.com.

Alexa.com, một trang mạng chuyên đo lường lượt người vào xem của bất cứ một website nào. Alexa.com liệt kê BBC.co.uk được vào xem nhiều thứ 48 ở Việt Nam, trong khi Facebook.com đứng hạng tám.

Bây giờ mới thấy internet là nguy hiểm

Chính quyền Việt Nam trước đây tương đối nương tay đối với blogger và Internet, ngoại trừ khi ý kiến nào của dân mạng thấy có thể dẫn đến hành động chính trị thì mới can thiệp. Qua việc chặn đứng Facebook và nay có thể với BBC tiếng Việt, chính quyền tuồng như hoàn toàn bừng tỉnh về sức mạnh của Internet, rằng nó có thể vừa xách động số đông vừa phát tán thông tin nhanh chóng. Ngăn chặn BBC là việc khá rắc rối vì nó được nhiều người vào đọc và còn là cơ sở truyền bá tin tức không thuộc phạm vi quản lý của nhà nước và truyền đến Việt Nam hằng ngày. (Hai đài RFA và VOA hoàn toàn không vào nghe được nếu thiếu máy chủ ủy nhiệm, proxy server).

Trang mạng BBC, đặc biệt là nguồn thông tin dồi dào về vấn đề nhân quyền, nhắc đến vấn đề đề cập thường xuyên trong không gian blog (blogosphere), đồng thời có thêm tiết mục phỏng vấn các nhân vật bất đồng chính kiến, cũng như các bài viết của những nhân vật này.

Riêng trong tuần qua, BBCVietnamese.com chạy suốt tiết mục về lời kêu gọi phóng thích tù nhân chính trị của HT Thích Nhất Hạnh, phỏng vấn ba nhà bất đồng chính kiến nổi tiếng (hai người hiện sống lưu đày ở hải ngoại), nghe kể lại kinh nghiệm ngày Tết ở trong tù của họ. Ngoài ra cũng bàn về vấn đề đốn chặt cây rừng ở biên giới Hoa Việt.

Công điện:

- "Is Vietnam blocking BBC.com?," 23/2/2010, từ Michael Michalak, Đại Sứ Hoa Kỳ tại Hà Nội. Loại bảo mật: Không bảo mật. http://wikileaks.org/cable/2010/02/10HANOI214.html

Làn sóng lấy chồng Đài Loan

Hà Tường Cát

[2005] Làn sóng đàn ông Đài Loan sang Việt Nam tìm vợ đã được ngoại giao Hoa Kỳ đặc biệt quan tâm, ít nhất qua 3 bản công điện gởi từ Tổng Lãnh Sự Mỹ ở Sài Gòn và từ *"American Institute Taiwan"* ở thủ đô Đài Bắc, Đài Loan về Washington DC trong hai năm 2005 và 2006.

Công điện từ AIT (American Institute Taiwan) trình bày về tình trạng dân số tại Đài Loan cho biết:

Cùng với mức sinh sản thấp, một khuynh hướng khác trong dân chúng Đài Loan là hôn nhân với người nước ngoài (quen gọi là cô dâu nước ngoài vì 80% là phụ nữ). Trào lưu này khởi đầu từ cuối thập kỷ 1980, gia tăng trong thập kỷ 1990 và năm ngoái chiếm tới ¼ những cuộc hôn nhân mới tại Đài Loan. Khoảng 2/3 cô dâu nước ngoài từ lục địa Trung Quốc và hầu hết 1/3 còn lại là từ Đông Nam Á. Theo Sở Đăng Ký Hộ Khẩu Bộ Nội Vụ (MOI), từ 1987 đến tháng 6 năm 2005 tổng cộng có khoảng 351,000 cô dâu nước

> "Survey data indicating that nearly half the Vietnamese women in Taipei County are not living with their husbands."

ngoài vào Đài Loan, trong số này, có 224,000 cô đến từ lục địa Trung Quốc, Hong Kong và Macau; 127,000 cô đến từ các nước Đông Nam Á.

31% những cuộc hôn nhân tại Đài Loan vào năm 2003 là với cô dâu nước ngoài. Tỷ lệ này giảm xuống còn 23% vào năm 2004, do sự ngăn chặn các đám cưới giả với mục đích nhập lậu phụ nữ làm mãi dâm.

Năm 2004, 13% trẻ sơ sinh ở Đài Loan ra đời từ những gia đình có bố hay mẹ là dân nước ngoài. Các cô dâu nước ngoài không mắn đẻ hơn mức bình thường nhưng tác động của sự nhập cảnh phụ nữ trẻ kết hôn với những người đàn ông không có điều kiện khác để có con đã làm mức sinh sản gia tăng trong một chừng mực nào đó.

Phân tích về hoàn cảnh của những người đàn ông cưới vợ nước ngoài, công điện này giải thích là nói chung họ thuộc vào thành phần tương đối thấp về mặt kinh tế-xã hội và sống ở những vùng nông thôn mà nhiều phụ nữ đã rời bỏ nhà ra tỉnh tìm việc làm, do đó không có khả năng lấy được vợ tại địa phương. Nhằm phục vụ nhóm đàn ông này, các văn phòng trung gian mai mối tổ chức tour du lịch cho đàn ông Đài Loan đi Trung Quốc hay Việt Nam để gặp những nhóm phụ nữ đông đảo. Ông nào chọn được một người vừa ý, có thể cưới ngay trong chuyến đi ấy hay một chuyến trở lại vào nhiều tháng sau. Một hãng giới thiệu cô dâu Việt Nam quảng cáo trên tấm bảng lớn ở ngoại ô Đài Bắc là với giá $8,500 một người đàn ông có thể cưới được một cô dâu "bảo đảm mắn đẻ, cần cù làm việc và nói được tiếng Đài Loan." Khách hàng còn được hứa hẹn: *"Nếu cô dâu bỏ trốn chúng tôi sẽ thay thế bằng một cô khác theo sự lựa chọn của quý vị."* Quảng cáo cô dâu Việt Nam cũng được chạy trên truyền hình Đài Loan.

Những cô dâu nước ngoài di nhập đảo quốc này đã gây ra sự lo ngại về tác động đối với xã hội và văn hóa Đài Loan. Trên báo chí, cô dâu ngoại quốc thường được mô tả với *"những vấn đề xã hội"* mà họ tạo nên. Có một số định kiến với các cô dâu nước ngoài vì họ thường được xem là nghèo và trình độ giáo dục kém, kết hôn vì tiền hoặc tìm cách vào Đài Loan làm mãi dâm hay công việc bất hợp pháp.

Đầu năm 2005, Bộ Nội Vụ Đài Loan lập lại đòi hỏi phỏng vấn trực tiếp khi xin cấp thông hành cho những cô dâu Việt Nam, nêu lên con số ngày càng tăng về những cuộc hôn nhân với mục tiêu buôn lậu phụ nữ đưa vào nghề mãi dâm.

Cũng có một số lo lắng về vai trò của các cô dâu ngoại quốc trong các gia đình có nền nếp truyền thống ở Đài Loan. Hồi tháng 6, các nhà lập pháp thuộc đảng Công Đoàn Đoàn Kết Đài Loan (TSU) đã tổ chức một cuộc họp báo, trong đó các bà mẹ chồng tố cáo các nàng dâu ngoại quốc bạo hành và đe dọa sinh mạng họ.

TSU còn đề nghị thanh tra tất cả gia đình có cô dâu ngoại quốc. Những phản ứng quá đáng ấy chứng tỏ mức độ khó chịu trong TSU, một chính đảng xanh cổ vũ lý lịch Đài Loan, đối với sự hiện diện gia tăng của các cô dâu nước ngoài và đặc biệt là cô dâu gốc lục địa Trung Quốc.

Một cô dâu chụp hình đám cưới bên hông nhà thờ Đức Bà Sài Gòn hồi tháng 1 năm 2007. Kể từ thập kỷ 1990 một làn sóng lấy chồng Đài Loan xuất hiện tại Việt Nam và cho đến nay đã có hàng trăm ngàn phụ nữ Việt Nam làm dâu xứ Đài. (Hình: HOANG DINH NAM/AFP/Getty Images)

Trình độ thấp kém trong xã hội mới

Vấn đề xã hội chính yếu của các cô dâu nước ngoài được đề cập trên báo chí và những cuộc thảo luận với viên chức chính quyền, là trình độ học vấn và khả năng sinh ngữ. Các cô dâu Đông Nam Á được xem như kém học thức vì thường là không nói được trôi chảy tiếng Phổ Thông (Quan Thoại). Khả năng sinh ngữ bị xem là mối quan tâm vì ảnh hưởng tới con cái. Các viên chức Bộ Nội Vụ nhấn mạnh rằng khi những người mẹ không nói được tiếng Phổ Thông, họ không thể chuẩn bị thỏa đáng cho con đi học hay hướng dẫn chúng làm bài vở ở nhà. Thêm nữa, các bà mẹ gốc Đông Nam Á được coi là ngần ngại nói chuyện với giáo viên hay đồng hóa vào xã hội Đài Loan. Do đó, có mối quan ngại là con cái cô dâu nước ngoài chậm phát triển hơn trẻ con có mẹ là dân Đài Loan.

Một thăm dò của bệnh viện Cơ Đốc Chiayi Christian Hospital, được báo chí địa phương tường thuật rộng rãi, ước lượng là 90% trẻ em có mẹ là người nước ngoài bị "chậm về nhận thức và phát triển ngôn ngữ." Một bài báo mới đây trên tờ Taipei Times nói rằng tỷ lệ mù chữ của người trên 15 tuổi ở Đài Loan là 3.9%, cao hơn một số quốc gia mở mang khác, và lập luận rằng lý do ở những cô dâu nước ngoài thất học, và rằng tình trạng thất học của họ sẽ tác động đến con cái và làm cho lực lượng lao động Đài Loan kém giá trị cạnh tranh trong tương lai.

Lý lịch Đài Loan là một vấn đề phức tạp. Dù có một số phân hóa địa phương và ngôn ngữ ở Đài Loan, với những di dân từ nhiều vùng ở lục địa và con cháu của họ, đa số dân chúng được coi là người Hán có văn hóa. Về điểm này, các cô dâu từ lục địa có khả năng đồng hóa tới một mức nào đó, nhưng họ vẫn còn bị coi là khác với những người di cư tới Đài Loan năm 1949 hay trước đó. Những cô dâu Đông Nam Á là một lớp người khác hẳn, họ không có liên hệ chủng tộc và ngôn ngữ, đại đa số không nói được tiếng Phổ Thông cũng như tiếng Đài Loan.

Đối với chính quyền, câu trả lời cho những lo ngại nói trên là làm sao giúp đồng hóa các cô dâu này càng nhanh càng tốt để họ trở thành "dân Đài Loan mới." Các cơ quan nhà nước lập ra một loạt các chương trình để xúc tiến đạt mục tiêu này.

Ngày 17 tháng 6, Quốc Hội Đài Loan thông qua một đạo luật tu chính sẽ có hiệu lực từ tháng 10, thay đổi những đòi hỏi nhập quốc tịch cho các cô dâu nước ngoài. Thêm vào đòi hỏi trước đây là 5 năm cư trú ở Đài Loan và bằng chứng có hỗ trợ tài chính, họ sẽ phải qua một kỳ thi về tiếng Quan Thoại và văn hóa Đài Loan. Những người bênh vực cô dâu nước ngoài phản đối những đòi hỏi mới là quá khó khăn và có tính kỳ thị. Tuy nhiên, một giới chức Bộ Nội Vụ giải thích rằng quy định mới không nhằm ngăn cản các cô dâu nước ngoài nhập quốc tịch Đài Loan, mà là để giúp họ và con cái tới chỗ đồng hóa được hơn với dân Đài Loan.

Dòng cô dâu ngoại quốc vào Đài Loan trong hai chục năm qua là một chương mới nhất trong lịch sử lâu dài về di dân từ Trung Quốc và các nước Á Châu-Thái Bình Dương. Những vấn đề mà báo chí nêu lên phản ánh mối quan ngại của một xã hội tương đối thuần nhất trước tình hình dân chúng đa dạng hóa. Cũng có khác biệt trong sự quan tâm lo lắng giữa những chính trị gia chủ trương Đài Loan hoàn toàn độc lập với đa số dân chúng còn lại về các cô dâu gốc lục địa Trung Quốc. Số chính trị gia nói trên lo ngại các cô dâu này giữ lòng trung thành với quê hương và ảnh hưởng đến con cái. Nhưng quan tâm chủ yếu về vấn đề cô dâu nước ngoài, từ Trung Quốc hay từ Đông Nam Á, không phải là đối với chính đối tượng, mà là về con cái họ.

90,000 cô dâu Việt ở Đài Loan

Tại Việt Nam, trong hơn một thập kỷ qua, hiện tượng những phụ nữ trẻ từ các cộng đồng nghèo vùng châu thổ sông Cửu Long lấy chồng Đài Loan càng ngày càng thu hút sự quan tâm theo dõi của các giới chức chính quyền TPHCM và báo chí. Một công điện gởi về Bộ Ngoại Giao Hoa Kỳ vào cuối năm 2005 nói là trong cuộc gặp gỡ các viên chức Tòa Tổng Lãnh Sự Hoa Kỳ ngày 6 tháng 12, văn phòng Kinh Tế và Văn Hóa Đài Bắc TPHCM (TECO) cho biết, trong năm 2005 đã thành lập hệ thống phỏng vấn trực tiếp từng người có thể là cô dâu Việt Nam và người phối ngẫu Đài Loan tương lai. Thể thức này nhằm đáp ứng những quan ngại về các thủ đoạn gian trá vì trước kia cách phỏng vấn tập thể chỉ có tính cách hình thức tượng trưng không có giá trị điều tra,. TECO ước lượng khoảng 90,000 phụ nữ Việt Nam đã được cấp thông hành hôn nhân đi Đài Loan, nhưng một khi đến nơi lại không có sự kiểm soát hay theo dõi hiệu quả những phụ nữ này. Một nghiên cứu di trú ở Đài Loan nhận thấy gần 50% cô dâu Việt ở quận Đài Bắc không sống với người chồng đã cưới và không kiểm kê biết được họ ở đâu.

Từ năm ngoái, chính quyền TPHCM đã tiến hành một số những bước có giới hạn nhằm để cập đến vấn đề này. Liên Hiệp Phụ Nữ TPHCM tự thành lập một trung tâm tham vấn cho các phụ nữ Việt Nam muốn lấy chồng ngoại quốc. Hội Phụ Nữ hy vọng có thể tránh cho họ những hoàn cảnh nhiều người đã mắc phải là kết hôn với những người đàn ông tàn phế và trở thành người săn sóc chồng.

Những đại diện của Hội Liên Hiệp Phụ Nữ nói với một giới chức Bộ Ngoại Giao Hoa Kỳ đến thăm hồi năm ngoái rằng, từ 1993 đến tháng 5 năm 2004 có 41,900 phụ nữ tại 13 tỉnh vùng Cực Nam Việt Nam đã trở thành cô dâu ở nước ngoài, phần lớn đi Đài Loan. Theo dữ kiện của Liên hiệp Phụ nữ TPHCM, 69% ông chồng lớn hơn ít nhất 20 tuổi; 80% cô dâu không có việc làm trước đó, 755 trình độ học vấn thấp, một số mù chữ, nhiều người không nói được tiếng của chồng tương lai. Trung bình các gia đình cô dâu nhận được 6 triệu đồng Việt Nam (USD 375) từ các nhà môi giới hôn nhân.

TECO bắt đầu theo dõi các cô dâu Việt Nam ở Đài Loan từ năm 1995, giải quyết 1,476 đơn; tới năm 2000 con số này tăng lên 13,863 và từ 2001 đến 2004 ở mức trên 10,000 mỗi năm. Cô dâu Việt Nam chiếm 70% trong số cô dâu nước ngoài ở Đài Loan (gần hầu hết là Đông Nam Á), không kể số cô dâu từ lục địa Trung Quốc.

Đa số các cô dâu gặp người phối ngẫu qua một hệ thống các văn phòng mai mối hoạt động tích cực ở Đài Loan và Việt Nam. Mai mối hôn nhân tại Việt Nam là bất hợp pháp nên các nhà mai mối thường núp dưới danh nghĩa *"văn phòng du lịch"* để tạo điều kiện cho đàn ông Đài Loan đến Việt Nam. TECO nói với chúng tôi là giá biểu phổ thông mà chú rể trả "trọn gói" cho các văn phòng là từ 6,000 đến 10,000 US dollars, bao gồm chi phí đi Việt Nam một hay nhiều lần, cơ hội lựa chọn cô dâu qua một buổi trình diễn các thiếu nữ, tổ chức đám cưới và tất cả giấy tờ hồ sơ cần hoàn tất theo đúng quy định ở cả hai nước.

Phong trào lấy chồng Đài Loan khởi đầu từ miền Nam đã dần dần bành trướng ra các tỉnh miền Bắc, 1,200 đơn xin thông hành được nạp ở Hà Nội năm nay. Theo giám đốc Văn Phòng Hộ Chiếu Tòa Lãnh Sự Đài Loan, gia đình cô dâu miền Bắc được trả tiền nhiều hơn miền Nam, khoảng US$600 so với US$200-300.

TECO cho biết 47% cô dâu Việt Nam ở Đài Loan không còn sống với gia đình và nhà chức trách không có tài liệu về tình trạng hiện nay của họ. Không kể các hành động gian trá hay bất hợp pháp, những lý do chính có thể là khác biệt tuổi tác quá lớn giữa vợ chồng, hàng rào ngôn ngữ và phong tục văn hóa Đài Loan hãy còn để người đàn ông có uy quyền trong gia đình hơn phụ nữ. TECO cũng ghi nhận là chưa có sự kiểm tra lý lịch hình sự các chú rể Đài Loan trước hôn nhân.

Một số giới hạn những cuộc phỏng vấn do một tổ chức phi chính phủ (NGO) mang tên Mobility Research and Support Center (MRSC) ở TPHCM thực hiện cho biết khoảng 10% phụ nữ Việt Nam bỏ Đài Loan trở về nước nói rằng họ bị lạm dụng trong hôn nhân ở Đài Loan. Tuy nhiên không có người nào khai đã bị tổ chức buôn người đưa vào mãi dâm hay khai thác lao động. Các giới chức TECO nói với chúng tôi là Đài Loan đã tổ chức đường giây điện thoại nóng cho các phụ nữ báo động bạo hành tại gia.

Các cô dâu Việt Nam đến Đài Loan được cấp một thông hành 6 tháng và đăng ký với cảnh sát để được cấp chứng chỉ thường trú trong một năm, có thể gia hạn. Sau ba năm họ có thể xin nhập quốc tịch Đài Loan nếu từ bỏ quốc tịch Việt Nam. Trên lý thuyết nếu trong ba năm ấy họ không sống với chồng thì hô nhân có thể bị coi như gian trá và việc ở lại Đài Loan là bất hợp pháp. Trong thực tế cảnh sát Đài Loan không có phương tiện kiểm tra được người phụ nữ có ở với chồng hay không. Ước lượng ít nhất có trên 10,000 người Việt cư trú bất hợp pháp tại Đài Loan.

Hoạt động của các tổ chức môi giới

Không có viên chức TECO nào mà chúng tôi đã tiếp xúc nói rằng họ căn cứ vào định chuẩn gì để xác định hôn nhân là hợp pháp. Hiếm có trường hợp một cặp nói rằng họ gặp nhau qua môi giới và hầu hết nói do một thân nhân giới thiệu. Mặc dầu biết 99% lý do là tài chính nhưng theo TECO, đó không phải yếu tố để từ chối qua phỏng vấn. Các cặp nạp đơn xin thông hành vợ chồng ở TECO không phải đã kết hôn hợp pháp khi phỏng vấn. Nếu được chấp thuận, TECO sẽ cấp cho người chồng một chứng chỉ chưa có gia đình và chính quyền Việt Nam đòi hỏi tài liệu này để làm chứng thư hôn thú. Thủ tục phỏng vấn chặt chẽ của TECO dẫn đến một hậu quả ngoài dự tính là càng ngày càng có thêm phụ nữ Việt Nam lấy chồng Nam Hàn.

Trong một công điện khác gởi đi đầu năm 2006 về cùng vấn đề, Lãnh Sự Quán Hoa Kỳ ở TPHCM nói về hiện tượng xã hội từ việc phụ nữ Việt Nam lấy chồng nước ngoài với một số chi tiết được trích dẫn từ báo chí Việt Nam.

Một nữ phóng viên tờ báo Thanh Niên trong chuyến đi làm phóng sự ở đồng bằng sông Cửu Long đầu năm 2006 nói rằng riêng tỉnh Cần Thơ có ít nhất 14,000 phụ nữ - hầu hết nghèo và thất học - đã lấy chồng Đài Loan và trong đó một số ít hơn lấy chồng Nam Hàn, tính từ năm 2000.

Qua phỏng vấn những phụ nữ từ Đài Loan trở về vì hôn nhân thất bại, phóng viên này xác định những kẻ môi giới đóng vai trò chủ yếu. Họ đi từng nhà ở Cần Thơ để hỏi có ai muốn lấy chồng Đài Loan. Mặc dầu nhận một khoản tiền đáng kể của người Đài Loan, môi giới chỉ trả một số tiền rất nhỏ - từ 3 đến 5 triệu đồng VN (US$ 190 - 315) cho gia đình cô dâu tương lai và gia đình cũng biết sẽ không nhận thêm được bao nhiêu nhưng vì nghèo khó, họ hy vọng con gái mình sau này ra đến nước ngoài sẽ có thể gởi tiền về trợ giúp.

Một thăm dò 2,000 cô gái tỉnh Cần Thơ đi lấy chồng Đài Loan cho biết 2/3 nói rằng không có việc làm và cần giải quyết tình trạng tài chánh, mặc dầu nhìn nhận không mường tượng được cuộc sống của mình ở nước ngoài sẽ như thế nào.

Thông thường, cô gái được người môi giới tuyển sẽ trải qua một trong ba cách:

- Tại làng cô được cho xem hình để chọn ông chồng tương lai. Nếu đồng ý người môi giới sẽ làm giấy tờ, cho đương sự ký tên và sau khi hoàn tất các thủ tục tại địa phương, cô sẽ được đưa lên tỉnh ly Cần Thơ làm đám cưới.

- Cô gái cũng có thể được đưa thẳng lên quận 10, TPHCM, nơi có cộng đồng người Hoa đông đảo. Tại đây hãng môi giới tổ chức cho các cô gái và các ông chồng tương lai gặp nhau trong những buổi họp tập thể để lựa chọn và sau đó làm đám cưới.

- Cũng có trường hợp, với các chú rể tương lai giàu tiền bạc, các cô gái sẽ được trình diễn để các ông này chọn và cô gái chỉ có thể chấp thuận hay không chứ không có quyền lựa chọn.

Trong cách thứ nhất, nghĩa là xem hình để chọn chồng, có nhiều trường hợp tới ngày đám cưới các cô dâu nhận ra chú rể là khác với người mình đã chọn qua hình. Tất nhiên chú rể mới này phải già hoặc có tật, tuy nhiên nữ phóng viên nói trên không biết trong hoàn cảnh này người phụ nữ sẽ từ chối hay không.

Huyện Thốt Nốt, tỉnh Cần Thơ đã được mệnh danh là "đảo Đài Loan" bởi vì hầu hết các gia đình có ít nhất là một con gái lấy chồng Đài Loan. Đầu tiên một nhà có hai con gái đi Đài Loan và sau đó gởi tiền về cho gia đình xây cất được một ngôi nhà lớn. Kết quả ấy gây thành phong trào cho dân chúng trong huyện.

Tại tỉnh Đồng Tháp có một số phụ nữ lấy chồng Đài Loan, vài năm sau trở về với con nhỏ sinh ở Đài Loan. Những người này gặp khó khăn trong sự tái hội nhập vào xã hội và các con nhỏ không có giấy khai sinh chính thức.

Một số cô dâu Việt trong hoàn cảnh thiếu may mắn, có thể rơi vào tay những tổ chức buôn người cung cấp cho các ổ mãi dâm ở nước ngoài, tuy nhiên không có tài liệu để biết được con số là bao nhiêu, Cũng có trường hợp cô dâu Việt Nam trở thành công nhân lao động trong xưởng sản xuất hay nông trại ở Đài Loan.

Công điện:

- "Taiwan population focus 2: Foreign brides," 3/8/2005, từ Anne Bilby, sinh viên thực tập khoa kinh tế American Institute Taiwan, Taipei. Loại bảo mật: Không bảo mật. http://wikileaks.org/cable/2005/08/05TAIPEI3233.html

- "Vietnamese brides to Taiwan," 20/12/2005, từ Kenneth Chern, Lãnh Sự Quán Hoa Kỳ tại TPHCM. Loại bảo mật: Không bảo mật. http://wikileaks.org/cable/20 05/12/05HOCHIMINHCITY1299.html

- "More on Vietnamese brides to Taiwan," 28/4/2006, từ Seth Winnick, Lãnh Sự Quán Hoa Kỳ tại TPHCM. Loại bảo mật: Không bảo mật. http://wikileaks.org/ca ble/2006/04/06HOCHIMINHCITY456.html

Bí mật Việt Nam qua hồ sơ Wikileaks - *Quyển 2*

Chuyện cô dâu Việt
lấy chồng Hàn

Triệu Phong

[2007] Lập gia đình với người nước ngoài giữa đàn ông Nam Hàn với cô dâu ngoại quốc gia tăng ở mức độ khủng khiếp. Năm 2005, ở Nam Hàn có 43,121 đàn ông lấy người nước ngoài, bằng 13.6% tổng số các đám cưới ở Nam Hàn, đây là con số gia tăng từ 12,319 của năm 2000.

Hơn 70% của những đám cưới này (tổng số 31,180) là giữa đàn ông Hàn với phụ nữ nước ngoài.

Theo công điện để ngày 20 tháng 3, 2007, từ Đại Sứ Mỹ ở Nam Hàn, Alexander Vershbow, chính quyền Nam Hàn ủng hộ sự kết hợp này vì nó phần nào giải quyết được vấn đề thanh niên trong nước đông hơn nữ giới, ở một mức độ hiện đang ngày càng trầm trọng, khiến họ gặp khó khăn khi tìm vợ để lập gia đình. Đây cũng là nguyên nhân mấu chốt dẫn đến Nam Hàn có mức sinh sản thấp nhất trong khối thuộc Tổ Chức Hợp Tác và Phát Triển Kinh Tế, OECD.

"Knowing that she went to Korea to provide a better life for herself and for her family, Clara is likely face a difficult transition back into the village where all will know that she failed where others have reaped great success and prosperity."

Với hiện tượng đang tiếp tục gia tăng mạnh mẽ này, ngoài thuận lợi về mặt nhân khẩu, còn có những vấn đề về đạo đức, xã hội và văn hóa.

Bức công điện tiết lộ câu chuyện của một cô dâu trẻ người Việt tên Clara, tường thuật lại với viên tham tán chánh trị.

Câu chuyện của cô dâu Việt tên Clara

Clara là tên do các nữ tu Nam Hàn ở Nhà Hữu Nghị nơi cô đang trú ngụ đặt cho. Cô năm nay 24 tuổi, xuất thân từ một làng quê ở Việt Nam. Clara sang Nam Hàn vào năm 2006, sau khi làm lễ thành hôn tại Việt Nam với người chồng Hàn tên Kim. Là một trong năm người con của một gia đình nghèo khó ở vùng quê xa xôi của Việt Nam, Clara bắt đầu lấy chồng Hàn sau khi thấy ba cô gái khác cùng quê cũng lấy chồng Hàn và gửi tiền về giúp gia đình. Nhờ dư dả, những gia đình này xây lại nhà cửa khang trang, tạo nơi ăn chốn ở đàng hoàng cho mọi người trong nhà. Mặc dù không muốn rời xa nơi chôn nhau cắt rốn, Clara vẫn phải chịu cảnh lấy chồng xa để hy vọng góp phần giúp đỡ gia đình.

Cha mẹ của Clara tìm gặp thân nhân các cô gái hiện là vợ của những người Nam Hàn, đồng thời họ cũng liên lạc với một người Việt làm ăn với một công ty môi giới hôn nhân Nam Hàn. Vài tuần sau, người Việt này tìm đến ông Kim, là người chồng tương lai của Clara. Người môi giới này nói không rành cả tiếng Việt lẫn tiếng Hàn, chỉ thông dịch được rất giới hạn những câu hỏi giữa đàn trai và đàn gái tương lai nêu ra. Như, Clara hỏi tại sao ông Kim đến giờ này mà vẫn chưa lập gia đình và vì sao lại chọn lấy vợ Việt. Người môi giới trả lời thay cho ông Kim, rằng ông ta đang mắc chứng tâm thần nhẹ nhưng đang uống thuốc, nên không ảnh hưởng gì đến đời sống thường nhật. Chính "cái tai ách nhỏ này" khiến ông khó tìm được vợ ở trong nước.

Sau cuộc gặp gỡ kéo dài chưa đầy một tiếng đồng hồ, đôi bên đồng ý tiến hành hôn lễ vào hai ngày sau đó. Ông Kim và Clara hưởng hai ngày "trăng mật" tại một thành phố gần bên trước khi ông quay về nước.

Ba tháng sau lễ cưới, Clara lên đường sang quê hương chồng. Ông Kim hoàn tất mọi thủ tục do Sở Di Trú Nam Hàn đòi hỏi, để được cấp chiếu khán F-2, cho phép cô dâu nước ngoài được nhập nội.

Đến nơi, Clara được đưa về nhà mới nằm ở ngoại ô thủ đô Seoul. Khác với những cuộc hôn nhân đàn ông Hàn lấy vợ các nước Đông Nam Á khác, ông Kim không phải là nông dân sống ở vùng quê, ông làm lao công lương thấp cho một cao ốc thương mại ở Seoul. Clara cũng được đưa đến ra mắt mẹ và anh chồng. Ngay từ đầu, thân nhân ông Kim đều đối xử tốt với Clara, họ tỏ ra vui

Một gia đình chồng Hàn, vợ Việt ở thành phố Seoul, Nam Hàn. Hình chụp tháng 4, 2006. (Hình: Chung Sung-Jun/Getty Images)

mừng khi thấy ông Kim, 37 tuổi, tưởng khó hy vọng kiếm được vợ, nhưng cuối cùng đã có được bạn đời.

Clara bắt đầu cuộc đời mới ở Seoul nhưng không bao lâu cô nhận thấy cuộc sống nơi đây quá quạnh hiu. Hầu như ngày nào cô cũng thui thủi ở nhà một mình, không biết làm gì trong căn chung cư nhỏ hẹp nhưng lại ngại không dám phiêu lưu ra bên ngoài vì không biết tiếng xứ người. Hơn nữa, Clara cũng không quen thuộc với đời sống của "đô thị lớn." Niềm giải khuây lớn nhất của Clara là hằng ngày gọi điện thoại về gia đình hoặc các cô bạn khác hiện cũng đang ở trên đất Hàn. Cuối cùng, chồng Clara bắt cô phải bớt gọi điện thoại vì chi phí này đang trở thành gánh nặng. Mặc dù trên phương diện vật chất, tự do hưởng thụ cuộc sống của Clara ở Nam Hàn không có vẻ bị hạn chế mấy, tuy nhiên cô nhận thấy có nhiều khác biệt về văn hóa và ngôn ngữ giữa cô với mọi người chung quanh.

Sau đó, Clara bắt đầu thấy những dấu hiệu bất thường nơi chồng mình, từ sức khỏe cho đến cách hành xử, tất cả đều khác với những gì mà người môi giới đã mô tả lúc ở Việt Nam. Chồng cô bị lên cơn kinh phong dữ dội và thường trở nên khích động mãnh liệt, khiến Clara cảm thấy lo lắng cho sự an nguy của mình. Vừa do bị tâm thần vừa bực bội với Clara khiến ông Kim trở nên thô bạo với cô. Sau khi kêu khóc chán chê với gia đình ở Việt Nam lẫn với gia đình ông Kim, Clara quyết định bỏ chồng và chạy đến xin tạm lánh tại một nhà thờ Tin Lành ở địa phương. Nhà thờ này giới thiệu cô cho mấy "nữ tu" săn sóc, mấy bà này đang điều hành Căn Nhà Hữu Nghị, một nơi trú ngụ do nhà thờ tài trợ, dành riêng cho phụ nữ ngoại quốc là nạn nhân bạo hành trong gia đình.

Các nữ tu khuyên Clara nên tìm cách tự giải quyết êm đẹp với chồng, đồng thời bố trí một cuộc gặp mặt giữa hai vợ chồng. Sau khi cuộc gặp không trấn an được Clara về sự an nguy của mình, Clara quyết định xin ly dị và dự định trở lại Việt Nam. Theo lời của Clara, mặc dù cô cảm thấy an toàn khi ở Căn Nhà Hữu Nghị, kể cả thấy dễ chịu bởi sự săn sóc của các nữ tu, nhưng cô lo sợ cách tiếp nhận của gia đình lẫn bạn bè ở Việt Nam trước tin tức về quyết định của cô.

Ý thức được mục đích sang sống ở xứ Hàn là để mang lại cho chính bản thân lẫn gia đình một cuộc sống tốt đẹp hơn, Clara biết mình sẽ phải trực diện với nỗi khó khăn khi trở lại quê nhà, nơi mọi người đều đánh giá cô là kẻ thất bại, trong khi những người khác đều gặt hái được thành công và trở nên giàu có.

Căn Nhà Hữu Nghị

Khởi đầu từ năm 2003, Căn Nhà Hữu Nghị được thành lập để giúp đỡ các phụ nữ là nạn nhân của đường dây mãi dâm và buôn người, hầu hết đều từ Nga đến. Kể từ khi Nam Hàn ngưng cấp chiếu khán nhập cảnh E-6 dành cho người làm nghề chiêu đãi, vốn là nguồn nhân lực chính yếu về tình dục ở Nam Hàn, nạn nhân đến trú ngụ ở Căn Nhà Hữu Nghị nay chuyển sang các cô dâu đến từ vùng Đông Nam Á.

Mỗi năm nơi đây tiếp nhận chừng 50 phụ nữ cần sự giúp đỡ, cố vấn pháp lý và y tế, hoặc giúp họ trở về quê hương. Căn Nhà Hữu Nghị nhận được nguồn tài trợ độc nhất từ các nhà thờ ở địa phương. Trước đây Căn Nhà Hữu Nghị nhận sự tài trợ của chính phủ nhưng vì hệ thống hành chính quá quan liêu nên họ quyết định ngưng xin trợ cấp của chính phủ.

Căn Nhà Hữu Nghị là chỗ tạm trú nằm ở ngoại ô thủ đô Seoul. Tọa lạc trong một khu vực yên tĩnh, không có bảng hiệu hay chỉ dẫn nào để gây chú ý người qua đường. Họ làm vậy chẳng qua để bảo vệ an ninh cho những người sống ở bên trong. Nội thất căn nhà khá ấm cúng và hấp dẫn, tấm màn treo trên cửa sổ lớn phía ngoài phần nào che cái cổng sắt mà các nữ tu đóng lại hằng đêm, để ngăn không cho khách lạ ra vào; điều này phần nào gợi cho ta hiểu rằng những phụ nữ cư ngụ nơi đây đều là nạn nhân cần được che chở.

Nhiều phụ nữ nước ngoài được đối đãi tử tế và có được cơ hội quí báu mà họ không bao giờ có được ở quê nhà. Nói chung, thử thách về cách biệt ngôn ngữ lẫn văn hóa thường được xem là nguyên nhân chính đưa đến ly dị nơi những cuộc hôn nhân dị chủng. Dẫu phải đối phó với những thử thách ghê gớm như vậy, trong năm 2005 chỉ có 5% những đôi vợ chồng khác chủng tộc nộp đơn xin ly dị, thấp hơn nhiều so với mức ly dị của cả nước là 41%. Không những các cặp vợ chồng này khắng khít bên nhau mà họ còn chung nhau xây dựng một tổ ấm. Trong số các cô dâu Việt đến Nam Hàn trong thời gian từ 2003 đến 2005, 94% sinh con đẻ cái.

Mặc dầu sự du nhập cô dâu ngoại quốc giúp nâng cao được mức lập gia đình trong giới đàn ông ở Nam Hàn, có một số quan ngại về lâu về dài mà chính quyền nước này bắt đầu để tâm đến. Sự đồng hóa văn hóa của cô dâu ngoại quốc và hậu quả sản sinh ra những đứa con hai dòng máu Hàn-Á Châu, Korasian, là điểm nổi cộm đáng quan tâm nhất, mà quốc gia trong số những nước có dân số thuần chủng nhất thế giới phải đối phó để trở nên một nước đa chủng hơn. Dù chậm khởi đầu, chính quyền Nam Hàn đang làm việc tích cực để giúp đỡ người ngoại quốc hội nhập một cách trơn tru, tuy nhiên cũng phải mất nhiều năm mới theo kịp khuynh hướng lập gia đình với người ngoại quốc đang ngày một ồ ạt.

Công điện:

■ Một gia đình chồng Hàn, vợ Việt ở thành phố Seoul, Nam Hàn. Hình chụp tháng 4, 2006. (Hình: Chung Sung-Jun/Getty Images)

Bảo tàng Hà Nội bôi nhọ Hoa Kỳ, nhưng chẳng mấy người đến xem

Hà Giang

[2006] Sau một quá trình thương lượng rất vất vả, cuối cùng chính quyền CSVN cũng thiết lập được bang giao với Hoa Kỳ vào năm 1995. Từ những bước khởi đầu chập chững, quan hệ ngoại giao giữa hai quốc gia ngày càng trở nên vững vàng, đánh dấu bằng việc ký kết Hiệp Định Thương Mại Song Phương cuối năm 2001, và việc hai nước ký Hiệp Định Song Phương để Việt Nam gia nhập WTO (Tổ Chức Thương Mại Thế Giới) vào năm 2006.

Thế nhưng vào thời điểm này, nhà nước Hà Nội vẫn tiếp tục trưng bầy những khẩu hiệu, hình ảnh và chú thích có tính cách bôi nhọ, phỉ báng Hoa Kỳ, phản ánh hết sức tiêu cực sự tham gia của Mỹ trong chiến tranh Việt Nam. Quan trọng hơn cả, theo ghi nhận của các nhân viên Tòa Đại Sứ Hoa Kỳ tại Hà Nội, Việt Nam "cố tình cố ý khai gian các hiện vật và hình ảnh" với ác ý và mục đích phỉ báng đất nước họ. Rất may, vẫn theo lời các viên chức tòa đại sứ, những bảo tàng viện này chẳng được mấy ai quan tâm.

"Museum devoted to the history of the Communist revolution in Vietnam accuses the U.S. military of wartime atrocities through the deliberate misrepresentation of artifacts and images. Despite the continued bias of Hanoi's anti-United States exhibitions, they appear to be largely ignored by the Vietnamese public."

Công điện do Đại Sứ Michael Marine, gửi từ Hà Nội về cho Bộ Ngoại Giao ở Hoa Thịnh Đốn ngày 11 tháng 7, 2006 tả lại tỉ mỉ những gì được trưng bày tại các bảo tàng viện ở Hà Nội.

Đoạn mở đầu công điện viết:

"Những thứ được trưng bày tại các cơ quan quân đội và Bảo Tàng Viện Chính Trị vẽ lên một hình ảnh rất tiêu cực về việc sự tham gia của Hoa Kỳ trong cuộc chiến Việt Nam, nhưng những sự bôi nhọ này lại rất đúng cái kiểu tuyên truyền bình thường của chính phủ Việt Nam."

Theo công điện, nhận xét trên được đúc kết sau khi các nhân viên của Tòa Đại Sứ đã đi thăm nhiều địa điểm như Bảo Tàng Lịch Sử Quốc gia, Bảo Tàng Cách Mạng Việt Nam, nhà tù lịch sử Hỏa Lò, còn được gọi là "Hà Nội Hilton," Bảo Tàng Quân Sử, Bảo Tàng Hồ Chí Minh và Bảo Tàng Chiến thắng B-52, để đánh giá hiện tình cũng như những thứ được trưng bày tại các nơi này.

Nhận xét đầu tiên của các viên chức này là tuy nằm ngay tại trung tâm lịch sử của thủ đô Hà Nội, cả Bảo Tàng Lịch Sử Quốc gia lẫn Bảo Tàng Cách Mạng Việt Nam, "trông có vẻ tiêu điều và chỉ lèo tèo có vài nhân viên," còn khách đi xem thì cũng rất thưa thớt:

"Ngoại trừ một nhóm khoảng 20 quân nhân được đi xem Bảo Tàng Cách Mạng Việt Nam, tại cả hai nơi hầu như không có khách du lịch."

Các viên chức tỏ ra rất ý nhị trong nhận xét kế tiếp:

"Bảo Tàng Lịch Sử Quốc Gia không nhắc gì đến Mỹ, ngoại trừ một lời bình về bản Tuyên Ngôn Độc Lập Việt Nam, mà câu đầu tiên 'cầm nhầm' một câu trong Bản Tuyên Ngôn Độc Lập của Hoa Kỳ."

Nguyên một khu lớn của Bảo Tàng Lịch Sử Quốc Gia được dành riêng để triển lãm về cuộc chiến Việt Nam, mà Việt Nam gọi là "American War." Nơi đây trưng bày dấu tích liên quan đến sự tham chiến của Hoa Kỳ, bắt đầu từ sự xuất hiện của cố vấn Mỹ từ năm 1955, cho đến lúc Hoa Kỳ rút khỏi Việt Nam vào năm 1973 sau Hiệp Định Paris.

Công điện viết:

"Hoàn toàn chẳng có dấu hiệu nào nói đến sự hiện diện hợp pháp của miền Nam Việt Nam, hay sự tham gia của hàng triệu người miền Nam sẵn sàng và tự nguyện chiến đấu. Một bảng cắm

ở lối vào khẳng định rằng Hoa Kỳ là một lực lượng độc tài, đã gây chiến để tàn phá Việt Nam."

Các viên chức của Tòa Đại Sứ Hà Nội nhận định rằng trong khi một số hình ảnh trưng bày không hẳn là đáng phản đối lắm, nhưng lời chú thích đi kèm thường *"giải thích một cách man trá những tình huống vô thưởng vô phạt."*

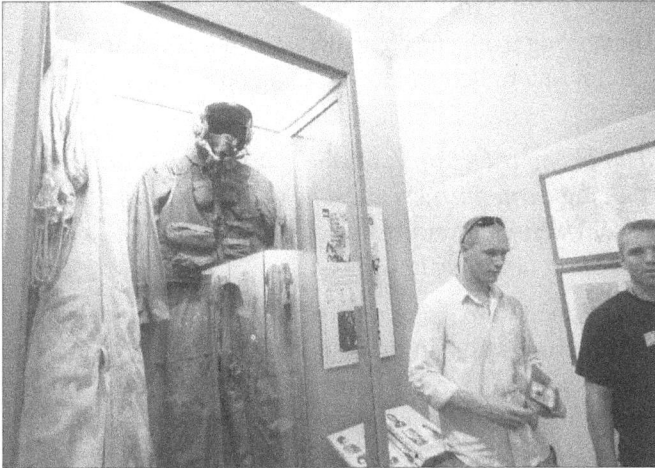

Bộ đồ của phi công John McCain trưng bày tại bảo tàng 'Hanoi Hilton', nơi ông bị bắt làm tù binh ngày 26 tháng 10 năm 1967. Phi công John McCain nay là Thượng Nghị Sĩ (Cộng Hòa) Arizona và đã trở lại thăm nơi này vào năm 2008. (Hình: HOANG DINH NAM/AFP/Getty Images)

Chẳng hạn như bức ảnh của một sĩ quan Mỹ bước xuống máy bay được mô tả là *"cố vấn quân sự Mỹ đến Sài Gòn để thảo luận về kế hoạch xâm lược."* Hay hình ảnh một cuộc họp giữa Mỹ và các viên chức Việt Nam được mô tả là *"Cố vấn quân sự Mỹ ra lệnh cho chế độ chư hầu và quân đội bù nhìn Sài Gòn."*

Công điện viết:

"Tệ hại hơn, những lời chú thích vô căn cứ cáo buộc quân đội Hoa Kỳ vi phạm nhân quyền và gây ra tội ác chiến tranh. Thí dụ, lời chú thích 'một lính Mỹ châm lửa đốt làng tạo ra cuộc thảm sát giết chết bao nhiêu người dân' đi kèm hình một người lính đứng cạnh căn chòi với cái bật lửa. Bên cạnh tấm hình một chiếc thánh giá bị

gãy là chú thích 'Quân đội Mỹ bỏ bom những nơi thờ phượng.'"

Tóm lại, công điện tường trình rằng triển lãm tại Bảo Tàng Cách Mạng Việt Nam không những không cung cấp bất cứ bối cảnh lịch sử hay quan điểm khách quan nào, mà những tài liệu hay hình ảnh được trưng bày còn cho thấy thiếu sự quản trị chuyên nghiệp và đúng mức, chẳng hạn như đa số hình ảnh không ghi rõ ngày, được chụp ở đâu, hay ai chụp, và hình ảnh chẳng liên quan gì đến lời chú thích, mà đa số là những cáo buộc.

Theo tường trình của công điện, các nhân viên Tòa Đại Sứ đến viếng thăm nhà tù lịch sử Hỏa Lò cũng có những nhận xét tương tự:

"Hai phòng triển lãm cuối của nhà tù Hỏa Lò miêu tả những hình ảnh được chú thích là cuộc sống thoải mái của tù binh Hoa Kỳ trong cuộc chiến Việt Nam, chẳng có hình ảnh nào ghi lại việc các tù binh Mỹ bị tra tấn trong tù cả."

Trong phần cuối, công điện nhận định rằng nhiều hình ảnh khác nhau trong các bảo tàng tại Hà Nội cho thấy *"chính quyền Việt Nam không sẵn sàng thừa nhận những sai trái của mình trong cuộc chiến, mà cũng không đưa ra một cái nhìn khách quan cho lịch sử Việt Nam."*

Công điện kết luận:

"Tuy những triển lãm nói trên không gây tổn hại đáng kể cho hình ảnh của Hoa Kỳ, vì không mấy người Việt Nam đi thăm những bảo tàng viện này. Mặt khác, những miêu tả sai trái này không thích hợp cho quan hệ song phương hiện tại. Chúng tôi sẽ đưa vấn đề này ra với chính phủ Việt Nam để yêu cầu họ điều chỉnh."

Công điện:

- "Hanoi museums continue to defame the United States, but interest in these exhibitions is low," 11/07/2006, từ Michael Marine, Đại Sứ Hoa Kỳ tại Hà Nội. Loại bảo mật: Không bảo mật. http://wikileaks.org/cable/2006/07/06HANOI1747.html

Tên người trong bảng này được xếp theo nguyên tắc sau đây:

- Tên hiệu, bút danh, bút hiệu, pháp danh được xếp theo chữ đầu tiên, thí dụ, "Điếu Cày."
- Tên tiếng Việt được xếp theo tên gọi (chữ sau cùng trong tên), thí dụ "Thủy, Trần Khải Thanh," trừ trường hợp tên người đó đã thành một nhóm chữ quen thuộc.
- Tên tiếng ngoại quốc, kể cả tiếng Hoa và kể cả của người Việt Nam, được xếp theo họ, thí dụ, "Bush, George W." hay "Ôn, Gia Bảo" hay "Trần, Tammy."

PHỞ TÀU BAY

Chính Gốc Phở Tàu Bay Lý Thái Tổ-Sài Gòn

1

3610 West First Street. Suite C Santa Ana, CA 92703
Open: Tue-Sat: 8:00AM – 8:00PM
Sun. & Holiday: 8:00AM – 4:00PM
Mon. Closed
(714) 531-6634

2

1717 East Vista Way #100 &102 Vista, CA 92084
Open: 9:00AM – 9:00PM
(760) 643-9333

Đài phát thanh
ĐÁP LỜI SÔNG NÚI

Do **LỰC LƯỢNG DÂN TỘC CỨU NGUY TỔ QUỐC** thực hiện,
phát thanh về Việt Nam mỗi ngày từ 9 giờ 30 đến 10 giờ tối (giờ Việt Nam)
trên làn sóng trung bình (AM) tần số 1503 ký lô chu kỳ
(làn sóng của Đài BBC Luân Đôn trước đây).
Đồng hương ở hải ngoại có thể nghe các buổi phát thanh của Đài tại website
http://www.radiodlsn.com.

- Mục tiêu của Đài là truyền bá đến đồng bào trong nước các sự kiện, tin tức trung thực mà CSVN che dấu; đồng thời vận động, thúc đẩy công cuộc đấu tranh loại bỏ chế độ độc tài đảng trị, phản dân hại nước.

- Với chủ trương luôn đề cao SỰ THẬT, Đài phát thanh ĐÁP LỜI SÔNG NÚI mong mỏi là tiếng nói của những người Việt tha thiết đến tiền đồ của đất nước và hạnh phúc của toàn dân.

- Đài trân trọng đón nhận sự cộng tác, yểm trợ của đồng bào khắp nơi để góp phần mau chóng đẩy mạnh công cuộc dân chủ hóa đất nước. Đặc biệt, xin quý Đồng Hương giúp giới thiệu Đài với bà con, bạn bè trong nước.

Liên lạc: Ông NGÔ QUỐC SĨ, **Giám đốc**
PO BOX 612882, SAN JOSE, CA 95161, USA
Tel: (408)663-9860, Email: lienlac.dlsn@gmail.com

Đóng góp tài chính xin ghi:
VIETNAM DEMOCRACY RADIO
hay "VDR" và gửi về địa chỉ Hộp Thư trên.
Có thể ủng hộ qua hệ thống PAYPAL
trong website của Đài.
Đóng góp tài chính sẽ có biên nhận
và Thư Cảm Tạ của Đài gửi hoàn

Tình Yêu ○ Niềm Tin ○ Hy Vọng

Hồi Ký của Phạm Vân Bằng

LIÊN LẠC TÁC GIẢ:

P.O Box **2483** La Habra, CA 90632

The best noodle soup in town

KASEY'S NOODLE & GRILL

VIETNAMESE RESTAURANT

9600 Bolsa Ave. # N, Westminster, CA 92683
(Trong khu Well Fargo Bank)

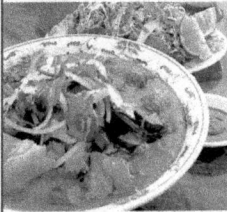

Đặc biệt: PHỞ, BÚN MĂNG VỊT, BÚN NƯỚC LÈO, CƠM BÒ LÚC LẮC

TEL: 714.531.0755

Open Hours:
Mon- Sun: 10 - 12 AM
Fri - Sat: 9 - 2 AM

www.ingramcontent.com/pod-product-compliance
Lightning Source LLC
Chambersburg PA
CBHW062147080426
42734CB00010B/1601